बेस्ट सेलर पुस्तक
'विचार नियम'चे रचनाकार
सरश्री

अंतिम वरदान

मृत्यू उपरांत जीवन
मृत्यू मोका की धोका

मृत्यू उपरांत जीवन : मृत्यू – मोका की धोका

© Tejgyan Global Foundation

All Rights Reserved 2014.
Tejgyan Global Foundation is a charitable organization having its headquarters in Pune, India.

सर्वाधिकार सुरक्षित

'वॉव पब्लिशिंग्ज् प्रा. लि.'द्वारे प्रकाशित हे पुस्तक अशा अटीवर विकण्यात येत आहे, की प्रकाशकाच्या लेखी पूर्वअनुमतीविना ते व्यापाराच्या दृष्टीने अथवा अन्य प्रकारे उसने, भाड्याने अथवा विकत अन्य कोणत्याही प्रकारच्या बांधणीत अथवा अन्य मुखपृष्ठासह देता येणार नाही. तसेच अशाच प्रकारच्या अटी नंतरच्या ग्राहकावर बंधनकारक न करता आणि वर उल्लेखिलेल्या कॉपीराइटपुरत्या मर्यादित न ठेवता या पुस्तकाच्या कोणत्याही स्वरूपाच्या विनिमयास, तसेच कॉपीराइटधारक व वर उल्लेखिलेले प्रकाशक दोघांच्याही लेखी पूर्वअनुमतीविना इलेक्ट्रॉनिक, मेकॅनिकल, फोटोकॉपी, रेकॉर्डिंग इत्यादी प्रकारे या पुस्तकाचा कोणताही अंश पुनःप्रस्तुत करण्यास, जवळ बाळगण्यास अथवा सुधारित स्वरूपात प्रस्तुत करण्यास मनाई आहे.

ISBN : 9788184153880

प्रकाशक	:	वॉव पब्लिशिंग्ज् प्रा. लि., पुणे
प्रथम आवृत्ती	:	जानेवारी २०१६
पुनर्मुद्रण	:	ऑक्टोबर २०१७

(सदर पुस्तकाच्या तेजज्ञान ग्लोबल फाउंडेशनद्वारे ४ आवृत्त्या प्रकाशित झाल्या आहेत.)

'महाजीवन : मृत्यु उपरांत जीवन' या मूळ हिंदी पुस्तकाचा मराठी अनुवाद

Mrityu Upraant Jeevan - Mrutyu Moka Ki Dhoka
By **Sirshree** Tejparkhi

मृत्यूचा आस्वाद

मृत्यूसमोर सर्व मनुष्य समान आहेत. – **पब्लिलियस साइरस**

जीवन आणि मृत्यू या दरम्यानच्या अवधीचा आनंद घेणं याशिवाय इतर कोणताच उपाय सर्वश्रेष्ठ नाही. – **जॉर्ज संतायन**

दररोज असंख्य जीव यमलोकी जात आहेत. पण तरीही लोक स्वतःला अमर समजत आहेत, याहून मोठं आश्चर्य ते काय? – **महाभारत**

सर्व काही क्षणभंगूर आहे, यशसुद्धा आणि यश मिळवणारासुद्धा.
– **मार्कस ऑरेलियस**

मृत्यू म्हणजे प्रकाश विझवणं नसून,

दिवा विझवण्यासमान आहे.

कारण आता नवजीवनाची पहाट झाली आहे. – **रविंद्रनाथ टागोर**

मृत्यूशय्येवर शेवटचे श्वास मोजणाऱ्या कोणत्याही मनुष्याने आजवर 'मी ऑफिसमध्ये आणखी काही वेळ देऊ शकलो असतो तर...' या गोष्टीविषयी हुरहूर व्यक्त केली नाही. – **अज्ञात**

बहुतांश लोक न जगताच मरण पावतात. पण ते या वास्तवापासून अनभिज्ञ असतात, हीच त्यांच्यासाठी सौभाग्याची गोष्ट आहे.

– **हेनरिक इब्सन**

भित्रा मनुष्य मृत्यूपूर्वी कित्येकदा मरण पावतो. धैर्यवान मनुष्य मात्र केवळ एकदाच मृत्यूचा आस्वाद घेतो. – **शेक्सपिअर**

ज्या गोष्टींची भीती वाटते त्या करून पाहा. मग यानंतर भयाचा मृत्यू निश्चित असेल.

– **इमर्सन**

बेस्टसेलर पुस्तक 'विचार नियम'चे रचनाकार सरश्री यांची अन्य श्रेष्ठ पुस्तकं

आध्यात्मिक विकास साधण्यासाठी या पुस्तकांचा लाभ घ्यावा

- जीवनाची दोन टोकं - ध्यान आणि धन
- रामायण वनवास रहस्य
- संत ज्ञानेश्वर – समाधी रहस्य आणि जीवन चरित्र
- अंतर्मनाच्या शक्तीपलीकडील आत्मबळ
- ध्यान नियम – आध्यात्मिक उन्नतीचा दिव्यमार्ग
- क्षमेची जादू – क्षमेचं सामर्थ्य जाणा, सर्व दुःखांपासून मुक्त व्हा

स्वविकासासाठी या पुस्तकांचा लाभ घ्यावा

- विचार नियम – आपल्या यशाचे रहस्य
- विकास नियम – आत्मसंतुष्टीचं रहस्य
- परिवारासाठी विचार नियम – हॅपी फॅमिलीचे सात सूत्र
- आळसावर मात – उत्साही जीवनाची सुरुवात
- स्वसंवाद एक जादू – आपला रिमोट कंट्रोल कसा प्राप्त करावा
- आत्मविश्वास आणि आत्मबळ – यशाचं शिखर गाठणारे पंख
- साहसी जीवन कसं जगाल – अशक्य कार्य शक्य कसं कराल
- समग्र लोकव्यवहार – मैत्री आणि नातं निभावण्याची कला
- अपयशावर मात – क्षमताप्राप्तीचं रहस्य
- कसा कराल स्वतःचा विकास आणि प्रशिक्षण – आत्मविकासाची सात पावलं

युवकांनी या पुस्तकांचा लाभ घ्यावा

- आजच्या युवा पिढीसाठी – विचार नियम फॉर युथ
- नींव नाइन्टी फॉर टीन्स् – बेस्ट कसे बनाल
- श्रीरामांकडून काय शिकाल – नवरामायण फॉर टीन्स्

या पुस्तकाद्वारे प्रत्येक समस्येचं समाधान प्राप्त करा

- स्वाथ्य प्राप्तीसाठी विचार नियम – मनःशक्तीद्वारे निरामय आरोग्य मिळवा
- स्वीकाराची जादू – त्वरित आनंद कसा प्राप्त करावा
- भय, चिंता आणि क्रोध यांपासून – मुक्ती

या आध्यात्मिक कादंबऱ्यांद्वारे जीवनाचं गूढ रहस्य जाणा

- योग्य कर्मांद्वारे यशप्राप्ती – सन ऑफ बुद्धा
- शोध स्वतःचा – In Search of Peace
- पृथ्वी लक्ष्य – मृत्यूचं महासत्य
- दुःखात खुश राहण्याची कला – संवाद गीता

समर्पित

हे पुस्तक समर्पित आहे
मीरा, जीज़स, महावीर, सॉक्रेटिस, मन्सूर
अशा ज्ञानी आणि साहसी संतांना;
ज्यांच्या शरीराला अनंत यातना दिल्या, तरीही
ते सत्यमार्गावर अढळ राहिले.
त्यांनी उचललेलं प्रत्येक पाऊल आजही लोकांना
सत्याच्या मार्गावर चालण्यासाठी
प्रेरणादायक ठरतं...

अनुक्रमणिका

भूमिका	महाजीवन म्हणजे काय	११
प्रस्तावना	मरण्यास मनाई – नवा आयाम, नवे जीवन	१७
	मृत्यूविषयक शब्दावली	२०
खंड १	**मृत्यूचं आकलन**	**२३**
अध्याय १	मृत्यू – सर्वांत महान शिक्षक अंतिम वरदान	२४
अध्याय २	जीवन : एक पाठशाळा मृत्यूचे भय – शाळेचे प्रवेशद्वार	३६
अध्याय ३	मृत्यूची तयारी जीवनोत्तर जीवन	४१
अध्याय ४	मृत्यूनंतर जीवन आहे का पंच आधार	४८
खंड २	**मृत्यूपूर्वीची आणि नंतरची अवस्था**	**५३**
अध्याय ५	जीवन – मृत्यूचे लक्ष्य पाचव्या शरीरापर्यंत पोहोचणे	५५
अध्याय ६	मृत्यू – एक धोका नकली मृत्यू	६४

अध्याय ७	नकली मृत्यूच्या खूप आधी गाढ निद्रा आणि मृत्यू	६८
अध्याय ८	नकली मृत्यूच्या आधीचे काही क्षण मृत्यूपूर्वीचा विचार	७१
अध्याय ९	नकली मृत्यूच्या लगेच नंतर आपण स्वतःच आपला न्याय करा	७४
अध्याय १०	नकली मृत्यू होऊन दीर्घकाळ लोटल्यावर परलोकातील जीवनाचं रहस्य	७७
अध्याय ११	मृत्यूशी भेट आप्तस्वकीय आणि कालगणना	८७
अध्याय १२	शरीरहत्या की आत्महत्या मी करू नयेत अशा गोष्टी	९२
खंड ३	**मृत्यूविषयी कर्मकांड आणि मान्यता**	**१०१**
अध्याय १३	मृत्यूनंतरचे कर्मकांड शोकसभा, प्रार्थना, श्राद्ध	१०२
अध्याय १४	सूक्ष्म शरीर हानी पोहोचवते का सर्वांत मोठे भूत – तुलनात्मक मन	१०९
अध्याय १५	स्वर्ग आणि नरक लोभ आणि भय	११४
अध्याय १६	पुनर्जन्म उच्च दृष्टिकोन, दोन पैलू	११८

खंड ४	**महानिर्वाण निर्माण**	१२३
अध्याय १७	पृथ्वीवर सराव करा महानिर्वाण निर्माण	१२४
अध्याय १८	मृत्यु मनन मृत्यु दर्शन	१३६
अध्याय १९	मरणोत्तर जीवन संतांचे मार्गदर्शन	१४४
अध्याय २०	मृत्यू सर्वसार अहंकाराचा मृत्युदाता	१५२
	अतिरिक्त अंश	१५९
अध्याय २१	मृत्यू शिकवतो, मृत्यूचा मृत्यू मृत्यूबद्दल मान्यता	१६०
अध्याय २२	मृत्यू आणि दोन हास्यास्पद गोष्टी प्रश्नातून प्रबोधन	१६३
अंतिम भाग	मृत्यू येण्यापूर्वी गिरवायचे धडे जीवनाच्या विद्यालयाचा अभ्यासक्रम	१६६
	काही महत्त्वपूर्ण संकेत पृथ्वीच्या पाठशालेतील धडे	१८४
परिशिष्ट	तेजशब्दसंग्रह	१८७

या पुस्तकाचा लाभ कसा घ्याल

१. हे पुस्तक पूर्ण वाचल्याशिवाय कोणताही निष्कर्ष काढू नका. पुस्तक वाचून पूर्ण झाल्यावरच आपले मत बनवा.

२. पुस्तक वाचण्यास आरंभ करण्यापूर्वी पृष्ठ २०वर दिलेली मृत्यूविषयक शब्दावली अवश्य वाचून या संज्ञांचे अर्थ मनावर ठसवा.

३. पुस्तक वाचताना शब्दांमागचा अर्थ समजून घेण्याचा प्रयत्न करा. हे पुस्तक आजच्या लोकभाषेत असल्याने त्याचे महत्त्व कमी झालेले नसून, उलट त्याच्या उपयुक्ततेत अधिकच भर पडली आहे.

४. हे पुस्तक किमान दोन वेळा वाचणे आवश्यक आहे. प्रथम संपूर्ण वाचून दुसऱ्यावेळी सावकाश, मनन करीत वाचा.

५. मृत्यू उपरांत जीवन या पुस्तकाचा पहिला आणि दुसरा भाग दोन वेळा वाचा. त्यामुळे पुस्तकाचा उद्देश समजून घेणे आपणास सुलभ ठरेल.

६. या पुस्तकाच्या प्रत्येक प्रकरणाच्या शेवटी काही महत्त्वपूर्ण संकेत देण्यात आले आहेत. हे संकेत त्या-त्या प्रकरणातील प्रतिपादन केलेल्या विषयाचे सार सांगतात.

७. ज्यांना मृत्यूची भीती वाटते त्यांनी या पुस्तकाचे पाचवे प्रकरण प्रथम वाचावे. त्यामुळे मृत्यू म्हणजे नेमकं काय, हे आपल्या लक्षात येईल.

महाजीवन म्हणजे काय
भूमिका

जीवनापासून मरणोत्तर जीवनाकडे आणि तेथून महानिर्वाण निर्माणाचा प्रवास हेच खरं माणसाचं संपूर्ण जीवन. हेच महाजीवन. परंतु अज्ञान, आळस आणि अविश्वासामुळे मनुष्य महाजीवनाचा आनंद घेऊ शकत नाही. प्रस्तुत पुस्तकात महाजीवनाचा अर्थ विशद करण्यात आला आहे.

शब्दांतच सांगायचं झालं तर, 'जेथे जीवनाचा जन्म आणि मृत्यूचाही अंत होतो' हा महाजीवनाचा खरा अर्थ. भक्तीत जेव्हा मनुष्य आपल्या व्यक्तिगत अहंकाराच्या मृत्यूसाठी तयार असतो, तेव्हाच खऱ्या अर्थाने महाजीवनाचा जन्म होतो. त्यानंतर मृत्यूचं भय पूर्णतः विलीन होतं. वास्तविक, अशी अवस्था प्राप्त करण्यासाठीच आपल्याला मनुष्यजन्म मिळालाय.

मृत्यूचे हे रहस्य पूर्ण जाणून त्या ज्ञानाआधारे पृथ्वीवरचं आणि मरणोत्तर जीवन आपण जेव्हा जगाल, तेव्हाच आपल्या जीवनाचं रूपांतरण महाजीवनात होईल. मानवाच्या शरीराचा मृत्यू झाला तरी त्याचं जीवन तेथेच संपत नाही; तर शरीर निर्माण होण्यापूर्वी आणि मृत्यूनंतरही जीवन

तेथे विद्यमान असतं. ही सजगता अंगी बाळगून ज्यावेळी आपण जीवनाविषयी योग्य प्रकारे मनन कराल, त्यावेळी कुठे आपल्या महाजीवनाच्या प्रवासाचा आरंभ होईल.

जगात महाजीवन प्राप्त करण्याइतकी सहज-सोपी गोष्ट अन्य कुठलीही नाही. श्वास घेणं, डोळ्याची पापणी लवणं यांसारख्या गोष्टी तरी कठीण आहेत. पण स्वतःला जाणणं, स्वानुभवात स्थापित होणं अतिशय सोप्पं.

गतकाळात गोते खाण्याची, मनोकल्पनेत रमण्याची माणसाची सवय नाहीशी होताच त्याचं महाजीवन सुरू होतं. अहंकाराचा जन्म आणि मरण यांवरच जीवन-मृत्यूचा खेळ अवलंबून असतो; पण सत्याचा साक्षात्कार होताच याच जीवनात महाजीवन प्राप्त होऊ शकतं. अहंकाराचा मृत्यूच आपल्याला महाजीवन, आयोजित मृत्यू (ध्यान) म्हणजेच समाधीचा अनुभव मिळवून देतो.

मनुष्याच्या शरीराचं वय वाढल्यानंतरच त्याला वार्धक्य येतं, हा समजच चुकीचा आहे; कारण जोवर त्याच्यात मृत्यूचं भय निर्माण होत नाही, तोवर तो वृद्ध होत नाही. स्वतःला जाणणारा चिरतरुण असतो.

मृत्यूचं रहस्य, 'मृत्यूपासून दूर पळाल तर त्यात अडकाल हे आहे. म्हणून न घाबरता त्याचं दर्शन करा.' मृत्यूचं संपूर्ण दर्शन करणारे लोकच महानिर्वाण निर्माण करण्याचा संकल्प करतात.

महानिर्वाण निर्माण म्हणजे जीवनात सर्वोच्च अभिव्यक्ती करून मूळ लक्ष्य प्राप्त करणे होय. पृथ्वीवरचं जीवन आणि मरणोत्तर जीवन यासह जेव्हा आपण संपूर्ण जीवनाचं लक्ष्य प्राप्त करतो; शिवाय मरणोत्तर जीवनात चेतनेच्या सर्वोच्च स्तरावर सेवाकार्य करू शकतो, तेव्हाच आपण महानिर्वाण निर्माण करू शकतो. परंतु महानिर्वाण निर्माणाची तयारी करत असताना पृथ्वीवरील जीवनातच सर्व मान्यतांतून मुक्त होणं आवश्यक असतं; जेणेकरून सत्याच्या यात्रेत गती वाढून आपल्याला अकंप, निर्मळ मनाने सुंदर अभिव्यक्ती करता यावी.

जागृत असलेला मनुष्य मृत्यूला 'उत्सव साजरा करण्याची संधी' समजू शकतो. ज्यायोगे मृत्यूला निमित्त बनवून इतर लोकांची समज प्रगल्भ करता यावी. असे लोक त्यांच्या स्थूल शरीराच्या मृत्युसमयी काय व्हावं हे लिहून ठेवतील. त्यावेळी ते त्यांच्या सर्व नातेवाईकांना पुढीलप्रमाणे आमंत्रण पाठवतील, 'जेव्हा ते स्थूल शरीराचा त्याग करतील तेव्हा त्यांच्या सर्व नातेवाइकांनी दुःखी होऊन नव्हे तर नाचत-गात यायला हवं.

त्यावेळी सगळ्या नातेवाईकांना एकत्र बोलावण्याचा उद्देश हाच असेल, की त्या दिवशी सर्वांना एकत्रितपणे मृत्यूवर मनन करता यावं; शिवाय तथाकथित मृत्यूचंही ज्ञान त्यांना मिळावं. मग त्या जागृत माणसाची शवयात्रा, हसत-हसत सर्वजण त्याला निरोप देताहेत अशी निघेल. हे दृश्य बघून सर्वजण भयमुक्त होऊन मृत्यूविषयीचं योग्य ज्ञान त्यांना प्राप्त व्हावं हेच त्यांचं ध्येय असेल.

पृथ्वीवर स्थूलशरीराच्या मृत्युसमयी ज्ञानप्राप्ती केलेल्या मनुष्याची समज इतकी उच्चस्तरीय असायला हवी, की आपल्या स्थूल शरीराच्या मृत्यूवेळीही ते स्वतःच्या मृत्यूची निमंत्रण पत्रिका लोकांना पाठवतील. इतकंच नव्हे तर ते स्वतः त्या लिहितील, मुद्रितशोधन (प्रुफ रिडींग) करतील आणि प्रकाशितही करतील. पृथ्वीवर जर त्यांना त्यांच्या मृत्यूच्या निमंत्रण पत्रिका पाठविण्याचा अवधी प्राप्त झाला तर ती कृपाच ठरेल. समजा, असं झालं नाही तर त्यांच्या समजेनुसार त्यांची कोणतीही तक्रार नसेल; कारण त्यांची चेतना उच्च स्तरावर असल्याने जीवन-मृत्यूच्या ज्ञानाविषयीचं आकलन त्यांना झालेलं असेल.

माझ्या स्थूल शरीराचा मृत्यू किंवा मृत्यूपत्रही लोकांमध्ये जागृती येण्यासाठी 'निमित्त बनावं' अशी भावना निर्माण होणे हीदेखील त्याची अभिव्यक्ती ठरेल. म्हणून आतापासूनच ही समज प्राप्त करून पृथ्वीवरचं आणि मरणोत्तर जीवन आनंदी बनवण्यासाठी साहाय्यक बना; जेणेकरून विश्वाची सगळी रहस्यं आपल्यासमोर प्रकट व्हावीत. मरणोत्तर जीवनाविषयीची समज प्राप्त करणं यासाठीही आवश्यक आहे, की पृथ्वीवरील जीवनाच्या शेवटी आपल्या अंतर्यामी समाधान, आनंद, भक्ती आणि धन्यवादाचे भाव असावेत.

• • •

लोक मृत्यूच्या भयाने खूपच ग्रासलेले असतात. हे पाहून अनेक आत्मसाक्षात्कारी ऋषींनी या विषयावर भाष्यच केलं नाही. त्यांनी विचार केला, 'जे लोक त्यांच्याकडून काही चांगल्या गोष्टी ग्रहण करत आहेत ते मरणोत्तर जीवनाच्या भयाने, अविश्वासाने त्याही ऐकणार नाहीत.'

मृत्यू म्हणजे नियतीने प्रदान केलेला एक विधी, ज्याद्वारे जगाची लीला पुढे चालू राहावी. या विधीने मनुष्याची तरंग वाढून तो सूक्ष्म जगातही अभिव्यक्ती करू शकतो. खरं तर स्थूल शरीराचा मृत्यू म्हणजे सूक्ष्म शरीर प्राप्त करण्याचाच एक विधी, परंतु तीच लोकांच्या दुःखाचं कारण बनली. वास्तविक, माणसाने पृथ्वीवर मृत्यू पाहून दुःखी व्हायला

नको. कारण पुढचा प्रवास याच जीवनाचा विस्तार आहे, पण त्याला हे ठाऊक नसतं.

वेळ आणि काळ हा भावनेसाठी काही महत्त्व ठेवत नाही. कारण भावना स्थूल जगातून सूक्ष्म जगात सहजपणे पोहोचू शकतात. माणसाला ज्यावेळी ही गोष्ट स्पष्ट होईल, त्यावेळी तो आपल्या दुःखद भावनांवर नियंत्रण ठेवू शकेल. शिवाय आपल्या मृत नातेवाईकांसाठी सकारात्मक भावना बाळगेल.

मृत्यूसंबंधित प्रथांमागचं मूळ कारण जाणून न घेता लोक आज केवळ त्यांचं अंधानुकरण करत आहेत. म्हणून त्यामागची समज लुप्त झाली आहे. पण काळानुसार, मननाद्वारे आपण त्यात परिवर्तन मात्र नक्कीच आणू शकतो. मृत्यूविषयीच्या प्रत्येक प्रथेमागचं खरं उद्दिष्ट जाणून त्या नवीनही बनवता येतात. ज्यामुळे लोकांना मृत्यूचं आकलन योग्य प्रकारे व्हावं.

पृथ्वीवरील जीवनातून मृत्यू उपरांत जीवनात प्रवेश करताच सूक्ष्म शरीराला दोन गोष्टींचं ज्ञान प्राप्त होतं. सर्वप्रथम त्याला, 'माझा मृत्यू झालाच नाही' याचं ज्ञान होतं आणि नंतर त्याला दुसरं मुख्य रहस्यही ज्ञात होतं.

पृथ्वीवर मृत्यू होण्यापूर्वी काही क्षणांसाठी मनुष्याला वाटतं, 'आता माझा मृत्यू होतोय,' पण मृत्यूनंतर त्याचा हा भ्रमदेखील नाहीसा होतो. स्वतःच्या स्थूल शरीराला अग्नी दिला जात असताना किंवा त्याचं दफन होत असताना त्याच्यासमोर दुसरं रहस्य खुलतं. 'अरे! मी ज्याला स्वतःचं अस्तित्व मानत होतो, ते शरीर तर मी नव्हतोच.'

मृत्यू उपरांत जीवनात सृजनात्मक कार्यांसाठी कित्येक संधी उपलब्ध आहेत. तेथे प्रेम, सेवा आणि आनंदोत्सवाच्या अभिव्यक्तीसाठी हजारो कारणं आहेत. या जगात विचारांची गती इतकी तीव्र आहे, की मनुष्याची सर्जनशीलता आणि नवनिर्माण करण्यासाठी आवश्यक असणाऱ्या क्रिया आपोआप विस्तारत जातात.

सूक्ष्म जगात मनुष्य स्वतःच्या चेतनेच्या स्तरानुसार म्हणजेच विविध तरंगांनुसार वेगवेगळ्या उपखंडात प्रवेश करतो. पृथ्वीवरील जीवनात झालेल्या तयारीच्या अनुषंगाने तो त्या-त्या संबंधित तरंगानुरूप सूक्ष्म जगात प्रवेश करतो आणि या प्रवेशासाठी कोणत्याही प्रकारचा भेदभाव होत नाही.

मृत्यू उपरांत जगात पैशाची कोणतीच भूमिका नसून, तेथे मनुष्य पोट आणि पेट्रोल या दोहोंपासून मुक्त असतो. पोटापासून मुक्ती म्हणजे पैसा मिळवण्यापासून मुक्ती. तेथे एका ठिकाणाहून दुसऱ्या ठिकाणी जाण्यासाठी वाहनाचीदेखील आवश्यकता नसते.

म्हणूनच तेथे पेट्रोलपासूनही मुक्ती मिळते. पोटाचं पेट्रोल (इंधन) म्हणजे भोजन आणि वाहनाचं भोजन म्हणजे पेट्रोल. या दोहोंतून मुक्ती म्हणजे महाजीवन.

मनुष्य पृथ्वीवर अत्यंत कमी अवधीसाठी आला आहे, याचं त्याला विस्मरण घडलं आहे. मृत्यूचं ज्ञान प्राप्त होताच मनुष्य मरणोत्तर जीवनात प्रवेश करण्यासाठी जे गुण विकसित करेल, ते गुण त्याचं पृथ्वीवरील आयुष्यही सुंदर बनवतील.

चुकीच्या वृत्ती आणि सवयी सुटताच जीवनात उच्चतम निर्णय घेता येतो. पण अशी योग्यता असणारे पृथ्वीवरील लोक विरळाच! आपला पुढील प्रवास महाजीवनात होणार असून, पृथ्वीवरील अनावश्यक सवयी तेथे साहाय्यभूत ठरणार नाहीत, याचं ज्ञान पृथ्वीवरील सर्वांना झाल्यास त्यांच्या वर्तणुकीत तात्काळ परिवर्तन घडेल. चला तर मग, मृत्यूविषयीची समज प्राप्त करून महाजीवनाचा यात्रारंभ करू या...

...सरश्री

प्रस्तावना
मरण्यास मनाई
नवा आयाम, नवे जीवन

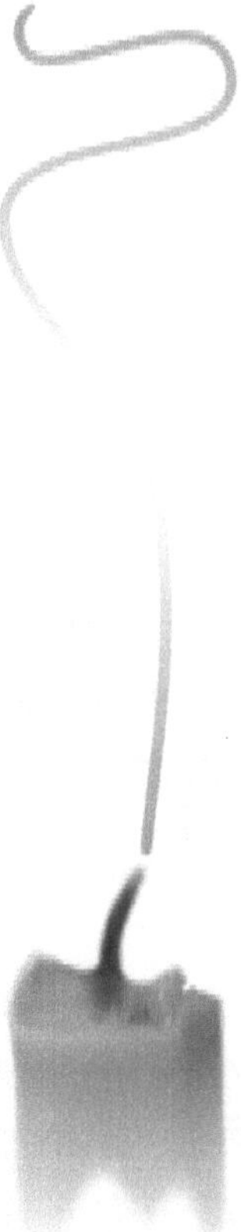

मृत्यू उपरांत जर जीवन असेल, तर आपण मृत्यू कशाला म्हणायचं? खरंतर मग मृत्यूला स्वल्पविराम म्हणायला हवं. मरणोत्तर जीवन नसेल, तर मृत्यूला मृत्यू असं तरी का म्हणायचं? तेव्हा मृत्यूला मुक्तीच म्हणायला हवं.

मृत्यू उपरांत जीवन ही संकल्पना शब्दांच्या साहाय्यानं व्यक्त करणं किंवा समजावून देणं अशक्य आहे; कारण मृत्यूनंतर मानवी जीवनाचा आयामच बदलतो. या नव्या जीवनाच्या आयामात संवाद, समय, अनुभव यांचं स्वरूपच वेगळं असतं. उदाहरणार्थ, एखाद्या अंध व्यक्तीला आपण प्रकाशाची जाणीव कशी करून देऊ शकाल? त्यासाठी त्याला इतर इंद्रियांचा संदर्भ देऊनच समजवावे लागेल. कानावर ध्वनिलहरी पडताच

आपल्याला आवाज ऐकू येतो. त्याचप्रमाणे डोळ्यांना एखादं दृश्य भिडलं, की ते पाहण्याचा अनुभव येतो. अशा प्रकारे समजवून सांगितल्याने अंध व्यक्तीला आपल्या बुद्धीद्वारे कदाचित काही बाबींचा उलगडा होऊ शकेल. थोडक्यात, ज्याप्रमाणे अंध व्यक्तीला काही इतर गोष्टींचा संदर्भ देऊन प्रकाशाविषयी समजावून सांगण्याचा प्रयत्न केला जातो, त्याचप्रमाणे मृत्यू उपरांत जीवनाची शब्दांपलीकडे असणारी समज या पुस्तकाद्वारे आपण जाणून घेणार आहोत.

सरश्री म्हणतात, ''मरणोत्तर जीवनाचे ज्ञान जर आपल्या वर्तमानात बदल घडवून आणत असेल, वर्तमानाला ते सुंदर आणि सकारात्मक बनवू शकत असेल, तरच आपण खऱ्या अर्थानं ज्ञान प्राप्त केलं, ज्ञानाचा खरा अर्थ समजला असं होईल; अन्यथा ज्ञानाच्या नावावर आपण एखाद्या भलत्याच भ्रमजालात अडकला आहात, असंच म्हणावं लागेल. हे ज्ञान केवळ बौद्धिक संशय दूर करण्यासाठी नाही, तर जीवनात आमूलाग्र बदल घडवून जीवनाचा कायापालट करण्यासाठी आहे. अर्धवट ज्ञानाने लोक भयभीत होतात; परंतु हे ज्ञान मात्र प्रत्येक प्रकारच्या भयापासून आपल्याला मुक्त करणारे आहे. या ज्ञानाने केवळ भयभीत होण्यास मज्जाव होतो असे नाही, तर मृत्यूलाही मज्जाव होतो.''

'मृत्यू आणि मृत्यू उपरांत जीवन' या विषयावर सरश्रींनी वेळोवेळी दिलेल्या प्रवचनांवर हे पुस्तक आधारित आहे. हा एक असा विषय आहे, ज्याबद्दल लोकांच्या मनात नेहमीच अनुत्तरित प्रश्न असतात. त्यांना या विषयाची फार कमी माहिती असल्यामुळेच त्यांच्या मनात अगणित प्रश्न असतात. वास्तविक, त्या प्रश्नांचे निराकरण करण्यासाठीच हे पुस्तक आहे. मनात कोणत्याही प्रकारचे पूर्वग्रह न ठेवता हे पुस्तक वाचावे, अशी आपल्याला विनंती आहे.

मृत्यू का होतो? मृत्यूची भीती का दाखवली जाते? मृत्यू हेच एकमात्र सत्य आहे का? मृत्यू उपरांत जीवन असतं का? असे अनेक प्रश्न आपल्या मनात घोळत असतात. या सर्व प्रश्नांची अत्यंत सोप्या भाषेत दिलेली उत्तरं या पुस्तकात वाचायला मिळतील. भाषा सोपी असल्याने हे पुस्तक कमी महत्त्वपूर्ण आहे, असं समजण्याचं काही कारण नाही.

हे पुस्तक अठरा वर्षांपेक्षा अधिक वयाच्या व्यक्तींसाठी आहे. या पुस्तकाचं वाचन शासनाने अनिवार्य करायला हवं. कारण लोकांनी आत्महत्या कराव्या, असं सरकारला निश्चितच वाटत नसणार. आत्महत्येचा प्रयत्न करणाऱ्यांना पोलीस तुरुंगात टाकतात; परंतु तेवढ्याने तसा प्रयत्न करणाऱ्यांना धडा मिळत नाही. गुन्हेगारांचं स्वतःचं आणि

ज्या लोकांचं आयुष्य हे गुन्हेगार संपवतात, त्यांचं जीवन किती अमूल्य असतं, याची जाणीव कैद्यांना व्हावी म्हणून सर्व कारागृहांत हे पुस्तक उपलब्ध करायला हवं. आत्महत्या केल्यानंतरही प्रश्न सुटत नाहीत. या समस्येवर तोडगा म्हणून हे पुस्तक उपयुक्त ठरेल.

मृत्यूबाबत लोकांच्या मनात अनेक समज-गैरसमज आहेत; मृत्यूबद्दल कित्येक लोकांना भयही वाटत असतं. म्हणूनच हा फार महत्त्वाचा व गहन विषय आहे; परंतु विषय जरी महत्त्वाचा असला, तरी त्याबद्दल अर्धवट ज्ञान असणं, ही फार भयानक गोष्ट ठरू शकते. याकरिता या विषयावर सरश्री जेव्हा प्रवचन देतात, तेव्हा 'प्रवचनातून मध्येच उठून जाण्यास मनाई आहे, ज्यांना जायचं असेल त्यांनी आधीच उठून जावं,' असा इशारा प्रवचनाच्या सुरुवातीला देण्यात येतो. त्याचप्रमाणे प्रस्तुत पुस्तक वाचायला घेतल्यावर पूर्ण वाचा. अर्धवट वाचून कुठलाही निष्कर्ष काढू नका. पुस्तक पूर्णपणे वाचूनच नव्या जीवनाचा शुभारंभ करा. हेच जीवन महाजीवन असतं.

आयुष्याला कंटाळून काही व्यक्ती आत्महत्या करायचा विचार करतात. अशा व्यक्तींना हे पुस्तक मार्गदर्शक म्हणून निश्चितच उपयुक्त ठरेल. आत्महत्या हे समस्येचं उत्तर असू शकतं का? आत्महत्या का करू नये? जीवनाचं महत्त्व काय? आत्महत्येनंतर कोणकोणत्या अडचणी उद्भवतात? समस्यांपासून दूर का पळू नये?... अशा अनेकविध प्रश्नांबाबत हे पुस्तक मार्गदर्शन करेल.

मृत्यू या शब्दाकडे नव्या दृष्टीनं, तेजज्ञानाच्या नजरेतून बघितलं, तर तो भयानक वाटणार नाही. जो जन्माला येतो त्याचा अंतही असतो, जो मरतो तो पुन्हा जन्म घेतो, असं म्हटलं जातं. हा 'सी-सॉ'चा खेळ चालूच राहतो. या चक्रापासून जो मुक्त होतो तोच महाजीवन, मोक्ष प्राप्त करतो.

या पुस्तकात समाविष्ट केलेले मृत्यूविषयक काही निवडक प्रश्न व त्यांची उत्तरं यांचं संकलन आहे.

तेजज्ञान फाउंडेशनद्वारा आयोजित एखादे शिबिर आपण केले असेल, तर या पुस्तकाच्या वाचनाने आपली साधना अधिक आशयसंपन्न होईल. चला तर मग, या पुस्तकासोबत शुभारंभ करू या, एका अशा जीवनाचा जेथे मृत्यूच नसतो... एक असं जीवन, जे 'महाजीवन' असं संबोधलं जातं...

धन्यवाद

मृत्युविषयक शब्दावली

या शब्दांचे अर्थ लक्षात ठेवा

क्र.	शब्द	अर्थ
१.	सूक्ष्म शरीर	अ‍ॅस्ट्रल बॉडी, स्कूटर, मनोमय कोश
२.	कठोपनिषद	यमराजा (मृत्यू)च्या उपस्थितीत नचिकेत (जीवन)
३.	सिल्व्हर कॉर्ड	स्थूल व सूक्ष्म शरीराला जोडणारा अदृश्य धागा
४.	सूक्ष्म जगत	परलोक, अ‍ॅस्ट्रल प्लेन, दुसरे विश्व, सूक्ष्म देहांचे जग
५.	स्थूल शरीर	भौतिक शरीर (फिजिकल बॉडी), हाडामांसाने बनलेले शरीर, बाह्यशरीर, अन्नमय शरीर, दृश्य शरीर, कार, कोट
६.	भूलोक	पृथ्वी, ते भौगोलिक स्थान- जेथे माणूस सजीव अवस्थेत राहतो
७.	प्राणमय कोश	प्राणमय शरीर (इथिरिक बॉडी), श्वास, स्वेटर
८.	कारण शरीर	विज्ञानमयी कोश (कॉजल बॉडी), सूक्ष्मतम शरीर
९.	उपखंड	चेतनेचे वेगवेगळे स्तर, (सेव्हन प्लेन) क्षेत्र
१०.	मृत्यू	नकली मरण, पंचमहाभूतांनी (पृथ्वी, आकाश, वायू, जल, अग्नी) बनलेले शरीर,वातावरणात सामावून जाणे, अन्नमय व प्राणमय शरीराचा अंत
११.	सेल्फ	चेतना, अशरीरी, स्वसाक्षी, ईश्वर
१२.	आत्महत्या	स्वतःच आपल्या शरीराची हत्या करणे (शरीरहत्या)
१३.	आयाम	डायमेन्शन, लांबी, रुंदी, खोली
१४.	स्वर्ग	‘स्व’चा अर्क (इसेन्स), उच्च सूक्ष्म स्तर
१५.	समाधी	समय आदी, समयपूर्व चेतनेची अवस्था. स्वेच्छेने मृत्यू पत्करणे, सजग मृत्यू, स्वाभाविक मृत्यूच्या

		आधीच मृत्यूला कवटाळणे
१६.	सविकल्प समाधी	विधीसह समाधीची अवस्था
१७.	निर्विकल्प समाधी	कोणताही हेतू न ठेवता समाधी घेणे
१८.	नरक	'स्व'पासून दूर, सूक्ष्म अधिलोक, निम्न सूक्ष्म उपखंड (स्तर)
१९.	सबक	धडा, पाठ, पृथ्वीच्या शाळेतील अभ्यासक्रम
२०.	आत्मा	हा आध्यात्मिक शब्द असून, त्याचा मूळ अर्थ आज विस्मरणात गेल्याने तो भ्रमित करणारा बनला आहे. कारण सूक्ष्म शरीर आणि सेल्फ (चेतना) या दोहोंसाठी हा शब्द वापरला जात असल्याने बराच गोंधळ होतो. आत्मा आणि सूक्ष्म शरीर यांतला फरक काही जाणकार लोकही समजू शकत नाहीत. कधी म्हणतात आत्मा अमर आहे, तर कधी म्हणतात, सूक्ष्म शरीर हेदेखील शरीरच असतं आणि त्याचाही मृत्यू होतो. अशा प्रकारे दोन भिन्न गोष्टींचा निर्देश करण्यासाठी एकच शब्द वापरल्यामुळे आध्यात्मिक गुंतागुंत वाढत जाते. भीतिदायक चित्रपटात आत्मा हा शब्द सूक्ष्म शरीरासाठी वापरून भयानक दृश्यं दाखवण्यात येतात. भयपट बघितल्यावर आपल्या अंतरंगातील आत्म्याचा शोध घेण्याची सर्वसामान्य लोकांची इच्छाच क्षीण होते, म्हणून या पुस्तकात आत्मा या शब्दाचा वापर कमीतकमी केला आहे. भयपटात आत्मा हा शब्द येतो, तेव्हा त्याचा अर्थ वाचकांनी सूक्ष्म शरीर असाच घ्यावा.

खंड १

मृत्यूचं आकलन

अध्याय १
मृत्यू - सर्वांत महान शिक्षक
अंतिम वरदान

या जगातील प्रत्येक व्यक्ती, प्रत्येक घटना आपली गुरू असते. ती आपल्याला सतत काहीतरी शिकवत असते. काही गुरू मवाळ, सहृदय असतात, तर काही गुरू कडक, कठोर असतात. तथापि, मृत्यू हा असा गुरू आहे, जो बाह्यतः कठोर दिसतो; परंतु अंतर्यामी मृदू आणि सुंदर असतो. खरं तर मृत्यूला कठोपनिषदाने गुरूंचं रूप देऊन एक वैशिष्ट्यपूर्ण प्रयोग केला आहे.

उपनिषद, वेद-वेदान्तांमध्ये, ज्यांना आत्मसाक्षात्कार, परमज्ञान प्राप्त झाले, अशा ऋषिमुनींनी मानवाच्या उन्नतीसाठी काही गोष्टी सांगितल्या आहेत. वास्तविक, हे ज्ञान मौनाद्वारेच समजू शकतं; पण तरीही विविध कथा-कहाण्या, सण-उत्सव, शिल्पमूर्ती आणि भजन यांच्या

माध्यमातूनही ते समजावण्याचा प्रयत्न केला जातो. या पृथ्वीतलावर राहूनही माणसाने परलोकाचं ज्ञान कसं आणि का मिळवावं, याचं महत्त्वही उपनिषदांत काही कथांद्वारे विशद केलं आहे. उपनिषदांमध्ये कठोपनिषद उत्कृष्ट गणलं जातं; तर या उपनिषदात एका गोष्टीद्वारे मृत्यूच्या स्वरूपावर प्रकाश टाकला आहे. ही कथा वाचून मृत्यूविषयीची आपली जिज्ञासा वाढेल.

कठोपनिषदात नचिकेताची एक सुंदर गोष्ट आहे. महर्षी अरुण यांनी विश्वजित नावाचा यज्ञ केला होता. या यज्ञात आपल्या सर्वस्वाचे (जमीनजुमला, घर, पशू, अहंकार) दान करायचे असते. काही काळाने महर्षी अरुण यांचे पुत्र उद्दालक ऋषींनीही आपल्या पित्याच्या पावलावर पाऊल ठेवून विश्वजित यज्ञ करण्याचं ठरवलं. त्यांनी आपल्याजवळ असणाऱ्या संपत्तीचे आणि गोधनाचे दान केले; परंतु यज्ञात अहंकाराचीही आहुती द्यायची असते, ही बाब मात्र त्यांच्या लक्षात आली नाही.

उद्दालक ऋषींना एक तेजस्वी पुत्र होता. त्याचं नाव नचिकेत. लहान वयातच तो मोठा चिंतनशील, श्रद्धाळू आणि ज्ञानी होता. आपले वडील भाकड, निरुपयोगी अशा गायी दान देत आहेत, हे बघून नचिकेताला वाटलं, ते असे निरर्थक दान का करीत आहेत? त्यांच्याजवळ इतर काही देण्यासारखं उरलं नाही, म्हणून तर ते अशा कास आटून गेलेल्या, चारा-पाणी खाण्यासही असमर्थ असलेल्या गायी दान करीत नसतील ना? हे दान विफल तर होणार नाही ना? अशी शंका त्याला आली. मुलाने विचार केला, या गायी ज्याला मिळतील, त्याला या गायींचा काहीच उपयोग होणार नाही. अशा गायींचे दान करून वडिलांना पुण्याऐवजी पापच लाभेल. कदाचित त्यामुळे त्यांना नरकातही जावं लागेल. या व्यर्थ दानाचा, विफल क्रियेचा प्रभाव कमी करण्याचा काहीतरी मार्ग शोधून वडिलांना सावध करावं, असा विचार करून नचिकेत त्यांना म्हणाला, ''बाबा, या भाकड गायी देऊन काहीच पुण्य मिळणार नाही. उलट तुम्हाला पापच लागेल.''

दान घेण्यासाठी उत्सुक असणाऱ्यांच्या भाऊगर्दीत उद्दालक ऋषींनी नचिकेताच्या या बोलण्याकडे फारसं लक्ष दिलं नाही. तेव्हा नचिकेताने विचार केला, 'कदाचित दुसरं काहीच देण्यासारखं राहिलं नाही, म्हणून तर वडील हे निरर्थक दान करत नसतील ना? वास्तविक, मीही त्यांच्या सर्वस्वाचाच भाग आहे. वडिलांचं पाप कमी करण्यासाठी ते मलाही दान देऊ शकतात. मला दान केलं तर त्यांच्या पापाचा भारही कमी होईल; कारण मी ज्याच्याकडे दान म्हणून दिला जाईल त्याची भरपूर सेवा करून त्याला संतुष्ट ठेवीन.'

उद्दालक ऋषी आणि नचिकेत यांच्यातील वार्तालाप

असा विचार करून नचिकेत वारंवार आपल्या पित्याला विचारू लागला, "बाबा, अद्याप मला दान दिलं नाही, तेव्हा मला कोणाला आणि कधी दान करणार आहात?" वडिलांनी त्याच्या प्रश्नाकडे लक्ष दिलं नाही. तेव्हा नचिकेताने पुनःपुन्हा तोच प्रश्न विचारला. आता मात्र उद्दालक ऋषी वैतागून म्हणाले, "थांब! मी तुझे दान यमराजालाच करून टाकतो, मी तुला मृत्यूकडेच सोपवतो." आपण रागाच्या भरात काय बोलून गेलो, याचे भानच त्यांना नसावे. परंतु नचिकेताने मात्र त्यांचे बोलणे सत्य मानले. कधी-कधी संतापाच्या भरात एखाद्याच्या तोंडून काहीतरी चुकीची गोष्ट निघून जाते. उदाहरणार्थ, "जा मर." "जन्मतःच तू मरून गेला असतास तर सुटले असते मी..." अशा प्रकारे उद्दालक ऋषींच्या बाबतीतही नेमकं असंच घडलं. रागाच्या भरात ते नचिकेताला "थांब, यमराजाला तुझे दान करून टाकतो..." असे बोलून गेले. निरुपयोगी, भाकड, दूध न देणाऱ्या गायींचे दान करून आपले बाबा दान घेणाऱ्या व्यक्तीच्या गळ्यात धोंड बांधत आहेत, त्याला फसवत आहेत, अशी नचिकेताची भावना होती; म्हणून वडिलांना त्यापासून परावृत्त करण्याचा त्याचा प्रयत्न होता. परंतु मुलाचा हा विचार उद्दालक ऋषींच्या लक्षात आला नाही; उलट त्याचा पुनःपुन्हा तोच प्रश्न ऐकून ते वैतागले आणि रागाच्या भरात भलतंच काहीतरी बोलून गेले. एरव्ही असे शब्द त्यांच्या तोंडून कधीच बाहेर पडले नसते. नचिकेताने मात्र वडिलांचे ते शब्द अंतिम आज्ञेसमान मानले.

यमलोकात नचिकेत

वडिलांच्या आज्ञेचे पालन करण्यासाठी नचिकेताने यमाच्या निवासस्थानाचा रस्ता धरला. वाटेत त्याच्या मनात विचारमंथन सुरू झाले.

पुत्र किंवा शिष्य तीन प्रकारचे असतात. एक पिता वा गुरू यांची इच्छा जाणून घेऊन त्यांनी न सांगताही त्यानुसार काम करणारे... दुसरे त्यांचा आदेश मिळाल्यावर लगेच कृती करणारे आणि तिसरे त्यांची निःसंदिग्ध आज्ञा झाल्यावरही काहीच कृती न करणारे. हे तीन प्रकारचे शिष्य उच्च, मध्यम व कनिष्ठ अशा श्रेणीत विभागले जातात. त्याने विचार केला, मी जरी उच्चश्रेणीत मोडत नसलो, तरी मध्यमश्रेणीत नक्कीच बसतो. कनिष्ठश्रेणीत नाही. मी नेहमीच वडिलांच्या आज्ञेचं पालन करीत आलोय. ''तुला मी यमराजाला दान करीत आहे,'' असे ते का म्हणाले असावेत? माझ्याद्वारे यमराजाचे एखादे कार्य पूर्ण व्हावे, म्हणून तर वडिलांनी ही आज्ञा दिली नसावी. असा उलटसुलट विचार करीत नचिकेत यमराजांच्या दाराशी जाऊन पोहोचला. तेथे त्याला द्वारपालांनी अडवले, ''यमराज बाहेर गेले आहेत.'' **माणूस मृत्यूपासून दूर पळतो, तेव्हा मृत्यूचं भय त्याला सावलीसारखं भेडसावतं; परंतु माणूस जेव्हा आपणहून मृत्यूकडे जातो, तेव्हा मृत्यूच त्याच्यापासून दूर पळतो.** नचिकेत निर्भय होऊन यमराजाकडे गेला, तर तेथे यमराजच उपस्थित नव्हते. काहीही न खातापिता नचिकेत यमराजांची वाट पाहत दाराशीच बसून राहिला. तीन दिवसांनंतर यमराज घरी आले, तेव्हा त्यांच्या पत्नीने सांगितले, ''हा ब्राह्मण मुलगा तीन दिवसांपासून काहीही न खातापिता तुमची वाट बघत बसला आहे. त्याचा योग्य तो पाहुणचार करून अतिथी धर्माचे पालन करा.''

यमलोकात यमराजाची प्रतीक्षा करताना नचिकेत

यमराजाचा वर

यमराज पाणी घेऊन नचिकेताजवळ आले व आपल्या गोड शब्दांनी त्याचं स्वागत करून त्याला नमस्कार केला, त्याचे हातपाय धुतले, त्याला बसायला आसन दिले, जेवायला वाढले, शिवाय स्वतः घरात नसल्याने त्याला जो त्रास झाला त्याबद्दल माफीही मागितली. यमराज म्हणाले, ''आपण प्रथम जेवण करून संतुष्ट व्हावं. तीन दिवस माझ्या दारात उपाशी राहावं लागलं, त्याबद्दल मी आपल्याला तीन वर देतो. आपण प्रसन्न व्हावं. हवं ते मागा, मी आपल्या इच्छा पूर्ण करीन.'' यमराजाचं मधुर बोलणं आणि नम्रतापूर्वक वागणं पाहून नचिकेत फार खूष झाला. त्याने यमराजाकडे तीन वर मागण्याचं ठरवलं. यमराज म्हणाले, ''मी आपल्याला तीन वर दिलेले आहेत. ते मागून आपण घरी परत जावं.''

नचिकेताचे आदरातिथ्य करताना यमराज

वास्तवात मृत्यूचं स्वरूप जाणून घेण्यासाठी ही कहाणी आहे. या गोष्टीच्या तपशिलात अडकून वादविवाद करायचा नाही; अन्यथा लोक अशाच गोष्टींना वास्तव मानून तिच्यातील काही बाबींवर वाद घालत बसतात. या कथेद्वारे हे सांगितलं आहे, की ज्याला आपण मृत्यू समजतो, तो मृत्यू नसतोच मुळी आणि ज्याला जीवन समजतो, ते जीवनच नाही. लहान मूल जीवनाचं प्रतीक आहे. वार्धक्य हे मृत्यूचं प्रतीक असतं. नचिकेत म्हणजे शुद्ध जीवन. ज्याच्यावर अद्याप या संसाराची धूळ बसलेली नाही. शुद्ध

जीवन जेव्हा मृत्यूशी संवाद साधेल, तेव्हा काय होईल? तेव्हा परम ज्ञानाचा उदय होईल. यासाठी प्रत्येक जीवाने मृत्यूची माहिती करून घ्यायला हवी. ज्याप्रमाणे आपल्याला डॉक्टर व्हायचं असेल, तर डॉक्टरांशी बोलायला हवं. वकील व्हायचं असेल, तर वकिलांशी चर्चा करायला हवी. मात्र, कित्येक लोक अशा चुका करतात, की ते सत्याचा शोध चुकीच्या जागी, अयोग्य लोकांजवळ घेतात.

आता जाणून घेऊ, की नचिकेताने कोणते वर मागितले? त्या वरांचा आपल्या आयुष्यात काय उपयोग होऊ शकेल आणि त्यातून आपण कोणता बोध घ्यायला हवा?

नचिकेताचे तीन वर

१) वडिलांसाठी सुखशांती

नचिकेताने पहिला वर मागितला, ''जेव्हा मी येथून वडिलांकडे घरी परत जाईन तेव्हा त्यांनी न रागावता, शांत चित्ताने, प्रसन्न मनाने, आत्मीयतेने माझ्याशी वागावे. आपल्या उर्वरित आयुष्यात माझ्यामुळे त्यांना कोणतीही काळजी वाटू नये. नेहमी शांत झोप लागावी.''

यमराज 'तथास्तू' म्हणत पुढे म्हणाले, ''माझ्या प्रेरणेने तुझे वडील तुला बघून खूप आनंदी होतील व तू मृत्यूच्या पाशातून सुटून परत आला आहेस. या गोष्टीचाही त्यांना पूर्णपणे विसर पडेल. यापुढे त्यांना कोणतीही चिंता सतावणार नाही; ते आपले उर्वरित आयुष्य सुखशांतीने व्यतीत करतील.''

पहिल्या वराद्वारे नचिकेताने आपल्या जन्मदात्यासाठी सुखशांतीची मागणी केली.

२) सर्वांच्या हितार्थ अग्निविद्या

दुसऱ्या वरामध्ये नचिकेताने सर्वांसाठी सुख मागितले. नचिकेत म्हणाला, ''हे यमराजा, जेथे सदासर्वदा सुखच सुख आहे, दुःखाचे नावनिशाण नाही, असा स्वर्गलोक आहे, हे आजवर मी केवळ ऐकत आलो आहे. जेथे तहान-भूक नाही; वार्धक्य नाही; मृत्यू नाही. अशा स्वर्गाची प्राप्ती घडावी, म्हणून जो यज्ञ केला जातो, जी अग्निविद्या वापरली जाते, ती आपणांस ठाऊक आहे. कृपा करून त्या विद्येचे रहस्य आपण मला सांगावे.''

यमराजांनी प्रसन्न मुद्रेने नचिकेताला त्या यज्ञातील अग्निविद्येचं रहस्य सविस्तर सांगितलं. यज्ञकुंडाची रचना, त्यासाठी वापरण्यात येणाऱ्या विटा, यज्ञाचा विधी, त्यावेळी

म्हणायचे मंत्र वगैरे इत्थंभूत माहिती यमराजांनी दिली. नचिकेताची परीक्षा घेण्यासाठी यमराज म्हणाले, ''मी तुला जे सांगितलंय ते तुला व्यवस्थित समजलं आहे की नाही, हे मला बघायचं आहे. ते सर्व मला तू पुन्हा सांग.'' यमराजांनी जे-जे सांगितलं, त्याचं नचिकेतानं शब्दश: वर्णन केलं, तेव्हा यमराज त्याच्या स्मरणशक्तीने आणि आकलनशक्तीने प्रभावित झाले व म्हणाले, ''स्वर्गप्राप्तीचा हा मार्ग यापुढे जगात सर्वांना उपलब्ध राहील.'' त्याचबरोबर विविध प्रकारच्या यज्ञांची माहितीही त्यांनी दिली.

आता हा मुलगा तिसरा वर कोणता मागणार! असे कुतूहल यमराजांना वाटलं. मला सुख हवं, मला स्वर्ग हवा, मला सिद्धी मिळू दे, अशा मागण्या माणूस अज्ञानापोटी करतो; स्वर्गात जाण्याचा मार्ग हा मुलगा स्वत:साठी तर मागत नाही ना? असंही क्षणभर त्यांना वाटलं. परंतु नचिकेताने हे वर स्वत:साठी मागितलेच नव्हते. सर्वांचं मंगल व्हावं हीच भावना त्यामागे होती. ''आता तिसरा वर माग.'' यमराज म्हणाले.

३) आत्मरहस्य

नचिकेताने मागितलेला तिसरा वर अत्यंत गूढ स्वरूपाचा होता. तो म्हणाला, ''काही विद्वानांच्या म्हणण्यानुसार जेव्हा एखाद्या व्यक्तीचा मृत्यू होतो, तेव्हा सारे काही संपुष्टात येते. मागे काहीही उरत नाही. झाडेझुडपे, पशुपक्षी एके दिवशी निर्जीव होऊन मरतात; कुजून मातीत मिसळतात. त्याप्रमाणे मृत्यूनंतर माणसाचेही काही अवशेष उरत नाहीत. याउलट दुसरे काही विद्वान म्हणतात, केवळ शरीर मरतं, त्यामध्ये असलेला आत्मा अमरच असतो. आत्मा कधीच मरत नाही. आत्मा शरीरातून बाहेर पडतो, तेव्हाच शरीराला मृत्यू येतो. हा आत्मा शरीरापासून अलग होऊन आपल्या कर्मानुसार स्वर्गात किंवा नरकात जातो आणि पुन्हा जन्म घेतो. पूर्वजन्मातील कर्मानुसार तो देह धारण करतो; पूर्वजन्मातील कर्माचे फळ भोगतो, नवी कर्मे करतो. जोवर आत्मा परमात्म्याशी एकरूप होत नाही, तोवर तो जन्म घेत असतो आणि जन्म-मरणाच्या चक्रात अडकलेला असतो. या दोहोंमध्ये सत्य कितपत आहे, ते निश्चितपणे सांगा; म्हणजे मला ते व्यवस्थित समजू शकेल.'' येथे व्यवस्थित याचा अर्थ अनुभवाद्वारे झालेलं ज्ञान. केवळ बुद्धीद्वारे होणारे ज्ञान म्हणजे माहिती होय. अनुभवानं प्राप्त होणारं ज्ञान हेच खरं ज्ञान असतं. खऱ्या ज्ञानानेच आयुष्यात योग्य निर्णय घेता येतात. ज्यामुळे माणूस नि:स्वार्थ, निरपेक्ष प्रेमाने जीवन जगू लागतो.''

ही कथा फार प्राचीन काळापासून प्रचलित आहे. मृत्यूनंतर काय होतं, या प्रश्नाने माणसाचा आरंभापासून पिच्छा पुरवला आहे. मरणोत्तर जीवन असते की नाही? मृत्यू

हेच अंतिम सत्य आहे का? मृत्यूपासून सुटका होऊ शकते का? खरं तर या प्रश्नांची उत्तरं शब्दांनी समजणं सुरुवातीपासूनच कठीण होतं. परंतु आज वैज्ञानिक भाषेत काही गोष्टी स्पष्ट करता येतात. ही वैज्ञानिक भाषा पूर्वीच्या काळात आपल्याला माहीत नव्हती.

तिसरा प्रश्न ऐकून यमराज आश्चर्यचकित झाले. या मुलासंदर्भात आपण केलेला तर्क चुकीचा निघाला, असं त्यांना वाटलं. असा प्रश्न फार क्वचितच कोणी विचारतं. आरशात सर्वचजण आपला चेहरा बघतात, परंतु तो चेहरा बघताना ''खरोखर हा मीच आहे का?'' किंवा ''जर हे शरीर मी नसेन, तर मग मी कोण आहे?'' असा प्रश्न फारच थोड्या लोकांना पडतो. त्याचप्रमाणे मृत्यूबाबतही जाणून घेण्याची इच्छा फारच थोड्या लोकांना होते. बहुसंख्य लोक मृत्यू या शब्दानेही घाबरतात. मृत्यूबद्दल काहीही ऐकायची त्यांची तयारी नसते. स्मशान, कब्रस्तान वगैरे शहरापासून दूर ठेवण्याचा हेतूच हा असतो, की मृत्यूची आठवणच होऊ नये.

नचिकेताचा प्रश्न ऐकल्यावर त्याबाबत तो कितपत गंभीर आहे, हे जाणून घेण्याचा प्रयत्न यमराजाने केला. नचिकेताला खरोखर जिज्ञासा होती, तो हे जाणून घेण्यास अतिशय उत्सुक होता; तरीही त्याची योग्यता जाणून घेण्यासाठी त्यांनी विचारले, ''नचिकेता, हा प्रश्न तू विचारू नयेस. हा प्रश्न अत्यंत गूढ असून, समजण्यास कठीण आहे. मी-मी म्हणणारे लोक हा प्रश्न समजून घेऊ शकले नाहीत. मोठमोठ्या देवताही या प्रश्नाचे उत्तर देऊ शकत नाहीत. हा प्रश्न समजून घेणे वा समजावून देणे अत्यंत अवघड आहे. तेव्हा तू या प्रश्नाऐवजी दुसरा एखादा वर माग.''

यमराजाने नचिकेताचे लक्ष अन्यत्र वळवण्याचा प्रयत्न केला. जसं, अमुक काम फारच अवघड आहे, असे सांगून किंवा एखाद्या गोष्टीचे आमिष दाखवून कधी-कधी दुसरीकडे लक्ष केंद्रित केले जाते. यमराजाने दोन्ही मार्ग हाताळून बघितले. नचिकेताला अन्य वर मागण्याचा सल्ला दिला. हा विषय अत्यंत गहन आहे, असे सांगून घाबरवण्याचाही प्रयत्न केला; परंतु नचिकेत आपल्या उद्दिष्टापासून ढळला नाही, विचलितही झाला नाही. तो म्हणाला, ''यापेक्षा श्रेष्ठ असा दुसरा कोणताही वर नाही आणि या प्रश्नाचे उत्तर जाणणारा आपल्यासारखा महात्मा मला कुठे भेटणार? म्हणून कृपया आपण मला हाच वर द्यावा.''

यमराजाने वेगवेगळ्या प्रकारे नचिकेताचे लक्ष ढळावे म्हणून प्रयत्न केले. ''एखादा सावकार कर्जदाराला जसा सतावतो, तसा तू मला सतावतो आहेस,'' असेही शेवटी यमराज म्हणाले. ''हा विषय समजावून सांगणं मला फार अवघड वाटतंय. तरी तू हा हट्ट

सोड. तू अजून लहान आहेस. तुझे वयही फार नाही. मी तुला दीर्घायुष्य देतो, खूप हत्ती-घोडे देतो, गोधन देतो. हवी तेवढी जमीन तू मागून घे, हवे तर राज्यपद देतो, सगळ्या पृथ्वीवर तू राज्य कर, पण हा हट्ट मात्र करू नकोस.''

तरीही नचिकेत आपल्या मूळ प्रश्नावर ठाम राहिला. त्याची जराही चलबिचल झाली नाही. त्याची इच्छा किती तीव्र आहे, जिज्ञासा किती अस्सल आहे, हे जाणून घेण्यासाठीच यमराजाने त्याला ही प्रलोभने दाखवून त्याची परीक्षा घेतली. पण नचिकेत त्या कुठल्याही प्रलोभनांना बळी न पडता परीक्षेत पूर्णपणे उतरला.

नचिकेत यमराजांना म्हणाला, ''यमराज, आपण अलौकिक सिद्धपुरुष आहात, महाज्ञानी आहात, महात्मा आहात. आपल्या सत्संगात आल्यावर इहलोकीच्या किंवा स्वर्गीय सुखांचा, उपभोगांचा मोह उरला, तर तो मूर्खपणाच ठरेल. आपण माझ्यावर कृपा करा आणि माझ्या प्रश्नाचे उत्तर द्या. याशिवाय मला दुसरा कोणताही वर नको. यमराज त्या उत्तराने प्रसन्न होऊन म्हणाले, ''नचिकेता, तू ज्ञानी आहेस. माझ्या कसोटीला तू उतरलास... तुला मी वर दिलेला आहे... तेव्हा तुझ्या या प्रश्नाचे उत्तरही देणे मला भाग आहे... तुझी या प्रश्नाबाबतची जिज्ञासा अपार, खरी आहे, हेच मला पारखून घ्यायचं होतं... तुझ्या प्रश्नांचे उत्तर आता मी देतो.

प्रत्येक वृक्षवल्ली, पशुपक्षी, मानव या सर्वांमध्ये आत्मतत्त्व, चैतन्य असतं. ईश्वराचा अंश असलेला हा आत्मा मानवी शरीराद्वारे प्रकट होतो. पण परमात्मा हा अव्यक्त असला, तरी तो सुरुवातीपासूनच अस्तित्वात आहे; सर्वांमध्ये विद्यमान आहे आणि सर्वांच्या नंतरही राहणार आहे. अव्यक्त म्हणजे परब्रह्म, जे ब्रह्माच्याही पलीकडचं आहे. ब्रह्मा, विष्णु, महेश या तीनही देवांची परब्रह्माने निर्मिती केली आहे. पण परब्रह्म हे स्वयंसिद्ध आहे. त्याचा कोणी निर्माता नाही. 'त्वमेव विद्वान विभाय मृत्यो:' त्या आत्म्याचे ज्ञान करून घेतल्यावर माणसाला मृत्यूची भीती वाटत नाही.

काळाच्या ओघात शरीर नष्ट होतं, पण चेतना कधीही नष्ट होत नाहीत. ती अमर असते. व्यक्त ज्यावेळी अव्यक्त होतं, त्यावेळी हे जग नव्हतं. व्यक्त जेव्हा अव्यक्ताच्या मायेमुळे शरीराशी जोडलं गेलं, तेव्हा व्यक्तीचा जन्म झाला. अहंकारामुळे व्यक्तीमध्ये मृत्यूची भीती वाढत गेली. तेव्हापासून व्यक्ती मृत्यूच्या कल्पनेनेदेखील भयभीत होते. ज्ञानरूपी अग्नीद्वारे व्यक्तीचा अहंकार भस्मसात होताच ती भयमुक्त होऊन आपली अभिव्यक्ती करू लागते.

मानव जसे कर्म करतो, त्याप्रमाणे त्याचे फळ भोगतो आणि भावी काळातील

वाटचालीत प्रगती तरी करतो किंवा अधोगतीला जातो. कर्मानुसार तो सुख-दुःखाच्या चक्रात गुंतून राहतो.

माणसापुढे जीवनाचे दोन मार्ग असतात- एक श्रेय म्हणजे कल्याणकारक आणि दुसरा प्रेय म्हणजे प्रिय, आवडता मार्ग. श्रेयापासून माणसाला आपल्याकडे ओढण्याची प्रेयाची सतत धडपड चालू असते. आपल्यासाठी, आपल्या कुटुंबासाठी आवश्यकतेपेक्षा जास्त धनदौलत साठवण्यात मग्न असणारी व्यक्ती 'प्रेय' मार्गावरून चाललेली असते. इतरांवर याचा काय परिणाम होतोय, याबद्दल ही व्यक्ती बेफिकीर, बेपर्वा असते. त्यामुळे ती सदैव सुख-दुःखाच्या, जन्म-मृत्यूच्या चक्रात अडकलेली असते. याउलट सदैव सत्कर्म करणारी, इतरांच्या हिताचा विचार करणारी, इतरांना त्रस्त न करणारी, आपल्या आई-वडिलांच्या, गुरूंच्या आज्ञेचे पालन करून त्यांची सेवा करणारी, ज्ञानप्राप्तीसाठी झटणारी, ईश्वराचे भजन-पूजन करणारी, सद्‌गुणांचा अंगीकार करणारी, दुर्गुणांपासून दूर राहणारी, सदाचरणी विद्वानांच्या सहवासात राहणारी व्यक्ती श्रेय मार्गावरून चालणारी असते. प्रपंचात राहूनही ती आपल्या कर्तव्याचे पालन करीत असते आणि आपल्या आत्म्याच्या कल्याणासाठी उत्तम गुण आणि उत्तम कर्म यांचा अवलंब करीत असते.''

अशा प्रकारे यमराजांनी स्वतःच आपले रहस्य प्रकट केले. यमराजांशी चर्चा करून नचिकेत मृत्यूच्या भयातून मुक्त झाला. पृथ्वीवर मानवी शरीरात एक अपूर्व तयारी चालू आहे; हे त्याच्या लक्षात आले. मृत्यूनंतरही जीवन असते, हे सत्य जाणून घेणारा आयुष्याचा एकही क्षण वाया जाऊ देणार नाही. प्रत्येक घटनेवरून योग्य तो बोध घेऊन आपले धैर्य वाढवण्याचा निर्धार करेल. या ज्ञानाने नचिकेताला स्वतःमधील अव्यक्ताचे दर्शन झाले, आत्मसाक्षात्कार झाला. यमराजांकडून संपूर्ण ज्ञान प्राप्त झाल्याने तो पूर्ण समाधानी, अत्यंत ज्ञानी, निर्भय आणि निर्विकार होऊन आपल्या वडिलांकडे गेला. नचिकेत संपूर्ण विश्वासाठी निमित्त ठरला. इतर लोकांनीही मृत्यूचे रहस्य जाणून निर्भय होऊन जीवन जगावे, हा त्याचा संदेश सर्वांनाच प्रेरणादायक ठरावा.

या कहाणीच्या माध्यमातून जर आपली जिज्ञासा जागी झाली असेल, तर हे पुस्तक पुढे वाचत राहा. लवकरात लवकर हे ज्ञान आत्मसात करून आनंद, प्रेम यांनी काठोकाठ भरलेले जीवन जगायला सुरुवात करा. ही पृथ्वी म्हणजे एक भव्य शाळा आहे. धैर्य व साहस ठेवून नवनवे धडे* गिरवा.

** या पुस्तकाच्या शेवटी दिलेला पृथ्वीच्या पाठशाळेतील धडे, पान १८४ हा भाग वाचा.*

काही महत्त्वपूर्ण संकेत

१) मृत्यू हा एक असा शिक्षक आहे, जो बाहेरून कठोर वाटतो, पण अंतःकरणाने मृदू व सौम्य असतो.

२) मृत्यूबद्दल जाणून घ्यायचे असेल, तर मृत्यूसारखा अन्य शिक्षक सापडणार नाही.

२) प्रत्येक कहाणी म्हणजे एक संकेत आहे. आयुष्यात जीवन आणि मृत्यू यांचा जो खेळ चालू आहे, त्याचे नियम समजावून घेत आनंदाने आणि प्रेमाने जगण्याची शिकवण ती देत असते.

४) मुले निष्पाप, निर्मळ असतात. कपट-कारस्थानापासून ती दूर असतात. त्यामुळेच मुले मृत्यूच्या डोळ्याला डोळा भिडवून सर्वांच्या कल्याणासाठी खरे प्रश्न विचारू शकतात.

५) आपल्या मुलांना आई-वडील नीट ओळखू शकत नाहीत. रागाच्या भरात ते काहीतरी चुकीचे बोलून जातात, त्या शब्दांची छाप मुलांवर कायमची पडते.

६) सगळेच लोक आरशात बघत असतात. आरशात आपला चेहरा बघितल्यावर 'जर हे शरीर मी नसेन, तर मग मी कोण आहे?' असा प्रश्न फारच थोड्या लोकांच्या मनात येतो. मृत्यूच्याबाबतीत सत्य परिस्थिती जाणून घेण्याची इच्छा असणारे लोक दुर्मिळच!

७) अव्यक्त ज्यावेळी व्यक्त होतं, त्यावेळी हे जग निर्माण होतं. अव्यक्त शरीराशी जोडला जातो, त्यावेळी व्यक्ती बनते.

व्यक्तीमधला अहंकार मृत्यूची भीती निर्माण करतो. मृत्यूचे ज्ञान आपल्याला निर्भय बनवते.

८) पृथ्वीवर मानवी देहात एक अपूर्व तयारी चालू आहे. मृत्यूनंतरही जीवन असतं, हे सत्य जाणून घेतलेली व्यक्ती आपल्या आयुष्याचा एक क्षणही वाया जाऊ नये यासाठी प्रयत्नशील राहते. प्रत्येक घटनेवरून योग्य तो बोध घेऊन आपले धैर्य वाढवते.

अध्याय २
जीवन - एक पाठशाळा
मृत्यूचे भय – शाळेचे प्रवेशद्वार

मूल लहान असते, तेव्हा त्याला शाळेत जावेसे वाटत नाही. "शाळेत जा" असे जेव्हा त्याला सांगण्यात येते, तेव्हा ते रडते, गोंधळ घालते, घाबरते. मग त्याचे पालक त्याला जबरदस्तीने शाळेत सोडून येतात; कारण शिक्षक त्याला सांभाळू शकतील, अशी पालकांची खात्री असते.

पृथ्वीवर आपलं जीवनदेखील शाळेसारखंच असतं. या शाळेच्या प्रवेशद्वाराबाहेर खूप आकर्षक चित्रे रंगवलेली असल्याने त्यांचा मोह प्रत्येक मुलाला होतो, पण शाळेच्या भीतीने मुलाची प्रवेशद्वाराच्या आत जाण्याची इच्छा होत नाही. एकदा मूल आत जाताच प्रवेशद्वार त्वरित बंद होते. त्या प्रवेशद्वाराच्या आतल्या बाजूला एका राक्षसाचे चित्र काढलेले असते. त्या चित्राला घाबरून ते प्रवेशद्वाराच्या बाहेर

पडण्याचाही प्रयत्न करीत नाही. त्या राक्षसाला घाबरून मूल पुन्हा आपल्या वर्गात जाते.

राक्षसाचे चित्र हे आपल्या जीवनात मृत्यूचे प्रतीक आहे. मृत्यूच्या भीतीने आपण जीवनरूपी शाळेत या सर्व गोष्टी शिकत असतो. वास्तविक, त्या आत्मसात करण्यासाठीच आपण शाळेत प्रवेश घेतो.

बाहेरून दिसणारं शाळेचं द्वार

आतून दिसणारं शाळेचं द्वार

मूल मोठे झाल्यावर विचार करते, बाहेर प्रवेशद्वारावर तर आकर्षक चित्रे होती; मग आतल्या बाजूने भीतीदायक चित्र का लावले आहे? पण तरीही भीतीपोटी तो

मुकाटपणे शाळेच्या अभ्यासावर लक्ष केंद्रित करतो. राक्षसाचे चित्र (मृत्यूचे भय) मुलाच्या दृष्टीने निमित्त ठरते, साहाय्यक ठरते; जेणेकरून मुलाला आपले धडे व्यवस्थित शिकून मृत्यू येण्याआधी आवश्यक तेवढा काळ शाळेत घालवणं शक्य व्हावं, नाही तर जीवनात पराभूत झाल्यानंतर तो शरीरहत्या करेल.

या छोट्याशा उदाहरणातून आपल्याला एक गहन गोष्ट समजून घ्यायची आहे. राक्षसाचे चित्र म्हणजे माणसाला दाखवण्यात येणारे मृत्यूचे भय. मृत्यूचे भय माणसाला दाखवले गेले नसते, तर कितीतरी लोक आपल्या शरीराची हत्या करण्यास प्रवृत्त झाले असते. शाळेचे फाटक (मृत्यूचे भय) म्हणजे मुलांना शाळेतून पळून जाण्यापासून रोखणारी सीमा.

हेच उदाहरण आणखी थोडे पुढे नेऊ, म्हणजे अजून काही गोष्टींवर प्रकाश पडेल. हे मूल शाळेत इतर मुलांबरोबर अभ्यास करते. ज्या मुलांनी कधी शाळेबाहेरचे जग बघितलेले नाही, ती शाळेलाच आपले जग मानतात. शिक्षक मुलांना शिकवतात आणि मुले शिक्षकांकडे पूर्ण लक्ष देऊन आपले धडे शिकतात, असा क्रम रोजच चालतो.

शाळेत वर्गशिक्षक प्रत्येक तासाला वेगवेगळे विषय शिकवतात. लहान असताना मुलांना सोपे, सरळ धडे शिकवले जातात. मोठ्या मुलांना थोडे अवघड, पण गमतीदार धडे शिकवले जातात. एखादा मुलगा रागीट असेल, तर त्याला वेगळा धडा शिकवला जातो. कोणी द्वेष, मत्सराची भावना प्रदर्शित करीत असेल, तर त्याच्यासाठीही वेगळा धडा असतो. कोणी घाबरट असेल, तर त्याला इतरांपेक्षा वेगळा धडा शिकवला जातो. कोणी लोभी असतो, तर कोणी नातलगांशी फटकून राहतो, प्रत्येकासाठी वेगवेगळे धडे असल्याने सर्वांना आपापल्या स्वभाववृत्तीप्रमाणे धडे शिकवले जातात.

शाळेच्या वर्गात एका तासाला स्वर्ग-नरक याबद्दल माहिती देण्यात येते, तर दुसऱ्या तासाला कर्म आणि भाग्य यावर चर्चा होते. मुले आनंदाने सर्व शिकतात. बसतात, उखाळ्या-पाखाळ्या काढतात, खोड्या करत वेळ घालवतात. आयुष्याचा महत्त्वाचा वेळ व्यर्थ दवडतात. सुटीनंतर वर्गात शिकवण्यात येणाऱ्या धड्यांकडे त्यांचे लक्ष लागत नाही. वर्गात त्यांचे लक्ष अर्धवट असते. मात्र, जी मुले सुटीच्या वेळात वरच्या वर्गातील मित्रांना भेटून, चर्चा, विचारविनिमय करण्यात रमतात, ती जीवनातील संधी पकडतात. मधल्या सुटीनंतर वर्गात आल्यावर शिकवत असलेले धडेही त्यांना व्यवस्थित कळतात. ते शिकवलेल्याचा आनंद लुटतात, त्यामुळे त्यांना आता परीक्षेची भीती वाटत नाही.

या उदाहरणाद्वारे आपण जीवनाच्या शाळेसंबंधी काही गोष्टी समजू शकाल. आपण कोण आहोत? कुठल्या वर्गात आहोत? कोणत्या विषयाच्या वर्गात बसलो आहोत?

अशा गोष्टी गंभीरपणे समजून घ्यायला हव्यात. त्यामुळे जीवन-मृत्यूच्या या खेळात आपण महाजीवन प्राप्त करू शकाल.

मधल्या सुटीनंतर वर्गात काय होते, ते आता बघू या. मुले सुटीनंतर वर्गात आली, तेव्हा वर्गात नवीन शिक्षक आले. ते मुलांना म्हणाले, "सुटीत जर तुम्हाला काही अडचण आली असेल, तर मी त्याचे स्पष्टीकरण करतो. या शाळेचे प्राचार्य शाळेच्या व्यवस्थापनाचे काम बघतात. शाळेबाहेरही जीवन असते हे एका उदाहरणाद्वारे मी तुम्हाला समजावून सांगतो. या शाळेत आणि नंतर काय काय होते..."

एका वर्गात पाच विद्यार्थी शिकत होते. वर्षभराच्या अभ्यासानंतर परीक्षा झाली. काही मुले पास झाली, तर काही नापास. नापासांपैकी काही मुलांना वरच्या वर्गात बसण्याची सूट-एटीकेटी (Allowed To Keep Term) मिळाली. मात्र, ज्या विषयात ते नापास झाले होते, तो विषय पुढच्या सहामाहीत परीक्षा देऊन पास व्हावे एवढीच अट होती. पहिले दोघे उत्तीर्ण झाले. तिसऱ्याला एटीकेटी मिळाली. दोन विद्यार्थी नापास झाले. त्यापैकी एक परीक्षेलाच बसला नाही. त्याने ड्रॉप घेतला म्हणून तो नापास झाला. पाचव्याने अभ्यासच नीट केला नव्हता, म्हणून तोही नापास झाला. आता सर्व विद्यार्थी आपला रिझल्ट घेण्यासाठी परीक्षा केंद्रात गेले. नियमाप्रमाणे त्यांना त्यांच्या उत्तरपत्रिका दाखविण्यात आल्या. अर्थातच ड्रॉप घेतलेल्या विद्यार्थ्याच्या उत्तरपत्रिका नव्हत्या. बाकीच्यांनी आपापले पेपर बघितले. पास झालेल्या मुलांनीही आपले चुकलेले प्रश्न बघितले. तेव्हा आता चुकांपासून शिकायला हवे; पुढच्या वेळी चुका टाळायला हव्यात, असे त्यांनी ठरवले. एटीकेटी मिळालेल्या मुलानेही आपल्या ढोबळ चुका जाणून घेतल्या.

पास झालेल्या मुलांना पुढच्या वर्गात बसायला सांगितले, पण त्यातही एक सवलत दिली गेली. पाचवीतून सहावीत जाणे तर स्वाभाविकच होते, पण हवं तर त्यांना सातवीतही बसता येईल, असं सांगण्यात आलं. दोन उत्तीर्ण विद्यार्थ्यांपैकी एकाने पाचवीतून सातवीत जाण्याची तयारी दाखवली. सातवीचा अभ्यासक्रम फार अवघड आहे, असं त्याला सांगितलं गेलं; पण तरीही त्याने ते आव्हान स्वीकारण्याचे ठरवले. मला सातवीचा अभ्यास आताच झेपणार नाही, असे म्हणत दुसऱ्या विद्यार्थ्याने मात्र पाचवीतून सहावीतच जाणे पसंत केले. दोघांनी आपल्या समज व योग्यतेनुसार निर्णय घेतला. आता सांगा, तुम्ही जर या विद्यार्थ्यांत असता, तर कोणता निर्णय घेतला असता?

एटीकेटी मिळालेल्या विद्यार्थ्याचा एक विषय राहिला होता. त्याला सहाव्या इयत्तेत बसण्याची सूट मिळाली. "तू सहावीत बसलास, तर तुला खूप परिश्रम करावे लागतील.

तुझी तयारी आहे का?'' या प्रश्नावर त्याने विचार करून उत्तर दिलं, ''माझी तयारी आहे.'' आपल्या चुकांवरून त्याने धडा घेतला. नव्या वर्गात सुरुवातीपासूनच अभ्यास करण्यास तो तयार झाला. नापास झालेल्या विद्यार्थ्याला त्याच वर्गात बसणे भाग होते, कारण त्याच्यासमोर दुसरा पर्यायच नव्हता. त्याच वर्गाचा अभ्यास त्याला करावा लागणार होता.

ड्रॉप घेतलेल्या (शरीरहत्या केलेल्या) विद्यार्थ्याला तो होता, त्याच्याही खालच्या वर्गात बसण्यास सांगितले गेले. हे वाचून आपणास आश्चर्य वाटले का? आयुष्याच्या शाळेतही काही मुलांना अशा प्रकारे आधीच्या वर्गात बसावे लागते.

हे उदाहरण आपण संपूर्ण पुस्तकात विस्ताराने समजावून घेणार आहात. शाळा कशाला म्हणायचे? शाळेतील शिक्षक कोण आहेत? मधली सुटी म्हणजे काय? शाळेचे मुख्याध्यापक कोण आहेत? परीक्षा होणे काय? रिझल्ट कधी लागतो? परीक्षा केंद्र आणि मूळ संस्थापक कोण आहेत?

काही महत्त्वपूर्ण संकेत

१) जीवनात आपण महत्त्वपूर्ण धडे शिकायला आला आहात. ते पूर्णतया आत्मसात करा आणि नंतर पुढची यात्रा करा. (जीवनाची शिकवण याबद्दलच्या अधिक माहितीसाठी पुस्तकाच्या शेवटी दिलेल्या 'अतिरिक्त अंश' या भागात वाचा.)

२) मधल्या सुटीत भांडणतंटा करणे, खेळणे-बागडणे, खाणेपिणे, खोड्या करणे-चिडवणे यांकडे लक्ष देऊ नका. हा वेळ बहुमूल्य गोष्टी शिकण्याचा आहे. तो वाया घालवू नका. त्याचा पूर्ण उपयोग करा.

३) सुटीच्या वेळी लोकांना भेटा, चर्चा करा, भेटीगाठी घेऊन विचारविनिमय करा. त्यायोगे आपण मिळालेल्या जीवनाची संधी उत्तमप्रकारे साधाल.

४) परीक्षेला घाबरून, दूर जाऊन ड्रॉप (शरीरहत्या) घेऊ नका. त्यामुळे पुढच्या यात्रेत त्रास होईल.

५) जीवनाच्या पाठशाळेचे एकच मुख्याध्यापक आहेत. त्यांना तुम्ही ईश्वर, अल्ला, मालिक वा इतर कोणत्याही नावाने ओळखू शकता.

अध्याय ३
मृत्यूची तयारी
जीवनोत्तर जीवन

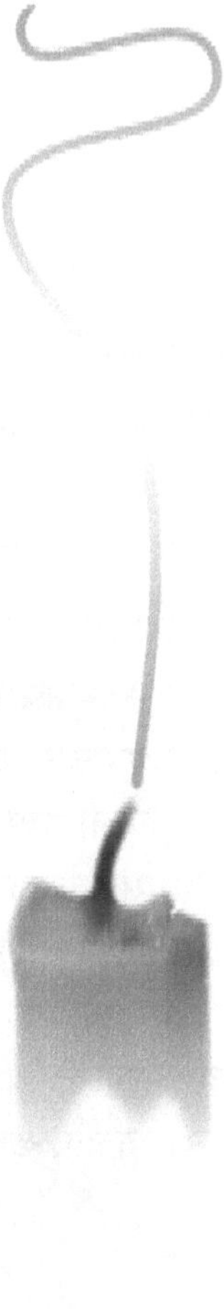

मृत्यूचे चित्र काढा

हिवाळ्याचे दिवस होते. अंगाचे मुटकुळे करून रस्त्यावर बसलेला एक मुलगा थंडीने थरथर कापत होता. त्याला बघून एका गृहस्थाने आपल्या अंगावरचा कोट काढून त्या मुलाच्या अंगावर टाकला. ''अरे ईश्वरा, तू हे असे कसे विश्व निर्माण केलेस? दुःखी-कष्टी लोकांसाठी तू काहीच कसे केले नाहीस?'' त्या गृहस्थाने दुःखी स्वरात ईश्वराला जाब विचारला.

भूकंप का होतो? त्यात शेकडो लोकांचा बळी का जातो? असे घडता कामा नये, असे प्रश्न विचारून लोक त्यावर वरचेवर मते मांडतात. त्याचप्रमाणे त्या गृहस्थानेसुद्धा ईश्वराला धारेवर धरलं

होतं. अचानक त्याच्या अंतर्यामी ईश्वराद्वारे एक संदेश आला, ''अशा दुःखी-कष्टी लोकांना मी वाऱ्यावर सोडलेलं नाही. अशा लोकांसाठीच तर मी तुला जन्म दिला आहे.'' त्या गृहस्थाला आपल्या प्रश्नाचं उत्तर मिळालं, पण तुम्हाला स्वतःच्या प्रश्नाचं उत्तर मिळालं आहे का? आपल्या मनात येणारे प्रश्न कसे असतात? ते पुढे दिलेल्या प्रश्नांसारखे आहेत का?

* पृथ्वीवर दुःख का आहे?
* माणसाचा मृत्यू का होतो?
* मृत्यूचं भय का वाटतं?
* मृत्यू हेच एकमेव सत्य आहे का?
* मृत्यू हा केवळ भास आहे का?
* मृत्यू ही सर्वांत मोठी वंचना आहे का?
* आत्मा कधी मरत नाही, हे खरं आहे का?
* मृत्यू हेच सर्वांचं भविष्य आहे का?
* मृत्यू ही कधीच खोटी न ठरणारी भविष्यवाणी आहे का?

यांसारख्या प्रश्नांबाबत वेगवेगळी मतं आपण ऐकली किंवा वाचली असतील. तसेच, अगदी लहानपणापासून वेळोवेळी अशा प्रकारचे विचार ऐकत आलो आहोत; त्यामुळे जीवनाचे आणि मृत्यूचे एक चुकीचे चित्र आपल्या मनावर ठसलं गेलंय. अशा प्रकारच्या विचारांमुळेच मृत्यू हे एक गूढ वा कोडं बनून राहिलं आहे. प्रत्येकाला मृत्यूचं भय वाटतंच.

मृत्यूविषयीचं अज्ञान मृत्यूला अधिक भयानक बनवतं. मृत्यूच्या स्वरूपाचे खरे ज्ञान आपल्याला झाले, तर हाच मृत्यू आपल्याला जगण्याची कला शिकवण्यास उपयुक्त ठरेल. मृत्यूची कला ज्याला उमगली, त्यालाच योग्य जीवनाची गुरुकिल्ली गवसते. जगातील ९० टक्के लोक प्रत्यक्ष मृत्यू येण्यापूर्वीच मृतवत् झालेले असतात; कारण त्यांच्या अनेक इच्छा अतृप्त राहतात. मृत्यू थोडा उशिरा आला असता, तर आपण अमुक-अमुक कामे पूर्ण करू शकलो असतो; असं ते म्हणतात. याचाच अर्थ, मृत्यू हा वेळेआधीच आलाय, अशी त्यांची भावना असते. मृत्यूला सामोरे जाण्याची त्यांची अजिबात तयारी नसते. फार थोड्या व्यक्ती वेळेवर मरणाला सामोऱ्या जातात, कारण

ते मृत्यूचे स्वागत करायला नेहमी तयार असतात. त्यामुळे त्यांना मृत्यूची कला साध्य झालेली असते. ज्यांना मृत्यूची कला साधते, त्यांनाच जगण्याची कला समजते. शारीरिक व्याधींमुळे अनेक लोकांना मरण लवकर आलं तर बरं, असं वाटतं; परंतु त्यांना जगण्याची कला अवगत झालेली नसते. केवळ दुःखापासून सुटका व्हावी, म्हणून ते मृत्यूची आळवणी करत असतात. अशी माणसं आपल्या मृत्यूआधीच मृतवत् झालेली असतात. ज्याने आपल्या जीवनाचं रहस्य जाणलं, ज्याला स्वतःच्या वास्तव स्वरूपाची ओळख पटली, तोच आपल्या देहाच्या मृत्यूसाठी कुठल्याही क्षणी सिद्ध असतो.

मृत्यू : प्रश्न एक; उत्तरं तीन...

वर दिलेल्या प्रश्नांची उत्तरे या पुस्तकात देण्यात आली आहेत; परंतु ज्यांना खरोखर या प्रश्नांची उत्तरं हवी असतात, त्यांच्यापर्यंत ती पोहोचतातच.

प्रत्येक प्रश्नाची तीन उत्तरं देता येतात; मात्र आपली समज, आजची स्थिती आणि आजची भाषा यांच्या अनुषंगानेच येथे ती दिली जात आहेत. ही उत्तरं अंतिम नव्हेत. परिस्थितीप्रमाणे ती बदलत जातात. खरं आणि अंतिम उत्तर ऐकण्याची आपली खरोखरच तयारी आहे का? असा प्रश्न स्वतःलाच विचारा. या प्रश्नाबाबत थोडे चिंतन करण्याची गरज आहे, कारण काही व्यक्ती केवळ आपल्या जिज्ञासेपोटी, ज्ञान आणि माहिती मिळवण्यासाठी प्रश्न विचारत असतात, उत्तराच्या अपेक्षेने प्रश्न विचारतात. त्यांना अपेक्षित उत्तर मिळालं तर ते म्हणतात, "हे उत्तर तर मला आधीच ठाऊक होतं; आणि नेमकं तेच उत्तर आपल्याकडून मिळालं. यावरून मी बरोबर होतो यावर शिक्कामोर्तब झालं." त्यांना जर अपेक्षित उत्तरापेक्षा वेगळं उत्तर मिळालं, तर त्यांचा स्वतःवरचा विश्वासच डळमळीत होतो.

प्रत्येक प्रश्नाची किमान तीन उत्तरं संभवतात. पहिल्या प्रकारचे उत्तर हे वरवरचं, प्राथमिक असतं. तुटपुंजे ज्ञान असणाऱ्या, कमी तयारी असणाऱ्या व्यक्तीला अशी वरवरची थातूरमातूर उत्तरं दिली जातात, कारण त्याला अशीच उत्तरं समजू शकतात.

दुसऱ्या प्रकारची उत्तरं चिंतन करणाऱ्या, थोडंफार ज्ञान मिळवलेल्या व्यक्तीला देण्यात येतात.

जीवनाकडे पाहण्याची प्रगल्भ दृष्टी, जीवनाच्या स्वरूपाचे नेमकं भान लाभलेल्या, साधना (श्रवण, मनन, ध्यान) करणाऱ्या व्यक्तीला तिसऱ्या प्रकारचं उत्तर देणं इष्ट ठरतं. अशा व्यक्ती उच्चतम उत्तर समजू शकतात. उत्तराचा नेमका बोध वा आशय लगेच लक्षात आला नाही, तरी ते त्या उत्तराला मध्येच सोडून न देता, त्यावर मनन-चिंतन

करीत राहतात. आपल्याला ज्ञात असलेल्या उत्तराशी हे उत्तर जुळणारं नसलं, तरी ते त्याला एकदम त्याज्य मानत नाहीत.

आपली आज कुठपर्यंत तयारी झालेली आहे? हे विचार सहजपणे समजू शकत असतील, तर आपली पुरेशी तयारी झाली आहे, हे स्पष्ट होतं.

मरणोत्तर जीवन म्हणजे काय, असाही प्रश्न काही व्यक्ती विचारतात. 'मृत्यूनंतरचे जीवन' याऐवजी 'नकली मृत्यूनंतरचे जीवन' हा विषय खरंतर असायला हवा किंवा 'जीवनानंतरचे जीवन म्हणजे काय?' असाही विषय घ्यायला हरकत नाही. 'Life after Life' किंवा 'Life after so called Death?'

मृत्यू म्हणजे काय, मृत्यूनंतर काय होते? हे जाणून घेण्याची वेळ आता आली आहे. जे लोक ही संधी ओळखतात, त्या व्यक्तींच्या मनातली मृत्यूची भीती तर नष्ट होतेच; त्याचबरोबर स्वतःच्या, तसेच नातलगांच्या मृत्यूची भीतीदेखील नाहीशी होते.

आता आपण पाहू या– मृत्यूचे चित्र कसे असेल?

एका चित्रकाराने आपल्या कलाकृतींचे एक प्रदर्शन भरवले. ती चित्रे पाहण्यासाठी रसिकांनी गर्दी केली. सर्वच कलाकृती सहजपणे लक्षात येण्यासारख्या होत्या. उत्तम होत्या, परंतु एक चित्र मात्र वेगळे होते. त्याचा नेमका अर्थ रसिक प्रेक्षकांना उमगत नव्हता. चेहरा झाकून टाकणारे लांबसडक केस आणि पायांच्या जागी पंख असणाऱ्या व्यक्तीचं चित्र सर्वांचं लक्ष वेधून घेत होते; पण त्यातून चित्रकाराला नेमकं काय सांगायचं आहे, हे मात्र लक्षात येत नव्हतं. 'हे कशाचं चित्र आहे?' रसिकांनी विचारले. 'हे संधीचे चित्र आहे.' चित्रकाराने उत्तर दिले. 'मग या संधीचा चेहरा केसांनी का झाकून टाकला आहे?' रसिकांनी विचारलं. 'संधी जेव्हा येते तेव्हा ती संधी आहे, हे ओळखता येतेच असं नाही, म्हणून तिचा चेहरा झाकलेला आहे.' चित्रकाराने खुलासा केला. 'ठीक आहे, पण पायाऐवजी पंख कशाला?' 'पायाऐवजी पंख

संधीचं चित्र

एवढ्यासाठी, की संधी जास्त वेळ राहात नाही. ती लगेच उडून जाते.' म्हणूनच आता या क्षणाला जी संधी समोर आली आहे, तिचा पुरेपूर लाभ घ्यायला हवा. आलेली संधी वाया जाऊ देऊ नये.

'तू संधीचे प्रतीकात्मक समर्पक चित्र काढलं आहेस. त्याचप्रमाणे मृत्यूचेही चित्र काढ,' असं जर त्या चित्रकाराला किंवा अन्य कोणा व्यक्तीला सांगितलं, तर ते तसे चित्र काढू शकतील का? असे चित्र काढण्याआधी मृत्यूची नेमकी कल्पना हवी. नाहीतर प्रत्येक व्यक्ती आपल्या कल्पनेप्रमाणे चित्र काढील. यासाठी केवळ अंदाजावरून चित्र काढू नये. सत्य स्वरूप जाणून घेतल्यानंतरच चित्र काढावं. हे पुस्तक वाचून झाल्यावरच योग्य चित्र काढता येईल. ते काढून पाहा. लोकांच्या मनात मृत्यूविषयी कोणते अनुमान, कोणती समज आहे, हे आता आपण पाहू.

मृत्यू – एक सर्वेक्षण

मृत्यूनंतरही जीवन असतं, या समजुतीवर काही लोकांचा विश्वास आहे आणि काही लोकांचा नाही, असं एका सर्वेक्षणावरून ध्यानात येतं. मात्र, मृत्यूनंतर जीवन आहे, असं मत व्यक्त करणाऱ्यांपैकी कोणीही त्यावर संशोधन केलेलं नाही. काहीही पुरावा दिलेला नाही.

१) 'आता मृत्यू होतो; लगेच पुढच्या क्षणी दुसरा जन्म लाभतो,' म्हणजेच मृत्यूनंतर लगेच पुनर्जन्म होतो, ही कल्पना अनेक लोकांना योग्य वाटते.

२) मृत्यूनंतर अनिश्चित काळासाठी माणूस कबरीत झोपून राहतो; निर्णयदिनी (Judgement Day) ईश्वर येतो आणि त्याच्या कर्मांचा ताळेबंद मांडतो, असे काही धर्म मानतात.

३) मृत्यूनंतर आपापल्या चांगल्या-वाईट कर्मांनुसार स्वर्ग किंवा नरक मिळतो, असे काही लोक मानतात. स्वर्गात अप्सरा असतात; मदिरा आणि अमृत असते. नरकात माणसाला उकळत्या तेलाच्या कढईत टाकले जाते; माणसाचे हाल केले जातात, असे काही लोक मानतात.

४) मृत्यूनंतर धर्मराज आपल्या कर्मांचा जमाखर्च चित्रगुप्ताच्या वहीत पाहतो. या सर्व समजुती निरनिराळ्या देशांत, धर्मांमध्ये प्रचलित आहेत. एवढ्या वेगवेगळ्या समजुती कशा तयार झाल्या? या श्रद्धांमागे असणारी कारणे काही वेगळीच असणार. काही लोक मानतात, ईश्वर आहे. काही लोक म्हणतात, ईश्वर नाही.

पण तुम्ही जे मानता त्याला काही पुरावा आहे का? त्यामागे काही संशोधन आहे का? असं त्यांना विचारल्यानंतर ते काहीच बोलत नाहीत. केवळ ऐकीव मतांवर विश्वास ठेवतात.

'तू केलेल्या प्रार्थनेप्रमाणे काम झालं नाही, म्हणून तू नास्तिक झालास का?' असा प्रश्न स्वतःला नास्तिक म्हणवणाऱ्या व्यक्तीला आपण विचारायला हवा. माझी अमुक-अमुक चार कामे झाली नाहीत; म्हणून मी ईश्वरावर विश्वास ठेवत नाही, एवढंच स्पष्टीकरण ते देतात; परंतु हे काही संशोधन नाही, हा केवळ अहंकार आहे. त्यामागे अन्य काही कारण नाही, युक्तिवाद नाही.

ईश्वराला मानणाऱ्यांबाबतही हीच स्थिती दिसते. त्यांनी ईश्वराचा शोध घेतलाय, त्यांना प्रचिती आली आहे, असे आढळत नाही. लहानपणापासून जे सांगण्यात आलं, त्यालाच ते खरं मानत आले आहेत. मात्र, ज्यांनी असा शोध घेतला, सत्य समजून घेतले, त्यांचा अनुभव असा आहे, की ईश्वरच सर्वत्र आहे. ते सांगतात, **'ईश्वर आहे की नाही हा प्रश्नच उद्भवत नाही. तुम्ही आहात की नाही, याचा शोध घ्या आणि विश्वास पक्का करा.'**

एखाद्या निद्रिस्त माणसाला 'तू जागा आहेस का?' असा प्रश्न विचारला आणि त्याने 'हो' असं उत्तर दिलं, तर तो जागा आहे, हे आपल्या लक्षात येतं. तो जर 'नाही' म्हणाला, तरीही तो जागा आहे, हेच सिद्ध होतं. ईश्वर आहे की नाही, या प्रश्नाचे उत्तर होकारार्थी असो वा नकारार्थी, ईश्वर आहे, असंच आहे. ईश्वर 'नाही' असे उत्तर दिले तरी ईश्वर आहेच आणि 'आहे' असे उत्तर दिले तरी ईश्वर आहेच. माणसाला स्वतःची ओळख पटली, स्वतःच्या अस्तित्वाची जाणीव झाली, की सगळं रहस्य उघड होतं. 'मृत्यूनंतर जीवन आहे का?' या प्रश्नाचे उत्तर आपण स्वतः न शोधता केवळ एका तर्काच्या आधारे, स्वीकारून जगत आहात. पण हे खरं जीवन नाही.

कृपया निःशंक मनाने, समजून घेण्याच्या हेतूने पुढे वाचत राहा.

काही महत्त्वपूर्ण संकेत

१) मृत्यूबद्दलचं आपलं अज्ञानच मृत्यूला भीतीदायक बनवतं. मृत्यूबद्दल योग्य ज्ञान झालं, तर मृत्यू आपल्याला जीवनाची कला शिकवण्यासाठी उपयुक्त ठरेल.

२) आपल्या जीवनाचं रहस्य ज्याला उमगलं, स्वतःच्या आत्मरूपाची ओळख ज्याला पटली, तो माणूस आपल्या शरीराच्या मृत्यूसाठी सदैव सिद्ध असतो.

३) प्रत्येक प्रश्नाची किमान तीन उत्तरं संभवतात. आपल्या समजेनुसार आपल्याला उत्तर मिळतं. अंतिम उत्तर ऐकण्याची तयारी करा. जेव्हा अशी तयारी होते, तेव्हा अंतिम उत्तर, अंतिम वरदान मिळतं.

४) संधी ओळखा. तिचा उपयोग करा. ती व्यर्थ दवडू नका. मृत्यूला ओळखा. त्याचे विस्मरण घडू देऊ नका.

५) कोणतीही गोष्ट मान्य करण्याआधी प्रामाणिकपणे तिचा शोध घ्या. कोणीतरी सांगितलं आणि आपण ते खरं मानलं, असं होऊ नये.

६) भविष्यात उपयुक्त वाटणाऱ्या गोष्टी आपण शिकता. त्याचप्रमाणे 'मृत्यू उपरांत जीवन' हादेखील आपल्यासाठी शिकण्यासारखा महत्त्वपूर्ण विषय आहे. म्हणून या सर्व बाबींवर अवश्य मनन करा.

अध्याय ४
मृत्यूनंतर जीवन आहे का
पंच आधार

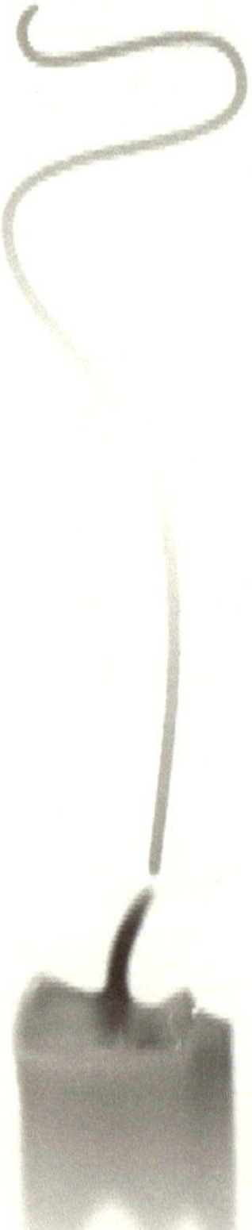

एक शास्त्रज्ञ होता. त्याला मृत्यूची भयंकर भीती वाटत असे. मृत्यू येऊ नये, म्हणून त्याने हुबेहूब आपल्यासारखे दिसणारे दहा पुतळे बनवले. दहा वर्षे त्याने पुतळे बनवण्यासाठी घालवली. ज्या दिवशी यमदूत त्या शास्त्रज्ञाला नेण्यासाठी आला, तेव्हा त्याला एकसारखे अकरा पुतळे दिसले. तो म्हणाला, "तयार करणाऱ्याने अकरा पुतळे अगदी एकसारखे परिपूर्ण बनवले आहेत; पण त्यात एक त्रुटी राहून गेली आहे." ते ऐकून शास्त्रज्ञाला राहवलं नाही, तो म्हणाला, "कसली त्रुटी? खरतर यात मुळीच त्रुटी राहिलेली नाही." यमदूत म्हणाला, "हीच तर त्रुटी राहून गेलीय. तू आपला अहंकार रोखू शकला नाहीस. हा अहंकार जर सगळ्या पुतळ्यात टाकला असतास तर मी तुला पकडू शकलो नसतो." परंतु एकाच पुतळ्यात हा अहंकार होता, इतर पुतळ्यांत

नाही; अन्यथा अकराही पुतळे असंच म्हणाले असते. फक्त एकच पुतळा बोलला, म्हणून गुंता सुटला.

मृत्यूला कोणी धोका देऊ शकत नाही

माणूस, निर्जीव वस्तू आणि प्राणी यांत काय फरक आहे? माणसात 'मी'चा विचार असतो; प्राण्यात नैसर्गिक प्रवृत्ती असते; निर्जीव वस्तूत केवळ तरंग असतो. विचार करण्याची ताकद माणसाला सर्वांपेक्षा वेगळं ठेवते. 'मी'चा विचार माणसात मृत्यूची भीती निर्माण करतो. त्यामुळे 'मी मरणार' हा विचार माणसाला सतत भेडसावत राहतो. आपण ज्याला मृत्यू मानतो, तो खरं तर विचारांचा मृत्यू असतो. रात्री गाढ झोपेत असताना काय होतं? कोमामध्ये गेलेल्या व्यक्तीबाबत काय घडतं? वास्तविक, तो मृत्यूचाच अनुभव आहे. त्या शरीरातल्या विचारांचा मृत्यू झालेला असतो. मग तो मृत्यू चार तासांसाठी झालेला असो, की आठ महिन्यांसाठी. 'मी'च्या विचारांच्या मृत्यूला हा माणूस स्वतःचा मृत्यू समजून चालतो. प्रत्यक्षात त्या शरीरात केवळ विचार येणंच थांबलेलं असतं. 'मी'चा विचार माणसाचा अहंकार आहे, ज्यामुळे माणूस स्वतःला जगापासून वेगळं समजतो; अन्यथा विश्व हे एकात्म आहे. एक यंत्र आहे. झाडेझुडपे, डोंगरदऱ्या, माणूस, पशुपक्षी हे सर्व एकाच महाकाय यंत्राचे भाग आहेत. ते जरी वेगवेगळे दिसत असले, तरी काय झाले? हाताची बोटे वेगवेगळी दिसतात; पण ती एकाच हाताचा भाग असतात. त्याचप्रमाणे हे विश्व म्हणजे ईश्वराचा हात आहे. शास्त्रज्ञाच्या मनात अहंकाराच्या विचाराने मृत्यूची भीती निर्माण केली, त्यामुळे त्यांनी आपला मौल्यवान

वेळ नवे संशोधन, नवे सृजन करण्याऐवजी स्वतःचा अहंकार जपण्यामध्ये वाया घालवला.

तसं बघितलं, तर त्या शास्त्रज्ञाने एक नाही, दोन चुका केल्या. दहा पुतळे घडवण्यासाठी त्याने दहा वर्षे वाया घालवली ही पहिली चूक. ही दहा वर्षे जर त्याने मृत्यूनंतरचे जीवन कसे असते, हे शोधण्यात घालवली असती, तर त्याला मरणाची भीती न वाटता दहा वर्षे कारणी लागली असती.

शास्त्रज्ञाची दुसरी चूक कोणती? तर सत्य समजून घेण्याऐवजी मृत्यूपासून तो दूर पळत राहिला, ही त्याची दुसरी चूक.

मृत्यूबाबत शास्त्रज्ञांचे संशोधन चालू आहे. या पुस्तकात देण्यात आलेल्या गोष्टी म्हणजे कल्पनेच्या भराऱ्या नव्हेत. त्यामागे भक्कम शास्त्रीय आधार आहे, वैज्ञानिक संशोधन आहे. त्यासाठी खालील पाच गोष्टींचा आधार घेतलाय.

पहिला आधार –

शरीरासंबंधी आणि शरीराच्या अंतर्यामी जे चैतन्य आहे, त्याबाबत विज्ञानाची काय धारणा आहे? विज्ञान प्रत्येक पदार्थाचे, वस्तूचे पृथक्करण करून मुलभूत घटक शोधून काढते, परंतु तरीही विज्ञान केवळ अपूर्ण असते.

पहिला आधार आहे विज्ञान. सुरुवातीला विज्ञान पदार्थवादी होते. आजचे विज्ञान म्हणते, की पदार्थ नसतोच. सर्व काही तरंग आहेत. हे तरंग (Vibration), त्याची वारंवारिता (Frequency) उपकरणांद्वारे मोजता येते. त्यामुळे मरणोत्तर जीवनाबद्दलच्या काही गोष्टी सहजपणे समजू शकतील, म्हणून विज्ञान हा पहिला आधार.

दुसरा आधार –

रुग्णालयात डॉक्टरांनी मृत म्हणून घोषित केलेल्या काही व्यक्ती पुन्हा जिवंत झाल्या, अशा स्वरूपाच्या काही घटना– हा दुसरा आधार. रुग्णालयात यासंबंधीची कागदपत्रे आणि नोंदी उपलब्ध आहेत. असे मृत्यूसमीप गेलेल्यांचे अनुभव (Near Death Experience - NDE) त्यांना मिळाले आहेत. अशा अनुभवांमध्ये बरंच साम्य असल्याचं निदर्शनास आलंय. त्या नोंदींवरून मरणोत्तर जीवनविषयक काही विशेष बाबी लक्षात आल्या आहेत.

तिसरा आधार –

तपश्चर्या करून, आपल्या देहाला तप्त करून, एकाग्रतेद्वारे काही सिद्धी प्राप्त

करणारे योगी- हा तिसरा आधार. या सिद्धींच्या बळावर योग्यांना जे जाणवलं, ते त्यांनी नमूद करून ठेवलं आहे. म्हणजे आपला सूक्ष्म देह, जो देहाबाहेरही जाऊ शकतो आणि पुन्हा शरीरात प्रवेश करू शकतो. अशा योग्यांच्या अनुभूतीतून जे स्पष्ट केलं गेलं, त्याचा आधार याबाबत उपयुक्त ठरतो.

चौथा आधार –

ज्यांना आत्मसाक्षात्कार झालाय, आत्मरूपाचे ज्ञान झालंय, अशा व्यक्ती- हा चौथा आधार. भगवान बुद्ध, भगवान महावीर, आदी शंकराचार्य, गुरू नानक, संत ज्ञानेश्वर अशा काही व्यक्तींना आत्मसाक्षात्कार झालेला होता. असा आत्मसाक्षात्कार होणे आणि सिद्धी प्राप्त होणे यांत खूप फरक आहे. आत्मज्ञानानंतर जे तेजज्ञान त्यांना प्राप्त झालं, ते म्हणजे चौथा आधार.

पाचवा आधार –

एखाद्या अपघातामुळे वा दुर्घटनेमुळे काही व्यक्तींच्या मेंदूवर परिणाम होतो; त्यांना काही विचित्र आवाज ऐकू येऊ लागतात; काही सूक्ष्म देह दिसू लागतात. सामान्य व्यक्तींना ते आवाज ऐकू येत नाहीत; ते देह दिसत नाहीत. अशा व्यक्तींची काटेकोर चाचणी घेऊन शास्त्रज्ञांनी काही अनुमान काढले आहे. त्यानुसार त्या व्यक्तींना कुठलीही मानसिक व्याधी झालेली नसून, त्या आपल्या मेंदूच्या शक्तीचा वापर करू शकतात, असं शास्त्रज्ञांना आढळून आलं.

या पाच प्रकारच्या व्यक्तींद्वारे माणसापर्यंत जे ज्ञान पोहोचलं, त्याआधारे या विषयाची चर्चा येथे करायची आहे. या पृथ्वीवर दृश्य, ध्वनी, सुगंध, स्वाद आणि वेगवेगळ्या वस्तू आहेत. परंतु विज्ञानाच्या दृष्टीने पदार्थ एकच आहे आणि त्याचे वेगवेगळे तरंग (लहरी) आहेत. उदाहरणार्थ- पाणी, बर्फ, वाफ ही एकाच गोष्टीची वेगवेगळी रूपे आहेत. या तिन्हींमधील मूळ पदार्थ एकच आहे; परंतु तिघांचे तरंग वेगवेगळे आहेत. तसेच, एकच दिव्य शक्ती आहे (Energy) आणि ती सर्व दिशांना तरंगीत (Vibrate) होत असते, असे विज्ञान आज सांगते. मग, ही जर वस्तुस्थिती असेल, तर या क्षणाला जे शरीर आपल्याजवळ आहे, तेही तरंगीत होत असणार. हे शरीर स्थूल आहे, तसेच सूक्ष्म आहे; सूक्ष्मतम आहे.

पुढच्या अध्यायात आपण याचा सविस्तर विचार करणार आहोत.

काही महत्त्वपूर्ण संकेत

१) मृत्यूपासून दूर पळण्याच्या क्रियेत आपले अवघे आयुष्य व्यर्थ घालवू नका. आधी मृत्यूला समजून घेण्यासाठी काही काळ घालवला, तर मृत्यूपासून पळ काढण्याची गरजच भासणार नाही.

२) मरणोत्तर जीवनाबाबत ज्या गोष्टी लिहिल्या गेल्या आहेत, त्या पाच भक्कम आधारांवर उभ्या आहेत.

३) पृथ्वीवर एकच तत्त्व आहे. तेच वेगवेगळ्या तरंगांद्वारे तरंगीत आणि रूपांतरित होत असते. त्या तत्त्वाचे स्वरूप समजून घेणे, हेच माणसाचे ध्येय आहे. आपले शरीरदेखील क्षणाक्षणाला तरंगीत होत असते, बदलत असते. प्रत्येक क्षणाला ते मरत असते आणि प्रत्येक क्षणाला ते जन्म घेत असते.

खंड २

मृत्यूपूर्वीची आणि नंतरची अवस्था

झोप म्हणजे आठ तासांचा एक छोटा मृत्यू जो दररोज होत असतो आणि मृत्यू म्हणजे एक दीर्घ निद्रा, जो आयुष्यात एकदाच होतो.

अध्याय ५
जीवन-मृत्यूचे लक्ष्य
पाचव्या शरीरापर्यंत पोहोचणे

प्रत्येक माणसाला चार प्रकारची शरीरे असतात. परंतु ही चारही शरीरे एकच वाटतात. ही चार शरीरं कशा प्रकारची असतात, हे आपण काही उदाहरणांच्या मदतीनं समजून घेऊ या.

आपण हे जाणतोच, की अंड्याच्या आतील भागात एक पिवळा बलक असतो. आता अशी कल्पना करा, की हा पिवळा बलक म्हणजे मनुष्याचं भौतिक (बाह्य) शरीर. अंड्याच्या पिवळ्या बलकाभोवती एक पांढरा बलकदेखील असतो. आता हा पांढरा भाग म्हणजे मनुष्याचा प्राण व भावनाप्रधान शरीर असं समजू. अंडं उकडताच त्याच्याभोवती एक पातळ आवरण दिसू लागतं. हे आवरण म्हणजे मनुष्याचा तिसरा देह अर्थातच त्याचं सूक्ष्म शरीर, ज्यातून आरपार पाहता येतं, कारण ते पारदर्शक

असतं. अंड्याचं टणक कवच पाहूनच तुम्ही बाजारातून अंडी खरेदी करता. हे कवच म्हणजे मनुष्याचं चौथं शरीर.

पण या चारही भागांपलीकडे एक पाचवी अदृश्य गोष्ट आहे, जी या चारही शरीरांना कार्यान्वित करते. तिलाच म्हणतात, 'स्वतःचं असणं (सेल्फ).' हे पाचवं शरीर मात्र अंड्याच्या बाहेर असून त्याच्या अस्तित्वामुळे इतर चार शरीरं कार्य करीत आहेत. अंड्याच्या आतील भागात एक जीवन आहे जे मर्यादित आहे, पण अंड्याबाहेरील जीवन मात्र अमर, अमर्यादित आणि असीम आहे.

अंडं जेव्हा आईच्या गर्भातून बाहेर पडतं, तेव्हा पक्ष्याचा पहिला जन्म होतो. पण जेव्हा पक्षी अंड्यातून बाहेर पडतो, तेव्हा तो त्याच्यासाठी दुसरा जन्म असतो. मनुष्याचेदेखील पक्ष्याप्रमाणे दोन जन्म असतात. पहिला, मनुष्य या जगात प्रवेश करतो तो आणि दुसरा, तो सर्व चुकीच्या मान्यतांतून (उदाहरणार्थ, 'मी शरीर आहे') मुक्त होतो, सत्य त्याच्या जीवनात उतरतं. यालाच म्हणतात, 'आत्मसाक्षात्कार'.

अंड्याबाहेर असणाऱ्या पाचव्या गोष्टीविषयी भाष्य कसं करावं? कारण ती तर न दिसणारी गोष्ट. पण त्या गोष्टीच्या उपस्थितीतच सर्व काही सुरू आहे. जसं, सूर्य करत तर काहीच नाही. पण त्याच्या उपस्थितीत सर्वांना जाग येते, फुलं फुलतात, पक्षी चिवचिवाट करतात. त्याचप्रमाणे केवळ 'सेल्फ'च्या(ईश्वर, परमचैतन्य, स्वसाक्षी) उपस्थितीत संसाराचा खेळ सुरू आहे.

आता आपण आणखी एका उदाहरणाच्या मदतीने हे जाणून घेऊ या.

जसं, एखाद्या व्यक्तीने प्रथम बनियन अंगात घातला, त्यावर शर्ट चढवला व नंतर स्वेटर आणि कोट घातला. पण पाहणाऱ्याला मात्र बनियन, शर्ट, स्वेटर आणि कोट वेगवेगळे दिसत नाहीत. शिवाय हे चारही कपडे घालणारी व्यक्ती या कपड्यांपेक्षा वेगळीच असते. ती कपड्यांमध्ये लपलेली असल्याने दिसत नाही एवढंच! बनियन, शर्ट, स्वेटर व कोट यांना आपण चार शरीरं समजू. बनियन, शर्ट, स्वेटर व कोट हे चार कपडे एकावर एक घातलेले आहेत, परंतु आपली चार शरीरे ही एकमेकांत सामावलेली आहेत. अन्नमय शरीर, प्राणमय शरीर, मनोमय शरीर आणि विवेकमय शरीर ही ती चार शरीरं आहेत.

माणसाचा मृत्यू होतो तेव्हा त्याची वरची दोन आवरणे दूर होतात. वर दिलेल्या उदाहरणातील कोट आणि स्वेटर दूर होतात. परंतु बनियन आणि शर्ट घालणारा मात्र जिवंतच असतो. कोट म्हणजे आपले अन्नमय शरीर. हे शरीर आपल्याला बाहेरून

कोट
अन्नमय शरीर

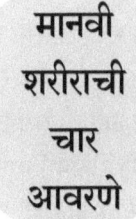

मानवी शरीराची चार आवरणे

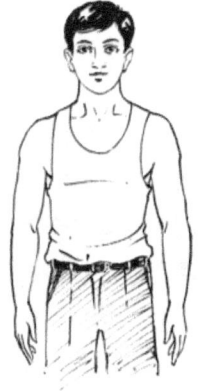

बनियन
कारण शरीर

स्वेटर
प्राणमय शरीर

शर्ट
सूक्ष्म शरीर

दिसते. या शरीराला वेदना जाणवतात; त्रास, व्याधी होतात; त्यापासून वाचण्यासाठी आपण खूप गोष्टी करीत असतो. गाढ झोप लागली, तर या सर्व व्यथा, वेदना गायब होतात. गाढ झोपेत असं काही तरी होत असावं, ज्याचा अनुभव थोडातरी मृत्यूशी मिळताजुळता असावा.

मृत्यू, असा ज्याचा आपण उल्लेख करतो, तो खरं तर आपल्या दोन बाह्य शरीरांचा मृत्यू असतो. असं होणं म्हणजे आपल्या शरीरावरचा कोट आणि स्वेटर काढून ठेवण्याचा प्रकार होय. कोट म्हणजे अन्नमय शरीर असून, स्वेटर म्हणजे प्राणमय शरीर. म्हणजेच त्या देहातून प्राण निघून गेला आहे. एका तारेतून विद्युतप्रवाह सोडला तर काय होते? त्या तारेभोवती एक चुंबकीय क्षेत्र (Magnetic Field) तयार होते. चुंबकीय क्षेत्रातील तरंग दिसू शकतील, असा चष्मा जर कोणाकडे असेल तर तो त्या तरंगांना बघू शकेल. जिवंत व्यक्तिभोवतीही असे तरंग असतात. त्यांना प्रभामंडळ किंवा आभामंडळ (Aura) म्हणतात. प्राण गेल्यानंतर हे आभामंडळ नष्ट होते.

पाचव्यापर्यंत पोहोचणं लक्ष्य आहे

पाच दारूडे होते. एका पार्टीत भरपूर ढोसून ते मजेत नाचत होते. शेवटची बाटली उरली, तेव्हा त्यांनी ती टेबलावर ठेवली. 'या बाटलीतील मद्याचे पाच भाग करू आणि सकाळी उठून आपापला भाग पिऊन टाकू,' असं त्यांनी ठरवलं पण सकाळी उठून चौघं बघतात तर काय टेबलावरची बाटली रिकामी! बाटलीतील दारू कोणी संपवली म्हणून ते एकमेकाला विचारू लागले. पाचवा दारूडा अजून उठला नव्हता; तेव्हा शेवटची बाटली त्यानेच संपवली असावी; म्हणून अद्याप तो दारूच्या धुंदीत झोपलेला आहे, असा तर्क त्यांनी केला. त्याला गदागदा हलवून उठवत विचारलं, "ही बाटली तू संपवलीस का?" त्यानं उत्तर दिलं, "मी फक्त माझा हिस्सा घेतला." तेव्हा चौघं म्हणाले, "अरे, तू तर सगळी बाटलीच संपवलीस." त्यावर त्याने उत्तर दिलं, "माझा हिस्सा बाटलीत सर्वांत तळाशी होता. तळाशी असलेल्या त्या हिश्श्यापर्यंत पोहोचण्यासाठी मला वरच्या चार हिश्श्यांतून जावं लागलं. तेव्हा कुठे माझा हिस्सा मला पिता आला. काय छान चव होती!" पाचव्या दारूड्याने सांगितलेली ही गोष्ट समजून घ्यायला हवी. चार शरीरांच्या (चार मिनारच्या) माध्यमातून आपल्याला आनंद देणाऱ्यापर्यंत पोहोचायचं आहे. त्या पाचव्याचा शोध घेणं हेच अध्यात्माचं उद्दिष्ट आहे.

हा पाचवा भाग आनंददायी आहे, तेजआनंदाचे निधान आहे. सत्याच्या, ज्ञानाच्या, ईश्वराच्या मार्गावर जे लोक यात्रा करतात, त्यांचे लक्ष्य या पाचव्यापर्यंत पोहोचणं हेच

महाजीवनाची यात्रा समजण्यासाठी दिलेली कार-स्कूटरची ॲनालॉजी

आपण एका स्कूटरवर बसला आहात. स्कूटरचे हँडल कारच्या स्टिअरिंगसारखेच गोलाकार आहे. स्कूटरवरून आपण चालला आहात.

स्कूटर - सूक्ष्म शरीर

कार - स्थूल शरीर

आपण - सेल्फ (चैतन्य, स्वसाक्षी)

आपण स्कूटरवर बसला आहात. स्कूटरच्या चारही बाजूंना कारची बॉडी बसवली आहे, म्हणजे कारचे शरीर धारण केलेली ती स्कूटर झाली. तुम्ही ती स्कूटरच चालवता आहात, पण बाहेरून मात्र आपण कारने चाललोय असे लोकांना दिसते.

माणसाचे निधन होते, तेव्हा कारचा बाह्य सांगाडा-बॉडी बाजूला होते. आपण आता स्कूटर चालवत राहतो. कारचा सांगाडा लावण्याच्या आधीही आपण स्कूटरच चालवत होतो; पण आपण कार चालवत असल्याचा बाहेरून भास होत होता.

असतं. अध्यात्माचा हाच तर अर्थ आहे. पन्नाशी उलटल्यावर भजन-कीर्तन करणं, जपमाळ फिरवणं म्हणजेच अध्यात्म असं काही लोक मानतात; परंतु अध्यात्माचा खरा अर्थ आहे, चार देह धारण करणाऱ्या पाचव्यापर्यंत पोहोचणं.

प्रत्येक व्यक्तीच्या शरीराभोवती हे आभामंडळ असतं; पण ते डोळ्यांना दिसत नाही. मात्र, विशिष्ट उपकरणांद्वारे ते दिसू शकतं. आज अशी उपकरणे उपलब्ध आहेत. या उपकरणांच्या साहाय्याने प्रत्येक व्यक्तीच्या शरीराभोवती असणारे प्रभामंडळ दिसू शकते. विशिष्ट रंगांचे पट्टे दिसू शकतात. तारेतून विद्युतप्रवाह गेला, तर चुंबकीय शक्ती तयार होते. व्यक्तीभोवती असणाऱ्या तेजोवलयामुळे त्या व्यक्तीच्या व्यक्तिमत्त्वाची (Personality) जाणीव होते. ज्याचे व्यक्तिमत्त्व प्रखर असते, त्याचे तेजोवलयही तेवढेच तेजस्वी असते. घाबरलेल्या व्यक्तीचं आभामंडळ निस्तेज दिसतं. नकली मृत्यूनंतर पहिल्या दोन शरीरांचं कार्य थांबतं. कोट व स्वेटर दूर होतात; परंतु अजूनही शर्ट, बनियन आणि ते घालणारा शिल्लक असतोच. शर्ट आणि बनियनला सूक्ष्म शरीर म्हटलं आहे. सूक्ष्म शरीराबरोबरच माणसाची पुढची यात्रा होते. त्या शरीराचे पण एक वय असते आणि ते चालवणारा अमर असतो.

यासाठी आणखी एक उदाहरण पाहू. आपण एका स्कूटरवर बसला आहात. या स्कूटरचे हँडल कारच्या स्टिअरिंग व्हीलसारखे गोल आहे. अशा गोल स्टिअरिंगच्या स्कूटरवर आपण बसला आहात. त्या स्कूटरभोवती मोटारकारची बॉडी लावली आहे. म्हणजे कारसारखी बॉडी असणाऱ्या स्कूटरवर आपण बसला आहात. खरं तर तुम्ही स्कूटरच चालवत असता; परंतु बाहेरून बघणाऱ्याला मात्र आपण कार चालवीत आहोत, असंच वाटत राहणार!

माणसाचा तथाकथित मृत्यू होतो, तेव्हा हा कारचा बाह्य सांगाडा तेवढा दूर होतो. आतील स्कूटर तशीच असते आणि आपण ती चालवू शकता. कारची बॉडी दूर झाल्याने आपली काहीशी सोयच होते, कारण आता पार्किंगसाठी जागा शोधण्याचा व्याप नाही. गर्दीतूनही कारपेक्षा स्कूटर चालवणं सोपं जातं. कारला जास्त जागा लागते; त्यामुळे गर्दीत ती चालवणे त्रासदायक ठरते. कारच्या आधी आपण स्कूटर चालवत होता. कारची बॉडी लावल्यावरही आपण स्कूटरच चालवत होता. परंतु बाहेरून बघताना मात्र कार चालवता आहात, असं वाटत होतं. कारची बॉडी दूर केल्यावरही आपण स्कूटरच चालवत असता. मग येथे मृत्यू कोणाचा झाला? फरक काय पडला? हेच आश्चर्य समजून घ्यायचं आहे, हेच रहस्य जाणायचं आहे. हे ज्ञानच आपल्याला मृत्यूची कला शिकवतं.

वर दिलेल्या उदाहरणावरून मृत्यू हा एक भ्रम आहे, फसवणूक आहे, हे आपल्या लक्षात आलंच असेल. मरणोत्तर जीवन कसे असू शकेल, याचीही काहीशी कल्पना आली असेल. या सर्व गोष्टी व्यवस्थित समजून घेतल्या, तर एकूण पाच प्रकारच्या शरीरांचा बोध होईल. चार शरीरं आहेत, पाचव्याने त्यांना धारण केलं आहे. या पाच गोष्टी समजून घ्यायला हव्यात आणि याच पाचव्यापर्यंत पोहोचणं आपलं उद्दिष्ट आहे.

मानवी शरीराच्या पाच अवस्था

१) जागृत अवस्था

माणसाचं शरीर सोळा तास जागृत अवस्थेत असतं. या पहिल्या जागृतावस्थेत माणूस आपलं दैनंदिन कार्य करीत असतो.

२) निद्रावस्था

दुसरी निद्रावस्था आहे. आपण जेव्हा गाढ झोपेमध्ये असतो, तेव्हा ही अवस्था असते. त्यावेळी आपली सगळी इंद्रिये आणि विचार बंद असतात. जागृत अवस्थेत सर्व इंद्रिये आणि मन काम करत असते. पण झोपेत असतो तेव्हा फक्त मौनाची अवस्था असते, म्हणून सकाळी आपण उठतो तेव्हा म्हणतो, ''किती छान वाटतंय!'' कारण झोपेत आपण आठ तास मौनात होतो. शब्दाने आपण इतरांबरोबर जोडले जातो, तर मौनाने स्वतःशी.

३) स्वप्नावस्था

तिसरी स्वप्नावस्था आहे. ज्यात मन काही क्षणांकरिता तरंगीत होतं. मध्यरात्री स्वप्न पडतात. म्हणजे अधून-मधून आपलं मन एखादं बाह्य कारण (तहान, ताप, वेदना, चिंता, असुविधा, डास चावणे) किंवा आंतरिक अपूर्णतेमुळे तरंगीत होतं आणि आपल्याला स्वप्न पडतात. स्वप्नात पाहतो, ''आपण शाळेत शिकत आहोत आणि आपले नातेवाईक जे त्यावेळी नव्हते, ते आपल्याला तिथे दिसतात.'' स्वप्नात आपण काहीही बघतो. ज्यावेळी स्वप्नं पडतात, तेव्हा मन काही क्षणांकरिता पुन्हा तरंगीत होतं.

४) समाधी अवस्था

त्यानंतर येणाऱ्या चौथ्या अवस्थेला समाधीची अवस्था म्हणतात. जेथे गाढ झोपेतील मौनावस्था, जागेपणीच येते. आपण ध्यानात बसलेले आहोत आणि अंतरंगात मौनावस्था आहे. या अवस्थेत शरीराची जाणीव गायब होते. 'आपण शरीर आहोत' हेच

जाणवत नाही. माणूस तासन्‌तास बसतो, पण त्याला वेळेची जाणीव होत नाही, यालाच समाधी असं म्हणतात. समाधी - समय आदी. म्हणजे आपण ज्या अवस्थेत पोहोचलो, तेथे वेळेचं बंधन नाही. समाधीत बसण्याकरिता आपल्याला डोळे बंद करावे लागतील, तेव्हाच ती अवस्था येते.

५) सहज समाधी अवस्था

दिवसभर तर आपण असे बसू शकत नाही. म्हणून अशी पाचवी अवस्थासुद्धा आहे, ज्याला सहजसमाधी म्हटलेले आहे. सहजसमाधीत आपण चालताना-फिरताना, उठताना-बसताना स्वानुभवात राहू शकतो.

काही महत्त्वपूर्ण संकेत

१) माणसाला चार शरीरं असतात आणि पाचवा त्यांना चालवत असतो. त्या पाचव्यापर्यंत पोहोचणे हे आपले लक्ष्य आहे.

२) अंड्याच्या उदाहरणाद्वारे आपण चार प्रकारच्या मानवी शरीरांना समजून घेण्याचा प्रयत्न केला. जसं, अंड्यातील पिवळा बलक म्हणजे भौतिक शरीर. पिवळ्या बलकाभोवती असणारा पांढरा भाग म्हणजे मनुष्याचं प्राण व भावनाप्रधान शरीर. अंडं उकडताच त्याच्याभोवती एक पातळ आवरण दिसू लागतं. हे आवरण म्हणजे मनुष्याचा तिसरा देह अर्थातच त्याचं सूक्ष्म शरीर, ज्यातून आरपार पाहता येतं. अंड्याचं टणक कवच पाहूनच तुम्ही बाजारातून अंडी खरेदी करता. हे कवच म्हणजे मनुष्याचं चौथं शरीर.

३) माणसाच्या शरीराभोवती एक आभामंडळ असतं. त्या आभामंडळाला त्याचं व्यक्तिमत्त्व म्हणतात. ज्याचे व्यक्तिमत्त्व प्रखर असते त्याचे आभामंडळही तेवढेच तेजस्वी असते. जी माणसं घाबरट असतात, त्यांचे आभामंडळ संकुचित होत जाते.

४) नकली मृत्यूनंतर माणसाचे पहिले दोन देह (म्हणजे कोट आणि स्वेटर) दूर होतात; परंतु शर्ट, बनियन आणि ते घालणारा मात्र अजून बाकीच असतो.

५) माणसाचा मृत्यू होणे म्हणजे कारचा सांगाडा तेवढा दूर होणे. त्याची स्कूटर अद्याप शाबूत असते. ती स्कूटर चालवणारा अजून जिवंतच असतो. सूक्ष्म शरीराद्वारे त्याचा प्रवास चालू राहतो.

६) शरीराच्या पाच अवस्थांपैकी पहिली अवस्था आहे जागृतावस्था; जेथे माणूस आपल्या जीवनाचे दैनंदिन कर्म करत असतो.

७) शरीराची दुसरी अवस्था आहे गाढ झोपेची. ही अवस्था येते तेव्हा शरीराची सर्व इंद्रिये आणि विचार बंद होतात.

८) शरीराची तिसरी अवस्था आहे मौनावस्था; ज्यात मन काही क्षणाकरिता तरंगीत होत असतं.

९) शरीराची चौथी अवस्था आहे समाधी अवस्था; जेथे गाढ झोपेतली मौनावस्था, जागेपणीच येते.

१०) शरीराच्या पाचव्या अवस्थेला सहजसमाधी संबोधलं आहे. सहजसमाधीत चालताना-फिरताना, उठताना-बसताना आपण स्वानुभवात राहू शकतो.

अध्याय ६
मृत्यू - एक धोका
नकली मृत्यू

पाचव्या अनुभवापर्यंत पोहोचणं हे जर जीवनाचं खरं ध्येय असेल, तर मग 'मृत्यू' म्हणजे नेमकं काय? मृत्यू म्हणजे आजच्या आकलनानुसार आपल्या दोन बाह्य शरीरांचा त्याग, कारच्या सांगाड्याचा त्याग किंवा कोट आणि स्वेटर या दोन बाह्य आवरणांचा त्याग. दोन बाह्य शरीरांचा जरी नाश झाला, तरी आणखी दोन शरीरे उरतातच. त्यांना धारण करणारा, चालविणाराही असतोच. स्कूटरवर कोणीतरी बसलेला आहेच; त्यामुळे स्कूटर अजून नाहीशी झालेली (मेलेली) नाही. म्हणजे ज्याला आपण मृत्यू म्हणतो, अंत म्हणतो; तो वास्तवात मृत्यू नाही, हे यावरून लक्षात येईल. केवळ दोन बाह्य शरीरांचा तो नाश आहे. अजूनही जीवनाचा प्रवास चालू आहे. दोन बाह्य शरीरांच्या मृत्यूने प्रवास थांबलेला नाही.

एखादा मुलगा बालवयातून किशोरावस्थेत पोहोचतो, तेव्हा तो मुलगा मरण पावला, असे आपण म्हणतो का? काल लहान असणारा मुलगा आता किशोर झाला आहे, हे आपल्याला ठाऊक असते; म्हणून आपण तसे म्हणत नाही. हाच किशोर जेव्हा तरुण होतो, तेव्हा तो किशोर मरण पावला असे म्हणतो का? नाही. आपण तसं म्हणत नाही. जेव्हा हा तरुण वृद्ध होतो, तेव्हा तो तरुण मरण पावला असे आपण म्हणतो का? नाही. परंतु ज्यावेळी हेच वृद्ध शरीर 'सूक्ष्म शरीर' बनतं, तेव्हा मात्र वृद्ध माणूस मरण पावला, असं आपण म्हणतो. तो सूक्ष्म शरीर बनला आहे, असेही आपण म्हणत नाही; कारण तेथे सूक्ष्म शरीर आधीपासूनच होते. फक्त बाहेरची दोन आवरणे नष्ट झाली. असे असूनही नातलग रडतात.

या सर्व प्रक्रियेची माहिती आपल्याला असेल तर काय होईल? एखाद्या प्रिय व्यक्तीच्या मृत्यूनंतर तिचं सूक्ष्म शरीर आपल्या दृष्टीस पडलं, तर आपल्याला दुःख होईल का? नाही. कारण जरी त्या व्यक्तीचा मृत्यू झाला, तरी तिचं सूक्ष्म शरीर आपल्या अवतीभवती वावरतं, उभं राहातं, बसत असतं. फक्त ते आपल्याशी बोलू शकत नाही एवढंच! ही गोष्ट जर आपल्याला माहीत असेल, तर दुःख होणारच नाही, कारण ती व्यक्ती आपल्या घरातच राहात असते, बसते, झोपते. याप्रकारे वर्षानुवर्षे आपले आजोबा, पणजोबा वा अन्य कोणी नातलग सूक्ष्म शरीराच्या रूपाने आपल्याबरोबर राहात असतील, तर त्यांच्या मृत्यूचे भय किंवा दुःख होईल का? पुढे हे सूक्ष्म शरीरही गायब झालं, तर आपल्याला दुःख वाटेल का? नाही वाटणार; कारण जरी त्या सूक्ष्म देहाचा वावर घरात असला, तरी त्याच्याशी संवाद आधीपासूनच थांबलेला होता; नसल्यासारखाच होता. केवळ सूक्ष्म शरीराच्या रूपात अस्तित्वात होता. असं प्रत्यक्षात होत नाही; येथे केवळ उदाहरण म्हणून आपल्यापुढे ठेवलं आहे.

समजा, आपण एखाद्या मित्राला निरोप द्यायला स्टेशनवर जातो, तेव्हा काय होते? ती व्यक्ती ट्रेनमध्ये बसते; ट्रेन सुरू होते, ट्रेन दूर जाऊ लागते, आपण निरोप घेऊन टाटा म्हणत हात हलवत असतो. ती व्यक्ती दिसत असते, तोपर्यंत आपण टाटा करीत राहतो. जेव्हा ती दिसेनाशी होते, दृष्टिआड होते तेव्हा आपण टाटा करणे थांबवतो. ती व्यक्ती दिसेनाशी झाली म्हणून ती मेली असे आपण म्हणतो का? नाही. आपण असे म्हणत नाही; कारण आपल्याला दिसत नसली तरी ती व्यक्ती पुढचा प्रवास करीत आहे, हे आपल्याला ठाऊक असते. मात्र, दूर अंतरावरील व्यक्तीला बघण्याची क्षमता आपल्यात नसते. या उदाहरणावरून आपल्या लक्षात येईल, की एखादी व्यक्ती गाडीत

जो दृष्टीस पडत नाही, त्याचा खरं तर मृत्यू झालेला नाही

बसून दूर गेल्याने दिसेनाशी झाली, याचा अर्थ ती मरण पावली असा होत नाही. त्या व्यक्तीचा पुढचा प्रवास चालूच असतो.

माणसाच्या डोळ्यांची शक्ती मर्यादित असल्याने काही विशिष्ट अंतरापर्यंतच्या गोष्टीच त्याला बघता येतात; ऐकू येतात. कुत्र्याची वास घेण्याची क्षमता माणसापेक्षाही

जास्त असते. घुबड काळोखातही पाहू शकते. माणसापेक्षा अधिक शक्तिशाली ज्ञानेंद्रिये असणारे हे प्राणी आहेत. ते दूरवरचे पाहू शकतात, सूक्ष्म ध्वनी ऐकू शकतात, दूरवरून सावजाचा वास घेऊ शकतात. उंच आकाशात उडणारी घार जमिनीवरची लहानशी गोष्टही पाहू शकते. म्हणजे काही बाबतीत मनुष्यांपेक्षाही प्राण्यांची शक्ती अधिक तीव्र असते. बाह्य आवरणं दूर झालेलं सूक्ष्म शरीर माणसाला दिसू शकत नाही. त्यामुळे ती व्यक्ती मरण पावली, असे आपण म्हणतो. रडून, दुःख व्यक्त करतो. केवळ अज्ञानामुळे अशा गोष्टी होतात. अज्ञानामुळे होणाऱ्या गोष्टींना अंतच नाही.

आपण ज्याला मृत्यू म्हणतो, त्याला वास्तवात नकली मृत्यू असं म्हणायला हवं. आभासी मृत्यू असंही म्हणू शकतो. स्थूल शरीराच्या क्रिया थांबणे म्हणजे नकली मृत्यू हे एकदा लक्षात घेतलं, की नकली मृत्यूच्या आधी व नंतर लगेच काय घडतं, नकली मृत्यूनंतर दीर्घकाळाने काय घडतं, हे जाणून घेता येईल.

काही महत्त्वपूर्ण संकेत

१) ज्याला आपण मृत्यू म्हणतो, त्याला खरं तर नकली मृत्यू असं म्हणायला हवं.

२) मृत्यू म्हणजे दोन बाह्य देहांचे कार्य थांबणे; दोन बाह्य देहांचे आवरण गळून पडणे. बाहेरून जोडलेला कारचा सांगाडा दूर होणे किंवा शरीरावर घातलेला कोट व स्वेटर हे कपडे उतरवले जाणे.

३) एखाद्या व्यक्तीच्या स्थूल शरीराच्या क्रिया बंद पडणे म्हणजे मृत्यू, असं आपण मानतो; पण त्यानंतरही सूक्ष्म शरीराच्या रूपात त्या व्यक्तीचा प्रवास चालूच राहतो. आपल्या डोळ्यांची शक्ती व क्षमता मर्यादित असल्याने सूक्ष्म शरीर आपल्याला दिसू शकत नाही; त्यामुळे आपण ती व्यक्ती मरण पावली, असं म्हणतो.

अध्याय ७
नकली मृत्यूच्या खूप आधी
गाढ निद्रा आणि मृत्यू

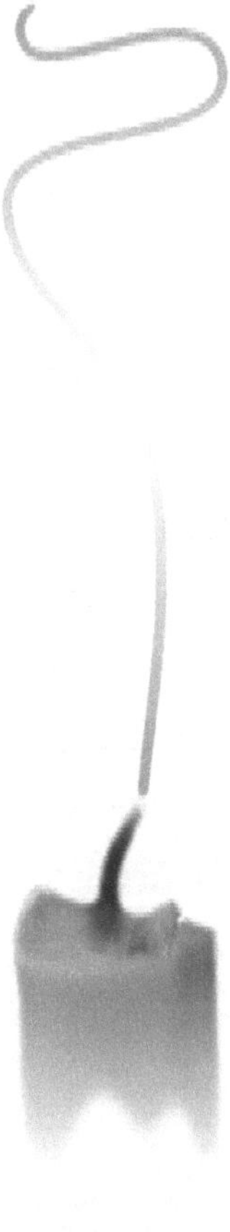

नकली मृत्यू होण्याच्या बऱ्याच आधी काय अवस्था असते, हे समजून घेणं गरजेचं आहे. नकली मृत्यूच्या दीर्घकाळ अगोदर आपण आपल्या चार शरीरांसह सर्वत्र वावरत असतो. ही चारही शरीरं बाहेरून एकाच देहासारखी वाटतात. याचाच अर्थ आपण ड्रायव्हर म्हणजे चालक असतो आणि चार शरीरांनी बनलेलं वाहन चालवत असतो.

नकली मृत्यू होतो, तेव्हा या चार शरीरांपैकी दोन बाह्य शरीरं गळून पडतात; त्यांचं कार्य थांबतं, परंतु उर्वरित दोन शरीरांचा दीर्घकालीन प्रवास चालूच राहतो. त्या शरीरांना खूप काही साध्य करायचं असतं, परंतु आपल्याला ते दिसू शकत नाही आणि या शरीरांमुळे पुढे काय घडणार, हेदेखील आपल्याला कळत नाही.

रात्री जेव्हा व्यक्तीला गाढ झोप लागते, तेव्हा तिचे सूक्ष्म शरीर त्या स्थूल शरीरापासून अलग होऊन वेगवेगळ्या ठिकाणी फेरफटका मारून परत येते. एखाद्या व्यक्तीला गाढ झोप लागलेली असताना आपण अचानक धक्का देऊन उठवले तर ती व्यक्ती एकदम गोंधळलेली दिसते; कारण तिचं सूक्ष्म शरीर दूर कोठेतरी गेलेलं असतं. ते पटकन परत येतं तेव्हा काही लोकांचं डोकं दुखू लागतं. स्थूल शरीरात सूक्ष्म शरीर एकदम प्रवेश करतं आणि दोघांचं पुनश्च मीलन होतं म्हणून असं घडतं. असं होत असताना वेळेची किंचित थोडीशी गडबड होते सूक्ष्म शरीर मूळ स्थूल शरीराची हुबेहूब प्रतिकृतीच असते. भौतिक बाह्य शरीराच्या नाभिकेंद्राशी सूक्ष्म शरीर जोडलेलं असतं. ही दोन्ही शरीरं एकमेकांशी जोडलेली असतात, पण त्यांच्यामध्ये नाभिकेंद्राशी एक अत्यंत सूक्ष्म, तरल सोनेरी असा धागा असतो. सूक्ष्म शरीर रात्रीच्या वेळी दूरदूरच्या स्थळांचा फेरफटका करून येतं; त्यापैकी काही फेरफटक्यांची दृश्ये स्वप्नात दिसतात. आपण एखाद्या स्थळी प्रथमच गेलो, तर कधी अचानक जाणवते, 'अरे, हे स्थळ तर आपण यापूर्वीच बघितलेलं आहे...' आणि त्यावेळी आपल्याला आश्चर्यही वाटतं. 'आज आपण पहिल्यांदाच या ठिकाणाला भेट देत आहोत, पण तरीसुद्धा हे आधीच बघितल्यासारखं का वाटतंय?' काही वेळा एखादी विशिष्ट घटना बघतानाही असं जाणवतं. आधी कधीतरी ही घटना घडलेली आहे... असं वाटत राहतं. आता ती घटना आधी बघितल्यासारखी त्याला का वाटतं? त्यामागे नक्कीच काहीतरी कारण असणार. याचाच अर्थ, आपले सूक्ष्म शरीर आधी त्या ठिकाणी जाऊन ती घटना बघून आलेलं असतं. त्या स्थळाच्या, त्या घटनेच्या स्मृती आपल्या मेंदूमध्ये, आपल्या स्मरणकोशामध्ये नोंदवल्या जातात.

भौतिक शरीर आणि सूक्ष्म शरीर यांना एकत्र बांधून ठेवणारे सोनेरी सूत्र तुटणे म्हणजे मृत्यू. आपण गाढ झोपेत असतो, तेव्हा कोण झोपलेलं असतं? असा प्रश्न आपण कधी स्वतःला केलाय? आपण झोपेत असलो, तरी आपल्या मनात एकापाठोपाठ एक विचार चालूच असतात आणि अचानक जाणवतं, की हे सगळे विचार थांबले असून, आपल्याला गाढ झोप लागलीय. गाढ झोपेत जाण्याआधी मनात कोणता विचार आला होता, हे आपल्याला आठवतं का? झोपण्यापूर्वी आलेला नेमका विचार आपल्याला आठवत नाही. सकाळी उठल्यावर पुन्हा मनात निरनिराळे विचार येऊ लागतात आणि आता आपण पूर्णपणे जागे आहोत हे जाणवतं. मग नेमकं कोण झोपलं होतं? कोण जागं झालं आहे? फक्त विचार झोपले. विचार जागे झाले. या विचारांना बघणारा तर जागाच आहे. तो कधी झोपतच नाही. शरीराचा चालक कधी झोपत नाही. तुम्ही म्हणता, "मी झोपलो; मी जागा झालो." परंतु वस्तुस्थिती अशी असते, की विचार

झोपी गेले, विचारच जागे झाले. पण हे जाणणारा मात्र कायम जागाच असतो.

आपण दररोज जीवनाचा आणि मृत्यूचा अत्यंत गाढ, सखोल असा अनुभव घेत असतो. झोपेत शरीराचं भान नाहीसं होतं, पण प्रत्यक्ष मृत्यूच्या आधी मात्र रोजच रात्री आपण मृत्यूचा अनुभव घेत असतो. स्वप्नांद्वारे आपण निरनिराळ्या स्थळांना भेटी देत असतो. समाधीद्वारे (सविकल्प आणि निर्विकल्प) आपण चार शरीरांच्या मागे असणाऱ्या पाचव्या 'स्व-साक्षी'चा अनुभव घेऊ शकतो. *ध्यानामध्ये माणूस जिवंतपणीच आपल्या मृत्यूचे आयोजन करत असतो; म्हणजे जागृतावस्थेतच मृत्यूचा अनुभव समजून घेत असतो.

पुस्तकाच्या या भागात आपण गाढ निद्रा आणि मृत्यू यांतील साम्य जाणून घेतलं; आता नकली मृत्यूच्या अगोदर काय घडतं ते बघू.

काही महत्त्वपूर्ण संकेत

१) भौतिक शरीर गळून पडतं, तेव्हा माणसाचा नकली मृत्यू होतो; कारण त्याच्या सूक्ष्म शरीराचा प्रवास चालूच असतो. जेव्हा सूक्ष्म शरीर गळून पडतं, तेव्हा माणूस खऱ्या अर्थाने मरण पावतो.

२) आपण झोपेत असतो, तेव्हा कित्येक वेळा आपले सूक्ष्म शरीर वेगवेगळ्या ठिकाणांचा फेरफटका मारून येत असतं. त्यामुळे एखाद्या स्थळी पहिल्यांदा गेल्यावरही 'हे आपण पूर्वी बघितलेलं आहे,' असं भासतं. काही घटनांसंदर्भातही हे जाणवत राहतं.

---

* *ध्यान आणि त्यासंबंधीचे विधी जाणून घेण्यासाठी 'वॉव पब्लिशिंग्ज्'द्वारे प्रकाशित 'संपूर्ण ध्यान-२२२ प्रश्न' आणि 'ध्यान दीक्षा' या पुस्तकांचा लाभ घ्यावा.*

अध्याय ८
नकली मृत्यूच्या आधीचे काही क्षण...
मृत्यूपूर्वीचा विचार

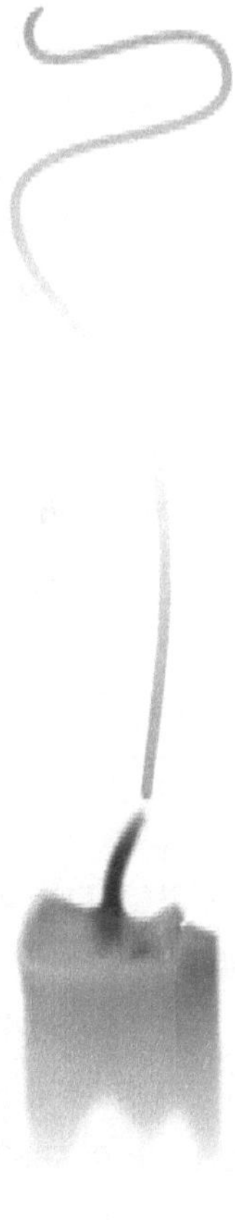

मृत्यूसमयी भौतिक शरीरासंबंधित सोनेरी सूत्र गळून पडतं. मृत्यूपूर्वी काही क्षणांत असं घडतं. खूप वेदनाग्रस्त, पीडित अवस्थेत असणारी व्यक्तीही मृत्यूच्या वेळी शांत, स्थिर झालेली, प्रसन्न मुद्रेने हास्य करीत आहे, असं कधी कधी दिसतं. अशा काही घटना आपण बघितलेल्या किंवा ऐकलेल्या असतील.

असं का घडत असावं, तर त्या व्यक्तीच्या मनोशरीरयंत्राला मृत्यूपूर्वीच्या क्षणांत अशा काही गोष्टी जाणवत असाव्यात, ज्यामुळे त्यांची मृत्यूची भीती नाहीशी होऊन मृत्यूला हसत सामोरे जाण्याची प्रेरणा त्यांना होत असावी. ज्याला मृत्यू समजून ती व्यक्ती घाबरत होती, रडत होती, तो मृत्यू नाहीच, तो शेवट नाही, तर तो केवळ एक अल्पविराम आहे, असं काहीतरी तिला जाणवत असावं आणि

कदाचित ते त्याला पटतही असावं. काही वेडसर व्यक्ती मृत्यूच्या क्षणी अगदी निरोगी, निकोप असल्याचं जाणवतं. या गोष्टीचं अनेकांना आश्चर्यदेखील वाटतं. मृत्यूच्या आधी त्यांचं वेड संपुष्टात येऊन ते शांत व स्वस्थचित्त झालेले दिसतात. याचाच अर्थ, मृत्यूनंतर त्यांचे वेड नष्ट होते. सूक्ष्म शरीरासोबत आता त्यांच्या भौतिक शरीराच्या व्यथा-व्याधी राहणार नाहीत. मृत्यूच्या क्षणी त्यांना अशी काही जाणीव होत असावी, ज्यामुळे ती व्यक्ती शांत, स्वस्थ होत असावी. प्रत्येक शरीराबाबत असंच घडेल, हे मानण्याचं कारण नाही. त्या व्यक्तीच्या संपूर्ण जीवनाच्या आकलनावर आणि कृपेवर ते अवलंबून राहील...

मृत्यूच्या क्षणी, मृत्युशय्येवर असताना, अंतिम अवस्थेत त्या व्यक्तीच्या मनात जे विचार येतात ते कशा प्रकारचे असतात? अमुक गोष्टीचे काय होईल... माझ्या त्या नातलगाचे काय होईल... माझं हे कार्य अपूर्ण राहिलं... असे विचार एखाद्या व्यक्तीच्या मनात येतात; कारण आयुष्यभर तिने मोहमायेचेच विचार केलेले असतात. मग शेवटच्या क्षणीही तसेच विचार येणार हे स्वाभाविकच नाही का? आयुष्यभर जपलेला मोह अंतिम क्षणीही मृत्यूच्या अनुभूतीवर कुरघोडी करून जातो. नकली मृत्यूच्या अंतिम क्षणापासून काही बोध घेण्याऐवजी ती व्यक्ती मोहमायेच्या नादी लागून तो क्षण व्यर्थ घालवते. आयुष्याचं खरं इंगित कळून योग्य ती समज आल्यानंतर व्यक्ती नकली मृत्यूचा हा क्षण असा निष्फळ होऊ देत नाही. आयुष्यभर सावधचित्त राहून, आपल्या उद्दिष्टांचं चिंतन-मनन तिनं केलेलं असेल, तर ती व्यक्ती महाजीवनाला पात्र ठरते, नकली मृत्यूला हसतमुखाने कवटाळते.

एका गृहस्थाला सात मुली होत्या. खूप परिश्रम करून, पैसे जमवून तो एकेका मुलीचे लग्न लावत होता. मुलींसाठी वरसंशोधन करणे आणि त्यांचे धुमधडाक्यात लग्न लावणे यातच त्याचा सगळा वेळ जात राहिला. आपले जीवन व्यर्थ चालले आहे, या विचाराने तो नेहमी दुःखीकष्टी असे. त्याला मनःशांती हवी होती. त्याच्या एका मित्राने सुचवले, 'अमुक-अमुक ठिकाणी एक साधुपुरुष आले आहेत. त्यांना जाऊन भेट. आपल्या मानसिक अशांतीची कल्पना दे. ते नक्कीच काहीतरी उपाय सुचवतील; परंतु एक गोष्ट लक्षात ठेव, ते महाराज फक्त एकाच प्रश्नाचे उत्तर देतात.' तो गृहस्थ म्हणाला, "ठीक आहे. माझ्या समस्येवर त्यांनी काही तोडगा सुचवला, तर बरं होईल. मी अतिशय दुःखी आहे, त्रस्त आहे. मला आनंद कसा मिळेल, हा प्रश्न मी त्यांना विचारीन." तो गृहस्थ त्या साधुपुरुषांच्या दर्शनाला गेला. समोर एक तेजःपुंज तरुण बघून त्याला आश्चर्य वाटलं. साधुपुरुषाने विचारलं, "काय प्रश्न आहे तुमचा?" प्रश्न विचारण्याऐवजी त्या गृहस्थाच्या तोंडून वेगळाच प्रश्न विचारला गेला, "महाराज, आपला विवाह झालेला

आहे का?'' त्या साधुपुरुषाने उत्तर दिलं, ''नाही.'' ''मग...'' ''आता आपण दुसरा प्रश्न विचारू शकत नाही.'' तो गृहस्थ पश्चात्ताप करीत उदास मनाने घरी आला. असं का घडलं? त्या गृहस्थाच्या डोक्यात मुलींच्या लग्नाचाच विचार सदासर्वदा असे. मुलींसाठी चांगला उमदा तरुण वर मिळावा, हाच त्याचा एकमेव ध्यास. त्यामुळे तो प्रश्न त्याच्या तोंडून विचारला गेला. आसक्ती आणि मोह यांच्या आहारी गेल्याने त्या गृहस्थाला कधी शांती मिळाली नाही.

आपण आयुष्यभर जे विचार मनात घोळवतो, तेच विचार आपल्या नकली मृत्यूच्या क्षणी मनात येतात. ज्या समस्यांना तोंड देत आपण उभे आयुष्य घालवतो, त्याच समस्या शेवटच्या क्षणी आपल्याला आठवत राहतात. मृत्यूच्या वेळी काही क्षण आधी तेच विचार येतात, जे आयुष्यभर आपण मनात बाळगतो. आपल्याला सत्याचं पूर्ण ज्ञान झालेलं असेल किंवा ते मिळण्याची इच्छा असेल, तर मृत्यूच्या क्षणी आपल्या मनात सत्याचेच विचार प्रभावी असणार.

मृत्यूपूर्वी नेमकं काय होतं, हे आता आपल्या ध्यानात आलं असेलच.

काही महत्त्वपूर्ण संकेत

१) भौतिक शरीर आणि सूक्ष्म शरीर यांच्यातील तरल सोनेरी सूत्र जेव्हा तुटतं, तेव्हा माणसाला नकली मृत्यू येतो.

२) काही मनोरुग्ण मृत्यूपूर्वी काही क्षण शांत होतात; कारण मृत्यूपूर्वीच त्यांच्यात ही समज प्रकट होते, की हा खरा मृत्यू नाही. त्यांना तर हे ज्ञान मृत्यूसमयी प्राप्त होतं, पण आपल्याला तर ही महत्त्वपूर्ण समज आधीच दिली जात आहे.

३) मृत्यूसमयी ज्यांना हा मृत्यू खरा नाही अशी 'समज' येते, त्या व्यक्ती मृत्यूच्या आधी स्थिर व शांत होतात. जी समज त्यांना मृत्यूच्या वेळी मिळते, तीच समज आपल्याला आधी प्राप्त करून घेता येते. ती समज आधी देण्याचा महत्त्वपूर्ण प्रयत्न तेजज्ञानाद्वारे होत आहे.

४) आयुष्यभर जे विचार आपण उराशी बाळगतो, तेच मृत्यूच्या वेळी मनात घोळत राहतात. आपल्याला जर या संपूर्ण प्रक्रियेची जाणीव असेल, तर मृत्यूच्या वेळी आपल्या मनात फक्त सत्याचेच विचार येतील.

अध्याय ९
नकली मृत्यूच्या लगेच नंतर
आपण स्वतःच आपला न्याय करा

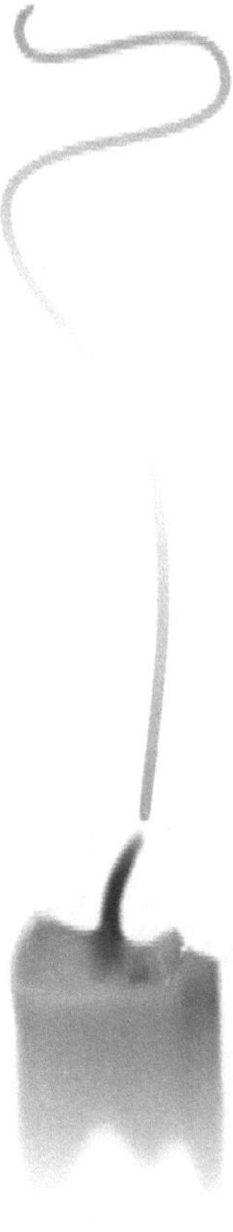

नकली मृत्यूनंतर आपण अगदी आकस्मिकपणे वेगळ्या वातावरणात असल्याचं व्यक्तीला जाणवतं. एखाद्या अनोळखी शहरात नव्यानेच गेल्यावर तेथील भाषा, लोक, खाद्यपदार्थ, हवामान, लोकांची वेशभूषा अपरिचित असल्यावर कसं वाटतं? त्या एकदम नव्या, वेगळ्या वातावरणात रुळायला थोडा वेळ लागतो. या नव्या वातावरणाशी मिळतंजुळतं घ्यायचा सराव, अभ्यास करावा लागतो. याला शिकण्याचा काळ (ग्रे पीरियड) असं म्हणतात. नव्या आयुष्याला सुरुवात करण्याचा हा काळ असतो.

नकली मृत्यूनंतर लगेच लांब पंख असणारे देवदूत आपल्याला घेण्यासाठी येत नाहीत किंवा स्वर्गाच्या दरबारात धर्मराजापुढे आपली सुनावणी

होत नाही; तर आपण स्वतःच आपला निवाडा करायचा असतो. आपल्या जागृतीची, चेतनेची जी पातळी असेल, तिच्या आधारे आपली पुढील अवस्था, व्यवस्था आपणच निर्धारित करायची असते. नकली मृत्यूनंतर आपल्या सूक्ष्म देहाचा प्रवास सुरू होतो. या प्रवासाच्या सुरुवातीला येणारा टप्पा म्हणजे ग्रे पीरियड. सफेद आणि काळा रंग यांच्यामध्ये ग्रे-राखाडी छटा येते. तसाच नकली मृत्यू आणि सूक्ष्म शरीराचा पुढचा प्रवास यांच्या दरम्यान ग्रे पीरियड येतो. या टप्प्यावर सूक्ष्म शरीराला आपल्या पूर्व जीवनाचा संपूर्ण चित्रपट दिसतो. जन्मापासून नकली मृत्यूपर्यंतच्या अवधीत घडलेल्या सर्व घटनांचे स्मरण होते. आपल्या आयुष्यात जे घडले किंवा घडले नाही, ते एकाच वेळी समजते.

जिवंतपणी लोक आपल्या आयुष्यासंदर्भात अधून-मधून हे चुकीचे होते... हे गैर होते... असे काही अंदाज बांधतात. अशा प्रकारे अनुमान लावणं चुकीचं होतं, हे नंतर लक्षात येतं. खरं तर संपूर्ण चित्रपट बघितल्यानंतरच त्यावर आपलं मत व्यक्त करणं वा बरेवाईट ठरवणं योग्य असतं. ग्रे पीरियडमध्ये आपण आपल्या गतजीवनाचा पूर्ण चित्रपट बघतो आणि त्याबाबत आपणच धर्मराज बनून निवाडा करतो. आपल्या आयुष्याचा संपूर्ण पट बघितल्यानंतरच तो यशस्वी होता की अयशस्वी, योग्य वा अयोग्य, समाधानकारक की असमाधानकारक याबद्दल ठाम निर्णय देऊ शकतो.

एखाद्याच्या घरी मुलगी जन्माला आली तर लोक म्हणतात, ''अरे, मुलगी झाली... वाईट झाले.'' ''हे वाईट झाले, असे तुम्ही कशावरून म्हणता?'' असा प्रश्न त्याला विचारायला हवा. या मुलीला मोठं तर होऊ द्या; पुढे असंही होऊ शकतं, की मोठेपणी ती पी. टी. उषा बनेल किंवा मदर टेरेसा, झाशीची राणी यांच्यासारखी कोणी होईल. तेव्हा आपणच म्हणाल, ''मुलगी झाली हे किती चांगलं झालं!'' लोक उतावीळपणे काहीतरी शेरेबाजी करतात. यासाठी पूर्ण चित्रपट बघितल्यावरच काय तो निर्णय द्या. त्या ग्रे पीरियडमध्ये सूक्ष्म शरीर आपला संपूर्ण चित्रपट बघून घेतं; जुन्या घटनांचा आढावा घेऊन नव्या जीवनासाठी सिद्ध होतं आणि मग पुढची वाटचाल सुरू करतं.

नकली मृत्यू येण्याच्या दीर्घकाळ अगोदर काय होतं, नकली मृत्यू जवळ आल्यावर काय होतं आणि नकली मृत्यू झाल्यावर लगेच काय होतं, हे आता आपल्या ध्यानात आलं असेल. नकली मृत्यू आल्यानंतर दीर्घकालाने काय होतं, हे आता बघू या.

काही महत्त्वपूर्ण संकेत

१) ग्रे पीरियडमध्ये आपल्याला आपलं संपूर्ण जीवन दिसतं. संपूर्ण आयुष्याचा पट समोर मांडून बघा; त्यानंतरच आपले आयुष्य चांगले गेले की नाही, सफल झाले की नाही ते ठरवा. अर्धवट जीवन बघून निर्णय देण्याची घाई करू नका.

२) नकली मृत्यू झाल्यावर लगेच लांब पंख असणारे देवदूत मृत व्यक्तीला नेण्यासाठी येणार नाहीत किंवा स्वर्गातील दरबारात धर्मराजासमोर आपली सुनावणी होणार नाही. आपल्याला स्वतःलाच आपला निवाडा करावा लागेल; आपल्या जागृतीचा, चेतनेचा जो स्तर असेल, तोच आपल्या भावी अवस्थेचे, व्यवस्थेचे स्वरूप निश्चित करील.

अध्याय १०
नकली मृत्यू होऊन दीर्घकाळ लोटल्यावर
परलोकातील जीवनाचं रहस्य

आगामी रोमांचकारक वाटचाल

एक मुलगा आपल्या मित्राला म्हणतो, ''मी जेव्हा-जेव्हा आजोबांची तलवार बघतो, तेव्हा-तेव्हा मला युद्धावर जाण्याची खुमखुमी येते.'' त्यावर मित्राने त्याला विचारलं, ''मग तू सैन्यात का भरती होत नाहीस? सैन्यात गेल्यावर तुला युद्ध करण्याची इच्छा पूर्ण करता येईल.'' त्यावर तो मुलगा म्हणाला, ''पण मी सैन्यात भरती कसा होऊ? सैन्यात भरती होण्याचा विचार मनात येतो, तेव्हा मला आजोबांचा तुटलेला पायच दिसतो.'' पूर्ण माहितीच्या किंवा ज्ञानाच्या आधारावरच योग्य निर्णय घेता येतो. अर्धवट ज्ञानामुळे लोक योग्य निर्णय घेऊ शकत नाहीत.

ग्रे पीरियडमध्ये आपल्या आयुष्याचा संपूर्ण

चित्रपट बघून, काय काय घडलं ते पूर्णपणे जाणून घेतलं, तर संपूर्ण ज्ञानाच्या आधारे आणि आपल्या चेतना व समज यांच्या आधारे सूक्ष्म देह पुढचं पाऊल सहजपणे टाकू शकेल. अर्धवट माहितीच्या आधारे पुढे पाऊल टाकू शकत नाही. त्या जगातही योग्य ते मार्गदर्शन करण्यासाठी अनेक विभूती तयार असतात.

जी व्यक्ती मृत्यू पावली आहे, तिची मरणोत्तर वाटचाल कशी चालते, हे आता आपण बघू या. पृथ्वीवर एखादे मूल जन्माला येते, तेव्हा प्रसूती व्यवस्थित व्हावी म्हणून डॉक्टर, परिचारिका मदत करतात, त्याची काळजी घेतात. परलोकांतही असंच घडतं. सूक्ष्म शरीर जेव्हा परलोकी जातं, तेव्हा त्याला मदत करण्यासाठी काही जीव पुढे येतात. ते जग येथेच आहे, फारसे दूर नाही. फक्त त्यांचे तरंग वेगळे आहेत एवढंच. येथे ज्याप्रमाणे हॉस्पीटल* असतात, पण तेथे थोड्या वेगळ्या प्रकारचे असतात. कारण तेथे भौतिक शरीराला कष्ट नसतात. त्याप्रमाणे तेथेही सूक्ष्म शरीराच्या प्रवासात त्याला मदत करणारे अनेक जीव असतात. सूक्ष्म शरीराला पुढच्या प्रवासाबाबत ते मार्गदर्शन करतात. ही मदत, हे मार्गदर्शन कशा प्रकारचे असते? ''हा पुढचा प्रवास करताना मान्यता सोडून पुढे चालत राहा. नव्या जीवनाची, नव्या वातावरणाची ओळख करून घ्या,'' असं ते सांगतात.

तेथील जीवनाचे नीतिनियम समजावून देतात. हे सर्व लवकरात लवकर समजून घेऊन त्या वातावरणाशी समरस होऊन जाणारा सूक्ष्म देह कमी कालावधीतच योग्य ते ज्ञान व समज मिळवतो आणि आपला विकास वेगाने करू लागतो. जो सूक्ष्म देह आपल्या पूर्वायुष्यातील धर्माच्या आणि कर्माच्या चौकटीतच अडकून राहतो, नव्या वातावरणाशी जुळवून घेण्यात कमी पडतो, तो तेथे समज व ज्ञान प्राप्त करून घेण्यात मागे पडतो, त्याचा विकास होऊ शकत नाही. असं का होतं? या जगात पंडित व पुरोहितांनी आपला धंदा चालवण्यासाठी लोकांच्या मनात खूप भीती आणि लोभीपणा निर्माण करून ठेवला आहे. जसं, मृत्यूनंतर नरकात जावं लागेल किंवा स्वर्गात गेला तर अमुक-अमुक सुखं मिळतील वगैरे-वगैरे. हे सगळं डोक्यात साठलेलं असतं. असे सूक्ष्म देह मृत्यूनंतरही त्याच समजुतींना घट्ट धरून परलोकी वावरतात, पूर्वग्रहांतून ते सहजासहजी बाहेर पडू शकत नाहीत.

तेथे त्यांना मार्गदर्शन करणारे समजावून सांगतात, ''अरे, अप्सरांनी भरलेला स्वर्ग

---

* हॉस्पीटल सारखे शब्द समजण्यासाठी सांगितले जात आहेत. शब्दांमध्ये न अडकता त्या मागची समज लक्षात घ्यावी.

किंवा यमदूतांचा छळवाद असणारा नरक असं काही नसतं. स्वर्ग-नरक या केवळ कल्पना आहेत. त्या भ्रमातून आधी बाहेर पडा. पुढच्या प्रवासासाठी मोकळ्या मनाने तयार व्हा.'' सूक्ष्म देह जेवढ्या तत्परतेने हे समजून घेईल, तेवढा त्याचा पुढचा प्रवास सुखद होईल. एरव्ही तो संभ्रमात राहील, गोंधळलेला राहील. हे काय चाललं आहे? माझ्या तर काही लक्षातच येत नाही. चारही बाजूंना हे धूसर-धूसर का दिसतंय? सगळं स्वच्छ, स्पष्ट का दिसत नाही? अशा विचारांनी त्याचा गोंधळ वाढतच जाईल. पूर्वग्रह आणि भ्रम जेवढे दूर होतील, तेवढे त्याला स्पष्ट दिसू लागेल; अन्यथा तो दीर्घकाळ द्विधा मनःस्थितीत घोटाळत राहील. अडीअडचणींच्या ढगांमध्ये हरवून जाईल.

पृथ्वीवर आज जागोजागी रुग्णालये व प्रसूतिगृहे आहेत. तेथे मुलांचा जन्म होतो. ती कमी-जास्त सोयींनी युक्त असतात (रुग्णालये, डॉक्टर ही शब्दावली काही गोष्टी समजण्यासाठी वापरली गेली आहे. त्यामुळे शब्दांमध्ये न अडकता त्यामागील गर्भितार्थ लक्षात घ्या). काही डॉक्टरांचे कौशल्य असामान्य असते. चांगल्या प्रसूतिगृहात नाव नोंदवले, तर मुलाचा जन्म सुखरूप होईल, अशी आपली भावना असते. मृत्यूनंतर आपल्या नातलगाच्या सूक्ष्म शरीरालाही चांगल्या रुग्णालयातून पुढच्या प्रवासाला सहजपणे जाता यावे, अशी प्रार्थना आपण करायला हवी. जर त्या नातलगाने आपल्या आयुष्यात काही वाईट वा हीन कर्म केले असेल, तर त्याला उत्तम रुग्णालयातून चांगले मार्गदर्शन करणारे तज्ज्ञ लाभोत, अशी प्रार्थना आपण जरूर करावी. प्रसूतिगृहात मुलाचा जन्म होताच येथे आपण त्याला सर्व सोयीसुविधा पुरवतो, त्याचप्रमाणे तेथेही सूक्ष्मदेहाला त्वरित मार्गदर्शन करणारे लोक भेटतात. पण त्या मृत झालेल्या व्यक्तीने त्यापैकी कोणाचं ऐकायला हवं?

जसे पृथ्वीवर संत, महात्मे, साधू, सज्जन वगैरे मार्गदर्शन करणारे विद्यमान लोक असतात, पृथ्वीवर जशी व्यवस्था आहे, तशीच परलोकातही मार्गदर्शनाची व्यवस्था आहे. जे सूक्ष्म देह संभ्रमात आहेत, गोंधळलेले आहेत, त्यांना मार्गदर्शन करण्यात येते. पृथ्वीवर जशी रुग्णालये आहेत, तशीच तेथेही आहेत. पण तेथील रुग्णालये वेगळ्या प्रकारची असतात. पृथ्वीवर भौतिक शरीरावर इलाज केला जातो. परलोकांत शरीर सूक्ष्म स्वरूपात असल्याने भौतिक शरीराच्या व्यथा-व्याधींचा लवलेशही नसतो. सूक्ष्म शरीर जेव्हा आपल्या जीवनमार्गावर पुढे पाऊल टाकते, तेव्हा त्याला शारीरिक व्यथा-वेदना जाणवत नाहीत, परंतु त्याला इतर वेगळ्याच प्रकारच्या अडचणी भेडसावत राहतात. त्यातून मुक्त होण्याची गरज असते.

म्हणूनच येथे पृथ्वीवर आपण समज किंवा ज्ञान मुख्य मानतो, त्याला महत्त्व देतो, मानवी जीवनात समज प्राप्त करण्याचे जे कर्म आपल्याकडून होतं, तेच कर्म पुढे कामाला येतं. म्हणूनच सर्व संतांनी कर्मावर भर दिलेला आहे. पृथ्वीवर पैशाची पदोपदी गरज भासते; पण परलोकांत पैसा कामाला येत नाही. समजा, अमेरिकेला जायचे आहे तर तिकिटासाठी पैसे हवेत. पैसे नसतील तर तिकीट नाही आणि तिकीट नाही तर अमेरिका नाही. आपल्याला एखाद्या अनोळखी ठिकाणी प्रवेश मिळत नाही. विशिष्ट रक्कम दिल्यावरच प्रवेश मिळतो. असे असेल तर पैसे देऊन आपण ते स्थान, ठिकाण बघतो. सूक्ष्म विश्वाच्या उच्चतर उपखंडात जायला पैसा लागत नाही. लाच देण्याचा तेथे प्रश्नच उद्‍भवत नाही. आपल्या चेतनेचा स्तर, ज्ञान आणि आपली समज यांचाच उपयोग होतो.

सूक्ष्म शरीराच्या प्रवासातील सर्वांत आकर्षक व सुंदर भाग म्हणजे परलोकांत एका विचारधारेचे, एक धारणा असणारे जीव एकत्र राहात असतात. मोठ्या प्रेमाने आणि आत्मीयतेने एकत्र वाटचाल करीत असतात. पृथ्वीवर एकाच घरात राहणाऱ्या व्यक्तींचे विचार वेगवेगळे असतात. येथे प्रत्येकजण आपापल्या मतांचा आग्रह धरतो. इतरांच्या मतांवर हल्ला चढवतो. त्यामुळे एकमेकांत वाद-विसंवाद असतो. परस्परांना त्रास होत राहतो. मनात नसूनही एकत्र राहावे लागते, त्यामुळे परस्परसंबंधात ताणतणाव जाणवतो. परलोकांत मात्र एकाच विचारसरणीचे, एकाच चेतना स्तरावरचे जीव एकत्र राहतात, हे एक वैशिष्ट्यच होय.

दुष्ट प्रवृत्तीचे लोक त्यांच्या स्वभावधर्मानुसार पूरक अशा वातावरणाचा आश्रय घेतात. समजा, एका बंगल्यात सात दालने आहेत. एका दालनात अंधार आहे, दुसऱ्या दालनात एक मेणबत्तीचा प्रकाश आहे. तिसऱ्या दालनात एक विजेचा बल्ब चालू आहे, चौथ्या दालनात ट्यूबलाइटचा प्रकाश आहे. यांपैकी कोणत्या दालनात आपल्याला राहायला आवडेल? जेथे आरामदायक वाटेल, असेच दालन आपण निवडणार, हे निश्चित! एखाद्याला मेणबत्तीच्या मंद प्रकाशात जेवण घेणे आवडत असेल, तर त्याची पसंती दुसऱ्या दालनाला असेल. एखाद्याला अंधारात बसायला आवडत असेल, तर तो पहिल्या दालनात जाईल. कोणाला ट्यूबलाइटचा प्रकाश हवा असतो. कोणाला बल्बचा उजेड पुरेसा वाटतो. प्रत्येकाची वेगळी आवडनिवड असल्याने तो कोणत्या दालनात जायचं ते ठरवतो. म्हणजेच जो-तो आपल्या विचारधारेप्रमाणे (चेतनेप्रमाणे) योग्य ते वातावरण निवडून त्यात राहणे पसंत करतो. जसजसे आपले विचार प्रगल्भ होत जातात, तसतसे आपण अधिक उच्च स्तरावरच्या (Higher Level) वातावरणात जात

राहता, वरचा टप्पा गाठत राहता.

प्रेम, आपुलकी, जिव्हाळ्याचे वातावरण याबद्दल लोकांच्या ज्या कल्पना असतात, त्याची प्रचीती तेथे मिळते, तसेच वातावरण बघायला मिळते. ज्यांचा मृत्यू स्वाभाविक असतो, त्यांना या वातावरणात उत्तम प्रतीचे जीवन जगता येते. मात्र त्यासाठी भ्रामक पूर्वग्रहांपासून मुक्त होण्याचे कौशल्य त्यांना अवगत असायला हवं. आत्महत्या करून परलोकांत जाणाऱ्या जीवांना मात्र तेथे त्रास होणं अटळ असतं; कारण ते जीव चुकीच्या विचारधारणांचे (अज्ञान) बळी आणि दुःखी-कष्टी असतात.

पृथ्वीवर स्वार्थी आणि पापपूर्ण जीवन व्यतीत करणारा जीव परलोकांत अंधकारमय, दुःखद आणि जड वातावरणात आल्याचा अनुभव घेतो. वेदना आणि भीती यांचे प्राबल्य तेथे असते. आपला मृत्यू झालेला आहे हे समजून घेणंही त्याला जड जातं. त्याचं हे अज्ञान जर लवकर दूर झालं नाही, तर तो जे नियमानुसार आहे, त्यापेक्षाही खालच्या चेतनेच्या स्तराकडे जातो आणि तेथे त्याला अधिकच क्लेश व वेदना सोसणं भाग पडतं.

एखादी स्वार्थी, हिंसाचारी आणि लोभी व्यक्ती मरण पावते, तेव्हा परलोकांतही तिला तशाच वृत्तीच्या जीवांबरोबर राहावं लागतं. तेथील एकूणच वातावरण उदासीन आणि जड असतं. अशा वातावरणातही त्याला आपल्या वाईट कृत्यांचा पश्चात्ताप झाला नाही, तर तो आणखी खालच्या चेतनेच्या स्तरावर ढकलला जातो. तेथे प्रकाश क्षीण असतो. नैराश्य वाढवणारं वातावरण असतं. जेव्हा त्याच्या मनात उच्च स्तरावर जाण्याची प्रेरणा जागी होते, तेव्हा त्याला मदत करण्यासाठी कोणी ना कोणी तेथे पोहोचतं; मात्र त्याने अहंकाराच्या नव्हे, तर समर्पणाच्या भावनेने मार्गदर्शनाचा स्वीकार करायला सिद्ध असायला हवं.

पृथ्वीवर ज्याचं जीवन सेवाभावी व सहानुभूतिपूर्ण राहिले असेल, त्या जीवाला परलोकांतही आनंद, प्रेम आणि सौंदर्य यांनी ओतप्रोत भरलेलं अलौकिक जीवन जगण्याची संधी मिळते.

मनुष्य जसजसा स्वतःचा विकास साधतो, आपल्या विचारांमधील पावित्र्य वाढवतो, तसतशी त्याच्या देहावरची कांती तेजस्वी होत जाते आणि त्याचे सौंदर्य खुलत जाते. पृथ्वीवर जी माणसं प्रेमळ, दयाळू, सेवाभावी आणि धैर्यशील असतात, ती मृत्यूनंतर आपल्या मनाच्या शुद्धतेनुसार उच्च स्तरावरील उपखंडात पोहोचतात. तेथील वातावरण प्रकाशमय, निर्मळ आणि आनंदाने परिपूर्ण असते. तेथील जीवांच्या सहवासाने ज्ञानात

आणखी भर पडते आणि त्यामुळे सूक्ष्म शरीर अधिक उच्चतम पातळीवरच्या आविष्काराचा अनुभव घेऊ शकतं.

परलोकांत दया, करुणा, प्रेम यांना खूप महत्त्व दिलं जातं; पण पृथ्वीवर या गोष्टींना तेवढं महत्त्व दिलं जात नाही, त्यांना गौण मानलं जातं. पृथ्वीवर बरेच लोक या गुणांचा फक्त वरकरणी देखावा करतात; परंतु परलोकांत या गुणांना अत्यंत श्रेष्ठ स्थान देण्यात येतं.

सत्याचं ज्ञान होताच परलोकातील जीवांना वाटतं, आपण मृत नाही, उलट पृथ्वीवरचेच लोक मृत आहेत; कारण ते स्वतःची दिशाभूल करून घेत पृथ्वीवर भ्रमात जगत आहेत. पृथ्वीवरचे लोक वास्तवतेपासून खूप दूर असतात. परलोकांतील प्रत्येक जीव प्रेम आणि शांतीचे महत्त्व उत्तम प्रकारे जाणतो. संगीत, रंग, चित्र, सर्जनशीलता, रचनात्मक कार्य यांचा येथे अप्रतिम आविष्कार होत असतो; त्याची कल्पना पृथ्वीवरील भाषेद्वारे देणे अत्यंत अवघड आहे. पृथ्वीवर लांबी, रुंदी व खोली असे तीन आयाम आहेत. परलोकांत मात्र चौथा आयाम जोडला जातो, तो आपण इथल्या भाषेत व्यक्त करू शकत नाही. त्याला येथे समर्पक शब्द उपलब्ध नाहीत. पृथ्वीवरच्या शब्दकोशात त्यासाठी शब्दच सापडत नाही. येथील जीव जसजसा स्वार्थशून्य होत जातो, तसतसा तो उच्चतर उपखंडामध्ये रूपांतरित होत जातो. त्याचा खराखुरा विकास होत असतो.

पृथ्वीवर सगळेच लोक काही चोर नाहीत, असंही आपल्याला वाटत असेल; पण लोक चांगले वा सज्जन आहेत, म्हणून ते चोऱ्या करीत नाहीत, असा याचा अर्थ घेऊ नका; तर चोरी करताना आपण पकडले गेलो तर आपल्याला शिक्षा होईल, आपली समाजात नाचक्की होईल अशी भीती त्यांना वाटत असते, म्हणून ते चोऱ्या करत नाहीत. शिक्षेच्या भीतीने लोक स्वतःला चोरी करण्याच्या कल्पनेपासून परावृत्त करतात. चोर चोरांबरोबर राहणे पसंत करतो, तर अंतर्यामी शुद्ध, सज्जन, निष्पाप, पापभिरू असणारे लोक आपल्यासारख्याच लोकांच्या सहवासात राहणे पसंत करतात. जे बाह्यतः चांगुलपणाचे नाटक करीत असतात, ते आपल्यासारख्याच दांभिक लोकांबरोबर राहणे पसंत करतील; कारण अशा लोकांना एकमेकांना फसवता येत नाही. सज्जनांच्या जीवनात दुर्जन लोक धुडगूस घालू शकत नाहीत, हेच परलोकांतील व्यवस्थेचे वैशिष्ट्य आहे.

परलोकांत पैशांची गरज पडत नाही, व्यापारविनिमय चालत नाही. पृथ्वीवर व्यापार, उद्योग, कामधंदा करावा लागतो; कारण रोज पोट भरण्यासाठी हे आवश्यक आहे. मृत्यूनंतर भौतिक शरीरच राहिलं नाही, तर पोट भरण्याची गरजही पडत नाही. मग पैसा

मिळवायचा कशाला? पैशाशी संबंधित सगळ्या कटकटी आपोआप नाहीशा होतात. आज लोक जे काम करतात, त्यात ९०% कामं ही केवळ पैसा मिळावा या गरजेपोटी केली जातात. परलोकांतल्या अस्तित्वाची तऱ्हाच वेगळी! तेथे टेलिपॅथीने (अंतर्मनाचा संवाद) परस्परांच्या मनातील विचार एकमेकांना कळतात. मानसिक संवाद होतो. आपण हवं तर बोलू शकतो, पण बोलायची गरजच नसते; कारण एकमेकांच्या मनातले विचार सहजपणे वाचता येतात, कळू शकतात. कोणी कोणाला फसवू शकत नाही. मनात एक विचार आणि बाहेर दुसरा, असं होत नाही. गोड-गोड बोलून कोणाला फसवता येत नाही. I like you असे तोंडाने बोलायचे, मनात मात्र I hate you चा गजर चाललेला! परलोकांत हा असा दुटप्पीपणा चालत नाही. विचार हीच तेथील सर्वांत मोठी शक्ती आहे. 'मला दिल्लीला जायचं आहे' असा विचार मनात आला रे आला, की क्षणार्धात दिल्ली गाठता येते. रेल्वे किंवा विमानाचे वेळापत्रक बघा, तिकीट काढा, स्टेशन वा विमानतळावर जा... काहीही करायची गरज नाही. पृथ्वीवर भौतिक शरीरामुळे कोठेही येण्या-जाण्यासाठी मर्यादा आहेत. शरीराला येथे चालावं लागतं. मनाच्या शक्तीने केवळ विचार करून एकदम दुसऱ्या ठिकाणी पोहोचता येत नाही.

सूक्ष्म जगात जे जीव निम्न स्तरावर राहतात, ते खाण्या-पिण्याची (भौतिक अन्न नव्हे) आणि सुवर्णालंकारांची आठवण काढत जगत असतात; कारण त्यांना भौतिक जीवनातील स्वभाव व सवयींचा विसर पडलेला नसतो. तसं पाहिलं तर शरीरपोषणासाठी त्या जगात जेवण करण्याची गरजच नसते, परंतु तरीही सवयीमुळे ते जीव भोजनाची इच्छा बाळगतात. उच्चतम स्तरावरच्या उपलोकांमध्ये या सर्व बाबी अनावश्यक ठरतात, त्यांची जरूरच नसते.

परलोकांत सर्व क्रिया विचारांद्वारे होतात; कारण तेथे जी ऊर्जा वापरली जाते, ती विचारांची ऊर्जा असते. म्हणूनच आपण सकारात्मक विचार करा, 'हॅपी थॉट्स' ठेवा असं आपणांस सांगण्यात येतं. सूक्ष्म शरीरात हॅपी थॉट्सना सर्वांत जास्त महत्त्व आहे, हे आपल्या लक्षात येईल. या गोष्टी जितक्या लवकर समजतील, तितका त्वरित आनंद मिळू शकेल. या जीवनात जेवढी समज आपण प्राप्त करून घ्याल, तिच्या हजारपट आनंद आपण परलोकांत मिळवू शकाल.

मृत्यूपूर्वीच पूर्वग्रहातून मुक्त व्हा

पृथ्वीवर जन्माला येणारा जीव हा आरंभी ब्राह्मण म्हणूनच जन्माला येतो. कोणीही क्षुद्र म्हणून जन्माला येत नाही. परंतु मोजके लोकच ब्राह्मण म्हणून मरतात. मृत्यूच्या

वेळी एकतर लोक क्षुद्र असतात, वैश्य असतात किंवा क्षत्रिय असतात. देशाच्या सीमेवर धारातीर्थी पडणारा सैनिक क्षत्रिय असतो. एखाद्याचा जीव मृत्यूच्या क्षणी पैशात अडकलेला असतो, तो वैश्य होतो. जी व्यक्ती क्षुद्र असते, ती 'मी मरत आहे' अशा भ्रामक समजुतीने मरण पावते. जी व्यक्ती आपल्या आत्मरूपाचे ज्ञान होऊन मृत्यू पावते, ती ब्राह्मण होऊन मरते. ब्राह्मण परिवारात जन्म होणे म्हणजे ब्राह्मण होणे नाही. ब्राह्मण म्हणजे ब्रह्मात रममाण होणारा, सत्यामध्ये जगणारा. आपल्या अंतर्यामी जे चैतन्य, जो ईश्वर आहे, त्यात वास्तव्य करणारा तो ब्राह्मण. म्हणूनच ब्राह्मण होऊन मरण पावणारे लोक फार कमी असतात.

याच जीवनात सत्याची प्राप्ती झाल्यास पुढचं जीवन खूप सुंदर, आनंदमयी असेल. आपला आनंद हजारपटींनी वाढेल. या आयुष्यात जर आपण सत्य प्राप्त केलं नाही, तर पुढच्या जीवनात आपल्याला वेळ व्यर्थ घालवण्याची खंत वाटून आपल्या चुकांवर पश्चात्ताप होईल. आपल्या जीवनाचा संपूर्ण चित्रपट डोळ्यांपुढे आल्यावर, 'ज्ञानप्राप्तीची संधी मिळूनही तिचा लाभ घेणे मला जमले नाही,' अशी खंत वाटेल.

आपल्या जीवनाचे खरे ध्येय काय आहे, ते नीट समजून घेऊन त्याच्या प्राप्तीसाठी प्रार्थना करीत राहा. बालपणापासून जर आपण एखाद्याचा मृत्यू झाल्यावर बँडबाजा वाजवताना, उत्सव साजरा करताना बघितले असते तर आज आपल्याला मृत्यूची तेवढी भीती वाटली असती का? तेवढं रडू आलं असतं का? नाही; कारण हा सर्व समजुतीचा, मान्यतांचा भाग आहे. लोकांनी आपापल्या सोयींप्रमाणे रूढी बनवल्या आणि त्याप्रमाणे त्यांचे रडणे वा हसणे चालू राहिले. म्हणून आपल्याला या पूर्वग्रहांपासून, समजुतींपासून मुक्त व्हायचं आहे. ज्या गोष्टी आपण गृहीत धरून चालतो, त्या रूढी म्हणून स्वीकारू नका, तर समजून-उमजून स्वीकारा. सत्याचा मार्ग सांगतो, ''वास्तव समजून घ्या आणि नंतरच महाजीवन जगण्यास सुरुवात करा.''

नकली मृत्यू झाल्यावर दीर्घकाळाने आपल्याला आपली खरी भूमिका, आपले भावी कार्य व लक्ष्य सापडेल आणि ते काम करताना आनंद मिळतो, म्हणून आपणही ती भूमिका कराल. आज आपण जी भूमिका करतो, त्यातून आपल्याला किती धनलाभ होईल, अन्य लाभ काय होतील हे बघून करतो. परंतु परलोकांत आनंद आणि अभिव्यक्ती करण्यासाठी आपण ती भूमिका कराल. धनलाभासाठी किंवा अन्य काही लाभ मिळावेत यासाठी करणार नाही.

काही महत्त्वपूर्ण संकेत

१) सूक्ष्म शरीरात विचार सर्वांत जास्त काम करतात, म्हणून नेहमी शुभ विचार करा.

२) आपले ज्ञान व समज हाच परलोकांत आपला पासपोर्ट आहे, म्हणून पृथ्वीवर असताना आपण ज्ञान (समज) प्राप्त करून गैरसमज व पूर्वग्रह यांच्यापासून मुक्त व्हा.

३) सूक्ष्म शरीराच्या विश्वात प्रवेश करणाऱ्या व्यक्तीला तेथील सेवक सांगतात, 'येथे अप्सरांचा स्वर्ग नाही आणि यमदूतांचा नरकही नाही.' हे जाणल्यावर तिचे गैरसमज दूर होतात.

४) सूक्ष्म शरीराच्या प्रवासात माणसाचे जितके पूर्वग्रह नष्ट होतील, जेवढे भ्रम दूर होतील, तितकं त्याला स्वच्छ दिसू लागेल. नाहीतर दीर्घकाळापर्यंत तो समस्यांमध्ये घोटाळत राहील.

५) सत्याचा मार्ग संदेश देतो, 'सत्य समजून घ्या आणि मग महाजीवन जगण्यास सुरुवात करा.'

६) पृथ्वीवर आपण धनप्राप्तीसाठी काम करतो, परंतु सूक्ष्म जगात आनंद आणि अभिव्यक्तीसाठी काम करत असतो.

७) पृथ्वीवर जर मानवी जीवन स्वार्थी आणि पापपूर्ण असेल, तर परलोकी ते अंधकारमय, दु:खद आणि जड वातावरणात वावरत राहील. तेथे भीती आणि वेदना यांचे साम्राज्य असते.

८) मृत्यू पावणारी व्यक्ती जर स्वार्थी, हिंसक आणि लोभी असेल, तर ती परलोकांतही आपल्या समविचारी व्यक्तींच्याच कोंडाळ्यात अडकून राहील. तेथे जड आणि उदासीनतेचे वातावरण असते.

९) पृथ्वीवर जर व्यक्तीचे जीवन सेवामय आणि सहानुभूतिपूर्ण असेल, तर परलोकांत त्या व्यक्तीला आनंद, प्रेम आणि सौंदर्य यांचे अपूर्व जीवन लाभेल.

१०) इहलोकात मनुष्य जसजसा प्रगती करीत जातो आणि विचारांमध्ये पावित्र्य वाढवत जातो, तसतसे, त्याचे शरीर तेज:पुंज आणि सुंदर होत जाते.

११) पृथ्वीवर प्रेम, करुणा, सेवा, धैर्य यांनी परिपूर्ण असे जे लोक असतात, ते मृत्यूनंतर आपल्या मनाच्या शुद्धतेप्रमाणे उच्च उपखंडात पोहोचतात.

१२) परलोकांत अनेक लोक अशा संभ्रमात पडतात, नक्की मृत कोण? आपण की भ्रमात जगणारे पृथ्वीवरचे लोक?

१३) आपल्याला येथे लांबी, रुंदी आणि उंची (खोली) ही तीन परिमाणे आहेत, पण परलोकांत चौथे परिमाणही जोडले जाते. ते पृथ्वीच्या भाषेत व्यक्त करता येत नाही.

१४) परलोकांत कोणालाही फसवता येत नाही. ते लोक अंतर्ज्ञानाने (इन्ट्युशनद्वारे) कार्य करीत असतात.

अध्याय ११
मृत्यूशी भेट
आप्तस्वकीय आणि कालगणना

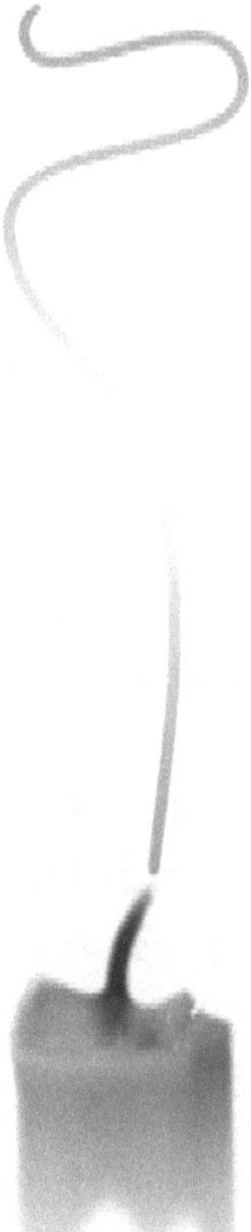

ताप मोजण्यासाठी तोंडात थर्मामीटर धरला, तर तो एक मिनिटही आपल्याला कसा वाटतो? समजा, आपण कोणाची तरी वाट बघत असतो, पण तो येत नाही... त्यामुळे प्रतीक्षेचा तो लहानसा काळही आपल्याला खूप प्रचंड वाटतो.

परंतु आपला आवडता चित्रपट बघताना अडीच-तीन तास कसे जातात, याचे भानही राहात नाही. वेळेचे भान तेव्हा असते, जेव्हा कंटाळा येतो... स्थूल शरीर असते... नाहीतर वेळेची जाणीव कुठे?

स्थूल शरीराचा प्रदीर्घ काळ हा सूक्ष्म शरीराचा अत्यल्प काळ असतो, हे स्पष्ट करण्यासाठी वेळेचे मापदंड घेतले आहेत. त्यामुळे आपल्या मृत्यूच्या आधी जे नातलग निधन पावलेले आहेत, त्यांना भेटणेही शक्य होते. त्या नातलगांची पुन्हा गाठ पडू शकते.

मृत व्यक्तीला आपल्या आधी मरण पावलेल्या नातलगांना भेटायची इच्छा असेल तर भेटता येते; कारण तेथील कालगणना आणि येथील कालगणना भिन्न असते. पृथ्वीवरील आपली शंभर वर्षे तेथे एक वर्षही असू शकते. येथील कालगणनावाचक शब्द वापरून तेथील कालगणना स्पष्ट करण्याचा हा प्रयत्न आहे; त्यामुळे येथील भाषेचा वापर करणे क्रमप्राप्त आहे. आपल्याजवळ केवळ पृथ्वीवरील कालगणनेचेच मोजमाप आहे.

याच्याशी संबंधित आणखी एक प्रश्न उभा राहतो. मानवाचे सूक्ष्म शरीर किती काळ जिवंत राहते? दिवसाचा हिशेब भौतिक शरीरासंदर्भात केला जातो. सूक्ष्म शरीरासंदर्भात दिवसाचा हिशेब होत नाही. येथे दिवसाचे २४ तास धरून हिशेब होतो; कारण येथे भौतिक शरीर आहे. चंद्र-तारे, सूर्य-पृथ्वी एक दुसऱ्याच्या भोवती फिरण्याच्या चक्रानुसार येथील दिवस-रात्रीचा क्रम चालू असतो.

येथे आपल्याला कोठेही जायचे असेल, तर खूप वेळ लागतो; कारण भौतिक शरीराचा अडसर असतो. आपले भौतिक शरीर जर स्थूल नसते, तर आपण थोड्या कालावधीत कुठेही सहजपणे जाऊ शकलो असतो. केवळ काही क्षणांत मोठे अंतर पार करू शकलो असतो. शरीराच्या अडसरामुळेच वेळेची जाणीव होते.

वेळमुक्त अवस्था (Timelessness) म्हणजे काय? अवकाशमुक्त अवस्था (Spacelessness) म्हणजे काय? याबद्दल शास्त्रज्ञांचे संशोधन चालू आहे. काही वर्षांनी लोक अमुक-अमुक रहस्य उलगडून दाखवतील, अशी भाकिते केली जात आहेत. ज्या गतीने वैज्ञानिक प्रगती सध्या चालू आहे, त्यावरून लवकरच सर्वसामान्य माणसालाही या गोष्टींचे आकलन होऊ शकेल, असे वाटते. गेल्या शतकात विज्ञानाने जेवढी प्रगती केली, तेवढी प्रगती याआधीच्या हजारो वर्षांतही झालेली नव्हती. म्हणून आज आपण यासारख्या विषयाचे मनन-चिंतन करू शकतो. पूर्वीच्या काळी हा विषय, हे ज्ञान समजून घेता येईल, अशी शास्त्रीय भाषाच उपलब्ध नव्हती; त्यामुळे हे ज्ञान लोकांपर्यंत पोहोचत नव्हते आणि त्यामुळे ते लुप्त, नष्ट होत चालले होते. आज विज्ञान अशी उपकरणे आणि रसायने शोधून काढत आहे, ज्यांचा वापर करून काही काळापुरती का होईना या स्थूल शरीराला समाधीची अनुभूती सहजपणे मिळू शकेल.

सूक्ष्म शरीराच्या जगात, परलोकात कालगणनेचे परिमाण पूर्णपणे वेगळे असते. पृथ्वीच्या भाषेत समजाविण्यासाठी मात्र खूप गोष्टी सांगाव्या लागतात. येथील शंभर वर्षे म्हणजे तेथील (परलोकातील) एक वर्ष... अशा काही गोष्टी सांगण्यात येतात. तेथील

जीवनाची व्याप्ती येथील हिशेबाने फारच मोठी असणार, हे त्यावरून जाणवते. एरव्ही ते किती मोठे किंवा लहान आहे, असे सांगता आले नसते. त्यांची केवळ तुलना होऊ शकते. मरणोत्तर जीवनावर मनन करणाऱ्या मनुष्यासाठी पृथ्वीवरील जीवनाचा प्रत्येक क्षण महत्त्वपूर्ण असतो, कारण पुढील जीवनाची सर्वोच्च तयारी येथेच व्हावी; अन्यथा अज्ञानवश लोक एखाद्या नातेवाईकाचा मृत्यू होताच दुःखी होतात, परंतु मला दुःख का होतंय, याचा कोणी शोध घेत नाही.

एखाद्या माणसाच्या जवळच्या नातलगाचं निधन झालं, तर त्याला खूप दुःख होतं. त्याला विचारा, "तुला एवढं दुःख का होत आहे? जर तुझा कोणी नातलग अमेरिकेला उपचारासाठी गेला आणि बरा झाला तर तुला दुःख होईल का? डॉक्टरांनी त्याला तेथेच राहण्याचा सल्ला दिला, येथे तुझी तब्येत चांगली राहील, असं म्हटलं आणि तो तेथे राहिला तर तुला वाईट वाटेल का?" तर तो म्हणेल, "मला वाईट का वाटेल? उलट माझा नातलग अमेरिकेत आहे, तेथे त्याची तब्येत सुधारली तर त्याबद्दल आनंदच वाटणार. त्याच्यासाठी जर तेथील हवामान योग्य असेल, तर त्याने जरूर तेथे राहावे. त्यातच आमचं सुख आहे."

पण तुमचा एखादा नातेवाईक मरण पावला तर तुम्हाला वाटते, 'फार वाईट झाले.' त्यामुळे तुम्ही रडता, दुःखी होता. मृत्यूमुळे त्याचे काहीतरी वाईट झाले असणार, असे गृहीत धरून चालता. परंतु तसे खरोखर झालेले असते का? जर त्या मृत्यू झालेल्या नातलगाशी संपर्क साधता आला, तर तो म्हणेल, "माझ्याबद्दल तुम्हाला खरोखरच आत्मीयता वाटत असेल, माझे कल्याण व्हावे असे वाटत असेल, तर कृपा करून तुम्ही रडू नका. दुःखी होऊ नका. रडायचं असेल तर स्वतःसाठी रडा; पण माझ्यासाठी कृपया रडू नका."

एक माणूस एका श्रीमंत गृहस्थाच्या थडग्याशी बसून रडत होता. एकाने त्याला विचारलं, "हा श्रीमंत गृहस्थ तुझा कोणी नातेवाईक होता का?" त्यानं उत्तर दिलं, "नाही." "मग तू त्याच्यासाठी का रडतो आहेस?" त्यानं म्हटलं, "तो माझा नातेवाईक नव्हता, म्हणून तर मी रडत आहे. तो नातेवाईक असता तर त्याने मलाही आपल्या संपत्तीतला वाटा ठेवला असता ना?" म्हणजे तो श्रीमंत गृहस्थ मरण पावला, म्हणून तो माणूस रडत नव्हता, तर तो स्वतःच्या दुर्भाग्यावर रडत होता.

आपण जर स्वतःसाठी रडत असाल, तर जरूर रडू शकता; परंतु ज्या व्यक्तीचा मृत्यू झाला आहे तिच्यासाठी रडू नका. त्या मृत व्यक्तीसाठी रडण्याची गरज नाही,

कारण ती परलोकी खूप मजेत असते. पुढच्या प्रवासाबद्दल तिला उत्सुकता असते. यापुढील प्रवास महत्त्वाचा असल्यामुळे तिला परत येण्यात रस नसतो. मृत व्यक्तीसाठी तुम्हाला काही करावेसे वाटत असेल, तर दोन गोष्टी करा. एक तर – रडू नका आणि दुसरं – तिच्यासाठी प्रार्थना करा; कारण प्रार्थनेत मोठी शक्ती असते. सूक्ष्म शरीराच्या प्रवासामध्ये विचारांचा प्रभाव सर्वांत जास्त पडतो. त्यामुळे जे मरण पावले आहेत, त्यांच्याबद्दल शुद्ध, सकारात्मक विचार ठेवा. त्यांचा प्रवास सुखाचा होवो, ते त्यांच्या चुकीच्या मान्यतांतून सहजगत्या मुक्त होवोत, अशी त्यांच्यासाठी प्रार्थना करा. आपल्या नव्या जीवनात त्यांना योग्य ते मार्गदर्शन मिळून त्यांचा प्रवास सुखद व्हावा, अशी शुभेच्छा द्या. एखाद्याच्या मृत्यूनंतर लोक बँड वाजवताहेत, उत्सव साजरा करताहेत असं दृश्य जर आपण लहानपणापासून पाहिलं असतं, तर आपण रडला असता का? आपल्याला मृत्यूचं भय वाटलं असतं का, जितकं आज वाटतं? या सर्व धारणा लोकांनी आपल्या मनावर बिंबवल्या आहेत आणि आपण त्यानुसार हसतो किंवा रडतो; पण आता आपल्याला यातून मुक्त व्हायचं आहे, तेही अंधश्रद्धेने नव्हे; तर या गोष्टी जाणून मानायच्या आहेत. 'सर्वप्रथम वास्तव जाणा आणि मगच महाजीवनाचा आरंभ करा' याकडेच सत्यमार्ग निर्देश करतो.

काही महत्त्वपूर्ण संकेत

१) पृथ्वीवरील जीवनाची आणि सूक्ष्म शरीराच्या जीवनाची कालगणना वेगवेगळी आहे. त्यामुळे सूक्ष्म शरीराचे आयुष्यमान नक्की किती, हे येथील भाषेत सांगता येत नाही; परंतु सूक्ष्म शरीराचे आयुष्यमान हे येथील स्थूल शरीराच्या आयुष्यमानाच्या तुलनेत फार मोठे असणार हे नक्की!

२) मृत व्यक्तीला आपल्या आधी निधन पावलेल्या नातलगांना भेटण्याची इच्छा असेल, तर तशी संधी मिळू शकते; कारण परलोकातील कालगणना आपल्या येथील कालगणनेपेक्षा वेगळी असते.

३) वेळमुक्त अवस्था, अवकाशमुक्त अवस्था म्हणजे काय, याबाबत शास्त्रज्ञांचे संशोधन चालू आहे. विशिष्ट काळानंतर माणसाला अमुक-अमुक रहस्ये माहीत होतील, अशी भाकिते केली जात आहेत.

४) कंटाळा येणं आणि वेळेची जाणीव स्थूल शरीरामुळे होते. एरव्ही वेळेचे भान कुठे असते?

५) सूक्ष्म शरीराच्या यात्रेत सर्वाधिक परिणामकारक असतात ते म्हणजे विचार. म्हणूनच मृत पावलेल्यांसाठी रडत न बसता त्यांच्यासाठी शुद्ध, सकारात्मक आणि मंगलदायी विचार करा.

अध्याय १२
शरीरहत्या की आत्महत्या
मी करू नयेत अशा गोष्टी

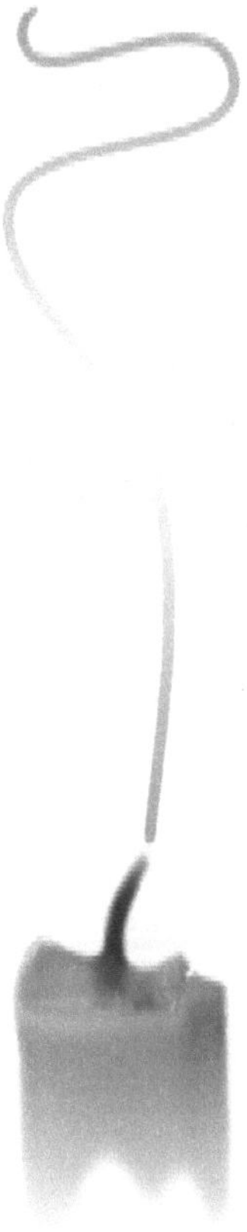

नकली मृत्यू झाल्यानंतर दीर्घकाळाने प्राप्त होणारं जीवन एवढं सुंदर असतं हे माहीत झाल्यावर 'ते भावी जीवन इतकं सुंदर आहे तर हे शरीर लवकरात लवकर नष्ट का करू नये?' असा विचार मनात येऊ शकतो. मात्र तशी चूक कधीही करू नका, कारण परलोकांत शरीरहत्या करणाऱ्या लोकांच्या वाट्याला भयानक त्रास येतो. पृथ्वीवर तुम्ही आपले धडे घेण्यासाठी आला आहात. ते धडे शिकून पूर्ण होण्याआधीच जर कोणी शरीरहत्या करत असेल, तर तो घोर अज्ञानात आणि भ्रमात आहे असा त्याचा अर्थ होतो. पूर्वग्रह व गैरसमज यांचे प्राबल्य असलेली व्यक्ती तेथे आनंदाने जगू शकणार नाही.

आत्महत्येला वस्तुतः शरीरहत्या असंच म्हणायला हवं; कारण आत्महत्या संभवतच नाही.

म्हणूनच या विषयाची पूर्ण माहिती घ्या असं सांगण्यात येतं. अर्धवट ज्ञान अत्यंत घातक असतं. शरीरहत्या (आत्महत्या) कधीही करता कामा नये, हे आपण येथे जाणून घेतले. याविषयीची माहिती पूर्ण आत्मसात न करताच पुढे जाणे म्हणजे दुविधा व दुःख यात भर घालणे होय. आपण शरीर आहोत, सूक्ष्म शरीर आहोत, या भ्रमातच अशी व्यक्ती जगत असते. त्यामुळे ती त्रस्त असते. तिला त्रास करून घेण्याची सवय असल्याने आता काहीही करणं शक्य होत नाही. असं होऊ नये यासाठी पुस्तक पूर्ण वाचणे आवश्यक आहे. चुकीची वा विपर्यस्त कल्पना मनात घट्ट रुजू देऊ नये. जेव्हा आपल्याला आपल्या आत्मस्वरूपाचे ज्ञान होईल, तेव्हा हे लक्षात येईल, की पुढे सूक्ष्म शरीरदेखील नष्ट होईल. म्हणजे शर्ट आणि बनियनही गळून पडेल, तेव्हा शरीराचा खरा मृत्यू होतो आणि त्या शरीराशी संबंधित भूमिकेची सांगता होते. नव्या आविष्काराची निवड त्यावेळी करावी लागते.

जी व्यक्ती शरीरहत्या करते, ती पृथ्वीवरचे आपले धडे पूर्ण आत्मसात करण्याआधीच थांबते. त्या शरीराच्या ज्या सवयी आहेत, त्या परलोकांतही तशाच कायम राहतात. सूक्ष्म शरीरात मनाच्या त्याच सवयी कायम राहतात, कारण सूक्ष्म शरीरात मनोमय शरीर कार्य करीत असते. त्या व्यक्तीचे मनोमय शरीर पूर्ववतच असते, जुन्याच पूर्वग्रहांना कवटाळून धरणारे असते. ती व्यक्ती तेथेही तीच चूक करू पाहते, शरीरहत्या करू पाहते; परंतु शरीरहत्या होऊ शकत नाही; कारण तेथे अन्नमयी शरीरच अस्तित्वात नसते. म्हणून त्यावेळी ती अतिशय त्रस्त असते. समस्यांपासून पळणारा त्या ठिकाणीही पळ काढू पाहतो. त्याला कुठल्याही समस्येपासून पळ काढायचीच सवय झालेली असते.

एक भिकारी भीक मागत होता, "गरिबाला मदत करा, लाचाराला मदत करा."

त्यावर एक गृहस्थ म्हणाला, "अरे, तुझे हात-पाय धड आहेत. डोळे, कान, नाक सहीसलामत आहेत. तू लाचार कसा?"

तो भिकारी म्हणाला, "भीक मागण्याच्या सवयीने मी लाचार आहे. भीक मागण्याची मला सवयच झाली आहे. म्हणून मी लाचार आहे."

जी व्यक्ती आत्महत्या करते, तीदेखील आपल्या सवयीची गुलाम असते, असहाय असते. जर कुठे नरक असला तर तो अशा लोकांसाठीच असतो; म्हणून आपण सगळे धडे आत्मसात करायला हवेत. जीवन भरभरून जगलं पाहिजे. जो माणूस शरीरहत्या करतो, म्हणजे जो विद्यार्थी शाळा मध्येच सोडतो, त्याला सर्वांत जास्त त्रास होतो;

कारण त्याला या जगातील सगळ्याच गोष्टी गोंधळात टाकणाऱ्या वाटतात. त्याच्या काहीही लक्षात येत नाही.

जे लोक आत्महत्या करतात, त्यांच्या शरीराच्या वृत्ती म्हणजेच सवयी मृत्यूनंतरही आधीप्रमाणेच कायम राहतात. पहिली दोन शरीरं तर नष्ट झाली, पण तरीही मनोमय शरीर जुन्या सवयीच जपत असतं. कुठलीही समस्या आली, की पळ काढायचा एवढंच त्याला ठाऊक असतं. परलोकांत नेमकं काय चाललं आहे, हेच त्याला समजत नाही. त्यामुळे तो जास्तच त्रस्त असतो. त्याचा सर्वांत जास्त गोंधळ उडतो. मन जेव्हा अस्वस्थ असतं, निराश असतं, त्रस्त असतं, तेव्हा खरं तर ते नरकातच असतं. नरकाची कल्पना लोकांनी त्यावरून केली आहे. मन जेव्हा त्रासलेलं असतं, तेव्हा लोक म्हणतात, "हा फार त्रास देत आहे. फार गडबड करतो आहे. त्याच्या डोक्यात गोळी मारा." लोक कंटाळून असं बोलतात; कारण अशी व्यक्ती नरकसदृश जीवन जगत असल्याने ती फार गोंधळलेली असते. त्या गोंधळातून सुटण्यासाठी त्यापासून दूर पळू पाहते, पण आता तिला पळताही येत नाही. नरकाची कल्पनाही खूप चमत्कारिक आहे. तेथे आगीत शरीर जळत असते; पण शरीर मरत नाही. शरीर मरू शकत नाही, कारण ते सूक्ष्म शरीर असतं.

सूक्ष्म शरीर तोपर्यंत हाल-अपेष्टांतून बाहेर येत नाही, जोपर्यंत त्यात उन्नत होण्याची प्रेरणा जागृत होत नाही आणि निराशा झटकून विकास साधण्याची इच्छा प्रबळ होत नाही. अशी इच्छा जागृत होताच त्या सूक्ष्म शरीरापर्यंत मार्गदर्शन पोहोचतं. मग पुढे त्याला पृथ्वीवरील अर्धवट राहिलेले धडे शिकावेच लागतात. सर्व मान्यतांतून मुक्त होताच सूक्ष्म देह विकासपथावर वाटचाल करू शकतो. तिथे आज नाही तर उद्या प्रत्येकाला हा निर्णय घ्यावाच लागतो.

सूक्ष्म जगाच्या तुलनेत पृथ्वीवर आपले धडे गिरवणं आणि मान्यतांतून मुक्त होणं खूप सरळ आहे. येथे आपल्यासमोर दररोज अशा कित्येक संधी येत असतात. प्रत्येक मनुष्य, घटना आपल्याला काहीतरी शिकवण्यासाठी येत असते. ही व्यवस्था पृथ्वीवरच निर्माण केली आहे, जेणेकरून लवकरात लवकर हे धडे शिकून आपल्याला सूक्ष्म जगात उच्चतम निर्माण करता यावं. म्हणून तर पृथ्वीला पाठशाळा म्हणतात. कोणतंही ज्ञान प्राप्त होताच त्या ज्ञानाप्रति मनुष्याचा प्रतिसाद कसा असायला हवा, हे एका उदाहरणाद्वारे समजून घेऊ या.

एक संन्यासी होता. तो जंगलात गेला. तेथे त्याला एक कोल्हा दिसला. त्याचा एक पाय तुटलेला होता. त्यामुळे त्याला नीट चालता येत नव्हतं. ते बघून संन्याशाला

वाईट वाटलं. हा कोल्हा शिकार कशी करणार? खाद्य कुठून आणणार? जिवंत कसा राहणार? असा विचार त्याच्या मनात आला. तेवढ्यात तेथे एक सिंह आला. तो नुकतीच शिकार करून आला होता. त्याने शिकार करून मारलेल्या प्राण्यावर भरपूर ताव मारला. पोट भरल्यावर त्याने उरलेले मांस कोल्ह्याला दिले. ते बघून संन्याशाला बरं वाटलं. ''परमेश्वराची कमाल आहे. त्याने निर्माण केलेली ही सृष्टी मोठी अजब आहे. कोल्ह्यालाही त्याने खाद्य पोहोचवले आणि मी निष्कारणच चिंता करत बसलो. मीही आता झाडाखाली जाऊन बसतो. ईश्वर मलाही काहीतरी खायला पाठवीलच,'' आणि तो मोठ्या उत्सुकतेने एका झाडाखाली जाऊन बसला. इकडून-तिकडून कुठून तरी खाद्यपदार्थ येणार म्हणून चौफेर नजर टाकत दिवसभर बसून राहिला, पण त्याच्यासाठी कोणीही जेवण घेऊन आलं नाही. दोन दिवस झाले. तिसऱ्या दिवशी त्याची अवस्था फारच बिघडली. तो ईश्वराला म्हणाला, ''अरे, मी तुझ्यावर इतका विश्वास ठेवला; तू मला जेवण देशील असे वाटले. पण मला कोणीच खायला आणून दिलं नाही. तू त्या कोल्ह्याला खाणे पोहोचवलेस, पण मला मात्र काहीच पाठवलं नाहीस.'' तेव्हा आकाशवाणी झाली, ''अरे, नक्कलच करायची असेल तर त्या सिंहाची कर. कोल्ह्याची करू नकोस. नक्कल करताना अक्कल वापर.''

या उदाहरणावरून काय बोध घ्यायचा हे आपण ठरवू शकता. लवकरात लवकर हे जीवन संपुष्टात आणायचे असा याचा अर्थ अजिबात नाही. या जीवनात जेवढं ज्ञान, जेवढी समज प्राप्त करून घ्याल, तेवढाच अधिकाधिक आनंद 'त्या' जीवनात आपणांस मिळू शकेल. हा अन्नमय देह (कोट) असताना जर आपण स्वतःला समजून घेऊ शकलो नाही, तर सूक्ष्म शरीरावस्थेत स्वतःला कसं जाणणार? मानवाचे लक्ष्य आहे 'स्व'ला जाणून घेणे, आत्मज्ञान मिळवणे. आपल्याला जर प्रशस्त सरळ रस्त्यावर चालता येत नसेल, तर दोरीवरून कसे चालू शकणार? हा मानवी देह आपल्याला काही विशिष्ट उद्देशाने दिला गेला आहे. हा देह असताना आपण आपले धैर्य आणि संयम सोडू नका. हेच धैर्य आपल्याला पुढच्या कार्यात उपयुक्त ठरणार आहे. हा देह जिवंत असतानाच आपण सर्व धडे गिरवा. ते धडे आत्मसात न करता पळ काढण्याचा (शरीरहत्या करण्याचा) विचारही मनात आणू नका. प्रत्येक शरीर आपले धडे गिरवत असते. शिवाय, प्रत्येकाला अभ्यासावे लागणारे धडे वेगवेगळे असतात.

कोणी पहिल्या इयत्तेत आहे, कोणी दुसऱ्या, तर कोणी तिसऱ्या इयत्तेत आहे. प्रत्येकाचे धडे वेगळे असतात. दुसऱ्यांच्या जीवनावरून प्रेरणा जरूर घ्या. पण त्याच्याशी आपली तुलना करत बसू नका. स्वतःचे धडे आत्मसात करा. त्यापासून पळू नका,

टाळाटाळ करू नका. एका शिक्षकाने एका मुलाला विचारले, ''गृहपाठ करताना तुला तुझी बहीण मदत करते का?'' त्या मुलाने उत्तर दिलं, ''मदत करते तर! ती माझा सगळा गृहपाठ करून देते.'' आता हा मुलगा काय शिकणार हे आपणच सांगा. ज्याचा सगळा गृहपाठ अन्य कोणी करून देते, तो मुलगा काहीही शिकू शकणार नाही. प्रत्येक माणसाने आपला अभ्यास, आपला गृहपाठ स्वतःच करायला हवा. आपले धडे स्वतःच गिरवायला हवेत.

अशा प्रकारे आपण पाठशाळेचं उदाहरण सखोलतेने समजून घेण्याचा प्रयत्न केला. शाळेत जे विद्यार्थी उत्तीर्ण झाले, त्यांचे भावी जीवन सहजसुलभ बनले. त्यांना सर्व नियम ठाऊक होते. म्हणूनच ते पृथ्वीवरील जीवनाच्या तुलनेत कित्येक पटींनी आनंद घेऊ शकले. त्यांना त्यांची पुढील भूमिका स्पष्ट झाली आणि ती ते आनंदास्तव निभावू शकले, ज्यामुळे त्यांच्या सर्व शक्यता विकसित होऊ शकल्या. जे विद्यार्थी अनुत्तीर्ण झाले, म्हणजेच ज्यांनी जीवनाच्या पाठशाळेत स्वतःचे धडे गिरवले नाहीत, त्यांना सूक्ष्म जगात स्वतःच्या मान्यतांतून बाहेर येण्यासाठी अधिक कष्ट पडले. ते जसजसे पुढील पाठ शिकत गेले, तसतसा त्यांचा विकास होत गेला. शेवटी ज्या विद्यार्थ्यांनी ड्रॉप घेतला होता, त्यांना सर्वाधिक कष्ट सहन करावे लागले आणि ते सर्वांच्या मागे राहिले.

एखाद्या व्यक्तीला तुम्ही म्हटलं, ''आज माझ्याबरोबर सत्संगाला चला.'' तर ती लगेच यायला तयार होते का? हा विचार त्या व्यक्तीला सहजपणे पटतो का? नाही. त्यासाठी तिची खूप मनधरणी करावी लागते. 'कशाला हवा आपल्याला सत्संग?' असे ती म्हणते. कनिष्ठ चेतनेच्या पातळीवर असणाऱ्या व्यक्तीला उच्चस्तरीय चेतनेसाठी तयार करणे फार अवघड असते; कारण ती व्यक्ती नरकात असली तरी स्वतःला स्वर्गात असल्यासारखंच समजते. जो माणूस नरकात म्हणजे चेतनेच्या अगदी खालच्या पातळीवर असतो, त्याला आपण नरकात आहोत, याची जाणीवच नसते. जो स्वर्गात म्हणजेच उच्च चेतनेच्या पातळीवर असतो, त्याला मात्र हा स्वर्ग आहे आणि समोरचा जीव नरकात आहे याची कल्पना असते. त्याला दोन्ही गोष्टी माहीत असतात.

समोरचा माणूस एखाद्याला 'तू नरकात आहेस' असे म्हणाला, तर तो नाराज होईल. तो म्हणेल, ''होय, येथे थोड्या अडचणी आहेत, थोडा त्रास आहे, पण याचा अर्थ मी नरकात आहे असा नाही. मी नरकाची चित्रे बघितली आहेत. त्या नरकात लोकांना उकळत्या तेलाच्या कढईत टाकतात, आगीत लोटतात.'' आपण नरकात

आहोत हे मान्य करायला कोणीही सहजासहजी तयार नसतो. जर तुम्ही त्याला म्हणालात, ''तू स्वतःला शरीर मानत आहेस, याचाच अर्थ तू घोर अज्ञानात आहेस. तुझ्या जीवनात अजूनही नरकच आहे. पुढेही नरकच राहणार. तेव्हा तू काय निर्माण करणार आहेस?'' तरी तो ते मान्य करणार नाही आणि तुम्हीही त्याला ते पटवून देऊ शकणार नाही.

पृथ्वीवर आपण आलोय ते चांगल्या मार्गाने आयुष्य व्यतीत करून जीवनाचे सार्थक करण्यासाठी! आत्मसाक्षात्कारी गुरूंची भेट होते, तेव्हा आपल्याला स्वीकार करण्याचं, अनुभवातून ज्ञान मिळवण्याचं प्रशिक्षण मिळतं. आपण शरीर नसून आपलं असली अस्तित्व काय आहे, याचं गुरूंकडून अनुभवजन्य ज्ञान मिळतं. गुरूंकडून साधनेचा मार्ग मिळतो. एखाद्या घटनेत अहंकारयुक्त प्रतिसाद देण्याची उबळ आली, तरी आपण तो प्रतिसाद देण्याचं टाळून गुरूंच्या आज्ञेचं पालन करतो. गुरूंनी सांगितल्याप्रमाणेच प्रतिसाद द्यायचा आहे. त्यातच सर्वांचे भले आहे, मंगल आहे. मनात जरी त्याबद्दलचा विरोध खदखदत असला, तरी गुरूंची आज्ञा प्रमाण मानूनच आपली कृती असायला हवी. गुरूंकडून मिळालेल्या आज्ञेचं पालन करून तुम्ही तोच प्रतिसाद देता, ज्यात सर्वांचं भलं आहे. या साधनेत परिपक्व झाल्यानंतर आपण केवळ मान्यतांतूनच नव्हे, तर मनाच्या चुकीच्या सवयींतूनही मुक्त होतो. मनाच्या शुद्धीसोबतच चेतनेचा सर्वोच्च स्तर प्राप्त करून पृथ्वीवर येण्याचं परम लक्ष्यही मिळवता, तसंच स्वानुभवातही स्थापित होता.

या गोष्टी लक्षात आल्या असतील, तर काही बाबतीत आपण आजच निर्णय घ्यायला हवा. या बाबींचे एक कोष्टक पुढे दिले आहे. 'मी करू नयेत अशा गोष्टी' (No No's In My Life) हे त्या कोष्टकाचे शीर्षक आहे.

प्रथम आपण हे कोष्टक नीट वाचा. यात पहिलाच विषय आहे आत्महत्या. त्याच्या पुढे शरीरहत्या असंही लिहिलं आहे. कारण आत्महत्या कधी होतच नाही. ती संभवतच नाही. वास्तव जाणल्यानंतर शरीरहत्येसाठी 'कधीच नाही' या रकान्यात घाला. आत्महत्या हा फार मोठा भ्रम आहे, फसवणूक आहे. शरीराची हत्या होऊ शकते, आत्म्याची हत्या, आत्महत्या होऊ शकत नाही. म्हणून सुरुवातीलाच या कोष्टकात तशी खूण केलेली आहे. कोणता निर्णय आधीच झालेला आहे, कोणते निर्णय आपल्याला घ्यायचे आहेत, कोणत्या गोष्टी आयुष्यात कधीच करायच्या नाहीत आणि कोणत्या गोष्टी विशिष्ट परिस्थितीत करण्याची तयारी ठेवायची हे स्वतःच ठरवायचं आहे. उदाहरणार्थ, भरधाव गाडी चालवणे. काही लोकांना खूप वेगाने वाहन चालवायला आवडतं. त्या हौसेपोटी इतर लोकांना त्रास देण्याचा हक्क आपल्याला नाही, हे त्यांना समजायला हवं. अपघात

करून आपण आपल्या शरीराला तर इजा पोहोचवताच, परंतु अन्य कोणाच्या देहालाही त्या अपघातात जायबंदी करून टाकता. ही गोष्ट अगदी चुकीची आहे.

आपण भरधाव गाडी चालवणार नाही; मात्र अपवादात्मक परिस्थितीत तशी गरज असलीच तर भरधाव गाडी चालवू, असे ठरवून 'नाही'च्या स्तंभात (Ö) खूण करा.

अशा प्रकारे या कोष्टकात बऱ्याच बाबींविषयी आपण 'नाही' किंवा 'कधीच नाही' असा निश्चय प्रकट करू शकाल.

या कोष्टकामुळे आपल्या आयुष्यात जेव्हा-जेव्हा निर्णय घेण्याची वेळ येईल, तेव्हा-तेव्हा तुम्ही झटपट निर्णय घेऊ शकाल. आपल्याला कोणाचा सल्ला घेण्याची गरज पडणार नाही, कोणाची वाट बघावी लागणार नाही.

या कोष्टकात नोंदी करून काही सूत्रे नक्की करा. यात नकारात्मक विचार, दुसऱ्यांवर टीका करणे, मादक द्रव्यांचे सेवन, धूम्रपान या बाबी क्रमांक ३ ते ५वर आढळतील. या सर्व गोष्टी आपल्या चेतनेचा स्तर, तरंग खाली आणतात. जेवढे तरंग कमी, तेवढ्या जास्त अडचणी आपल्याला जीवनोत्तर जीवनात (Life after Life) भेडसावतील. सद्गुणी लोक या पूर्वग्रहांतून, चुकीच्या मान्यतांतून लवकर मुक्त होतात. हट्टी, तामसी, कठोर व्यक्तींच्या चेतनेचा स्तर खालच्या पातळीवर असतो. त्यांनी आपल्या चेतनेची पातळी वाढवायला हवी. आपल्या आहारात मांस टाळणे इष्ट ठरेल. मांसाहार हा तमोगुण वाढवतो; संवेदनक्षमता क्षीण करतो. सत्वगुणी मनुष्य मान्यतांतून त्वरित मुक्त होतो. अशा प्रकारे मनन करून आपल्याला स्वतःसाठी अनेक गोष्टी सारणीत टाकायच्या आहेत. याचा लाभ म्हणजे जीवनात निर्णय घेताना कधीही आपली चलबिचल आणि विलंब तर होणार नाहीच, शिवाय कोणाच्या सल्ल्याची गरजही भासणार नाही.

काही महत्त्वपूर्ण संकेत

१) याच जीवनात, याच जन्मात सगळे धडे आत्मसात करा. आयुष्यातील संकटांपासून पळ काढू नका. आपल्या धड्यांचा आपणच अभ्यास करा. मुलाचा गृहपाठ त्यालाच करू द्या. तो इतर कोणाला करू देऊ नका.

२) इतरांना त्यांच्या अभ्यासात मदत करा.

३) आपला कोणी नातलग मृत्यू पावला, तर त्याच्यासाठी रडत बसू नका. त्यासाठी जास्तीतजास्त प्रार्थना करा, कारण त्याच्या सूक्ष्म देहाला दगड किंवा छडीने नाही, तर शब्दांनी जास्त हानी होऊ शकते. म्हणून कोणाच्याही मृत्यूनंतर त्याची निंदानालस्ती करू नका. त्याच्यासाठी फक्त प्रार्थना करा.

४) सूक्ष्म शरीरावस्थेत फक्त शरीरहत्या करणाऱ्या जीवांनाच त्रास होत असतो. पृथ्वीवर आपले धडे पूर्ण आत्मसात करा. अर्धवट अभ्यासाने भावी प्रवासात बराच त्रास होण्याची शक्यता आहे.

५) आपल्या शरीरप्रकृतीचे जे गुणधर्म आहेत, ते सूक्ष्म शरीरातही तसेच राहतात; त्यासाठी आपल्या चुकीच्या सवयी आणि प्रवृत्ती यांमधून वेळीच बाहेर या.

ज्या गोष्टी मला करायच्या नाहीत (NO NO'S IN MY LIFE)

	मनन करण्यासारखे विषय	नाही (No)	कधीच नाही (Never)
१	आत्महत्या (शरीरहत्या – Suicide)		Ö
२	नकारात्मक विचार (Negative Thinking)		
३	दुसऱ्यांवर टीका करणे (Criticizing)		
४	मादक द्रव्यांचे सेवन (Drugs)		
५	धूम्रपान (Smoking)		
६	भरधाव वेगाने वाहन चालवणे (Speed Driving)	Ö	
७	मांसाहार		
८	मद्यपान		
९	शिळ्या पदार्थांचे सेवन		
१०	संताप – क्रोध		
११	एखाद्याच्या पाठीमागे त्याची निंदा करणे		
१२	मोठ्या माणसांच्या आज्ञेचा अनादर करणे		
१३	खोटे बोलणे, अर्धसत्य बोलणे, लपवाछपवी करणे, काही गोष्टी अतिरंजित करून सांगणे		
१४	वाईट संगत – व्यसनी मित्र		
१५	सकाळी उशिरा उठणे, रात्री उशिरा झोपणे		
१६	दुसऱ्यांकडून उसनवार पैसे मागणे		
१७	वायफळ खर्च करणे		
१८	वायफळ गप्पा मारण्यात वेळ दवडणे		
१९	आपल्या वस्तू जागच्या जागी न ठेवणे		
२०	अन्य		

खंड ३

मृत्यूविषयी कर्मकांड आणि मान्यता

अध्याय १३
मृत्यूनंतरचे कर्मकांड
शोकसभा, प्रार्थना, श्राद्ध

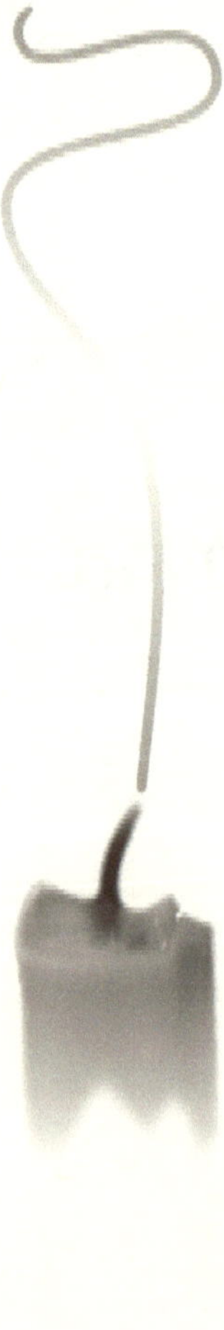

ज्या व्यक्तीचा नकली मृत्यू झाला आहे, अशा व्यक्तीच्या बाबतीत मृत्यूनंतर काय होतं, हे आपण समजून घेतलं. त्याच्या कुटुंबातील लोकांवर त्याचा काय परिणाम होतो, हे आता बघायचं आहे.

त्याच्या परिवारातील लोक तीन प्रकारची कामं करतात.

१. सर्वांत पहिली गोष्ट म्हणजे मृत व्यक्तीच्या शरीराचे दहन किंवा दफन.

२. प्रार्थना आणि शोकसभा.

३. त्याच्यासाठी पूजापाठ, कर्मकांड, तिसऱ्या दिवशीचे विधी, बारावा-तेराव्याचे कर्मकांड.

हे विधी करण्यामागे काही परंपरा आहे.

१) आजूबाजूच्या लोकांच्या स्वास्थ्यासाठी

या कर्मकांडाद्वारे स्वास्थ्याची, आरोग्याची दक्षता घेण्यात येते. ज्या खोलीत मृतदेह ठेवण्यात येतो, ती शुद्ध, स्वच्छ करणे. अशा कामांद्वारे मृतदेहाच्या व्याधींची बाधा इतरांना होऊ नये, त्याच्या शरीरातील विषाणूंचा फैलाव होऊ नये, त्यांच्यापासून संरक्षण व्हावे, याबाबत सावधगिरी बाळगली जाते.

२) मृत व्यक्तीला पुढील प्रवासात साहाय्य करण्यासाठी

मरण पावलेल्या व्यक्तीच्या सूक्ष्म देहाने लवकरात लवकर आपला प्रवास सुरू करावा यासाठी काही कर्मकांड करण्यात येते. तो सूक्ष्म देह पुढे जात राहावा, जो भौतिक देह मृत झाला आहे, त्या शरीराशी त्याची आसक्ती राहू नये, यासाठी मृत देहाला अग्नी दिला जातो किंवा दफन केले जाते. हा विधी अत्यंत आवश्यक आहे. त्या सूक्ष्म शरीराला जेव्हा जाणवतं, की आपलं भौतिक शरीर नष्ट झालं आहे, तेव्हाच त्याचा पुढचा प्रवास सुरू होतो. 'मी मरत आहे' अशी भौतिक शरीराला जाणीव होत असली तरी आपण मेलेलो नाही असं सूक्ष्म शरीराला जाणवतं. त्यामुळे त्याला सर्वांत जास्त आश्चर्य वाटतं. म्हणून ते शरीर काहीसे द्विधा मनःस्थितीत असतं. जास्त पूर्वग्रह, मान्यता असणाऱ्या व्यक्तीचा या नव्या जीवनात जास्त गोंधळ उडतो. आपण बघत आहोत तो भ्रम आहे, की स्वप्न आहे, आपण मृत आहोत, की अजून जिवंत आहोत, हेच तिला समजत नाही. काही ज्ञानी व्यक्तींना हे सगळं हास्यास्पदही वाटत असणार!

आपण एखादा चित्रपट बघतो. त्यात कोणाचा तरी खून झालेला असतो. खुनी व्यक्तीचा तपास चालू असतो. त्या तपासाच्या शेवटी ज्याच्या खुनाची चौकशी चालली आहे ती व्यक्ती जिवंत आहे, तिचा खून झालेलाच नाही असं लक्षात येतं. जिच्या हत्येची चौकशी करण्यात आली ती प्रत्यक्षात जिवंत आहे, असं चित्रपटात दाखवलेलं असतं. त्यामुळे आरंभी रहस्यमय वाटणारा चित्रपट शेवटी हास्यास्पद ठरतो. त्याचप्रकारे एखाद्या सूक्ष्म शरीराबाबत ही घटना हास्यपूर्ण ठरू शकते. भौतिक शरीराचे आवरण दूर झाले असले, तरी सूक्ष्म शरीर जिवंतच असते. जिवंत व्यक्तीप्रमाणेच ते सर्वकाही समजून-उमजून घेत असते. कर्मकांड करायचे असेल, तर ते सूक्ष्म शरीराचा प्रवास त्वरित सुरू व्हावा यासाठी; कारण हा पुढचा प्रवास खूप महत्त्वपूर्ण असतो.

ज्या लोकांनी या कर्मकांडाच्या प्रथा रूढ केल्या, त्यांच्या मनात त्या बनवण्यामागे मोठे उद्दिष्ट होते. मरण पावलेल्या जीवाला पुढच्या प्रवासात उपयुक्त ठरू शकेल, अशी

कोणती गोष्ट आपण करू शकतो? अशा जीवांसाठी केवळ एकच गोष्ट आपण करू शकतो आणि ती म्हणजे आपली विचारशक्ती, म्हणजे प्रार्थना. ही प्रार्थना त्या जीवांना निश्चितच मदत करू शकते. या पृथ्वीवर स्थूल किंवा सूक्ष्म शरीराबाबत मदत करू शकणारी प्रार्थना हीच एकमेव गोष्ट आहे. आपण प्रार्थना करायला विसरू नये, म्हणून या प्रथा सुरू केल्या गेल्या. अमुक-अमुक दिवशी त्या जीवासाठी प्रार्थना करा. कर्मकांड नसेल, तर लोक प्रार्थना करतीलच असे नाही. पण आपले मन चंचल असते. सतत इकडे-तिकडे धावत असल्याने त्याला थोपवण्यासाठी काही कर्मकांड करण्यास सांगितले जाते. अमुक-अमुक विधी करा... त्यासाठी अमुक-अमुक पूजासामग्रीचा वापर करा... ज्यायोगे योग्य मनःस्थिती, योग्य वातावरण निर्माण व्हावं... मग प्रार्थना करा... प्रार्थनेसाठी योग्य मानसिक भावस्थिती हवी. ती भावस्थिती निर्माण व्हावी, म्हणून प्रार्थनेला कर्मकांडाची जोड देण्यात आली. ज्यांनी या प्रथा सुरू केल्या, त्यांच्या मनात असाच काहीतरी विचार असणार.

एखाद्या वर्गाला शिक्षक शिकवत असतात, तेव्हा वर्गातल्या 'ढ' मुलालाही समजावे, अशा प्रकारे शिकवण्यासाठी काही ठोकताळे ते मनाशी योजतात. एक विशिष्ट शिकवण्याची पद्धत विकसित करतात. या पद्धतीमुळे त्या 'ढ' मुलाची एकाग्रता वाढली, तर इतर मुलांचीही एकाग्रता वाढू शकते. त्याचप्रमाणे असे लोक समोर आहेत, हे लक्षात ठेवून, त्यांची चेतना आणि एकाग्रता कमी आहे, हे जाणून घेऊन काही कर्मकांड, विधी दिले जातात.

३) लोकांना अपराधबोध आणि भय यांपासून मुक्त करण्यासाठी

मृत्यूनंतर केले जाणारे सर्व कर्मकांड मृत व्यक्तीसाठी नसून, त्यांच्या नातेवाईकांसाठी असतात; जेणेकरून ते अपराधबोध आणि भयापासून मुक्त व्हावेत. हेच कर्मकांडामागील तिसरे कारण आहे. आपल्या मनात असणारी भीतीची भावना नष्ट करण्यासाठी काही कर्मकांड बनवले गेले आहेत. जी व्यक्ती मरण पावली आहे, ती अकस्मात पुढे येऊ नये, तिच्या इच्छा अतृप्त असतील, तर ती भूत होऊन आपल्याला छळत राहू नये, यांसारख्या भीतीनेही लोक निरनिराळे कर्मकांड करतात. त्या भयातून मुक्तता मिळावी हा कर्मकांड करण्यामागील हेतू असतो. मृत व्यक्तीला शांती लाभावी, म्हणून जे कर्मकांड केले जाते, त्यातील काही विधी आपल्यासाठीही असतात.

मृत व्यक्तीबरोबर वाईट वर्तन केल्याच्या अपराधभावनेची टोचणी आणि त्याची भीती काहीजणांना वाटत असते. त्यामुळे नाराज वा संतप्त अशा त्या व्यक्तीने सूडबुद्धीने

प्रेरित होऊन आपल्याला त्रास देऊ नये, म्हणून काही विधी करून आपल्या मनाला आश्वस्त करण्याची गरज बऱ्याचजणांना वाटते. त्या व्यक्तीला आवडणारे पदार्थ गायींना व ब्राह्मण-पुरोहितांना खाऊ घालणे, अशा प्रकारचे काही विधी आपल्या मनातील भीती आणि अपराध भावना दूर व्हावी म्हणून केले जातात. थोडक्यात, आपण नकारात्मक गोष्टींसाठी ग्रहणशील न राहता आपले विचार सकारात्मक व्हावेत, यासाठी ही सर्व कर्मकांडं बनवण्यात आली; परंतु आज ती करण्याची खरोखर आवश्यकता आहे का, हे आपण जाणून घेऊ या.

श्राद्ध करावे, की करू नये?

विभिन्न संप्रदायांमध्ये कोणत्याही व्यक्तीच्या मृत्यूनंतर श्राद्धासारखे विविध कर्मकांड केले जातात. आपण श्राद्ध किंवा कर्मकांड ज्या भावनेने करतो, त्या भावनेला सर्वांत जास्त महत्त्व आहे. अनेक लोकांना खायला-प्यायला मिळेल, अनेकांचे पोट भरेल म्हणून श्राद्ध करायचं असेल, तर ते जरूर करा. मृत व्यक्तीला पुण्यकर्माद्वारे श्रद्धांजली अर्पण करायची असेल, तर श्राद्ध अवश्य करा; पण मृत व्यक्तीचे पोट भरण्यासाठी, तिला तृप्त करण्यासाठी श्राद्ध करायची काही गरज नाही; कारण जी व्यक्ती मरण पावली आहे, तिला पोट आणि पैसा दोन्हींपासून मुक्ती मिळालेली असते. त्या व्यक्तीला पोट भरण्यासाठी खाद्यपदार्थांची आहुती देण्याची काहीच आवश्यकता नाही.

म्हणूनच कुठलेही कर्मकांड करताना त्यामागे आपली भावना काय आहे, असा प्रश्न स्वतःला विचारा. आपण एखादी गोष्ट करतो, तेव्हा ती करण्यामागे आपली भावना काय आहे, असे सहसा स्वतःला कोणी विचारत नाही. एखाद्याला खाऊ-पिऊ घालायचं असेल, तर त्यासाठी कोणाच्या मृत्यूची वाट बघायचे कारण नाही. केव्हाही ते काम करा.

आपण श्राद्धविधीद्वारे त्या व्यक्तीला तिच्या आवडत्या वस्तू पोहोचवतोय, असं अज्ञानामुळे लोकांना वाटतं. आपण मेल्यावर आपल्या मुलाबाळांनी असे विधी केले नाहीत, तर परलोकांत आपल्यालाही त्रास होत राहील, अशी एक सूक्ष्म भीतीही लोकांच्या मनात असते. म्हणून ते आपल्या मुलाबाळांकडून असे विधी करवून घेतात. मुलांनी विसरू नये, कर्मकांड करण्याची त्यांची सवय सुटू नये, म्हणून वेळोवेळी ते अशा प्रकारचे विधी करायला सांगतात. कर्मकांड करण्याची त्यांची सवय जर सुटली, तर आपलं काय होईल, अशीही भीती त्यांच्या मनात असते, परंतु अशी भीती बाळगण्याचे काहीच कारण नाही.

आपल्याला जर ज्ञानप्राप्ती, समजप्राप्ती झाली असेल, तर अशी भीती बाळगण्याची मुळीच गरज नाही. आपण हे कर्मकांड कुठल्या भावनेने करीत आहोत, एवढाच प्रश्न स्वतःला विचारा. त्यात जर प्रार्थना आणि प्रेमाचा भाव असेल, तर कर्मकांड अवश्य करा. त्या मृत जीवासाठी आपल्यावतीने प्रार्थना करायची असेल तर जरूर करा. मग त्यासाठी श्राद्धापर्यंत वाट बघण्याची काहीच गरज नाही. प्रार्थना तर कधीही करता येते. पंडित-पुरोहितांच्या पोटावर पाय द्यायचा नसेल, तर त्यांनाही अधूनमधून शिधा देत राहा, दक्षिणा देत राहा.

प्रार्थना करावी, की करू नये?

ज्याच्यासाठी आपण प्रार्थना करत आहोत, त्याला त्या प्रार्थनेची खरोखर गरज आहे का, असाही प्रश्न स्वतःला विचारा. त्या व्यक्तीने खूप वाईट कृत्ये केली असतील, तर तिच्यासाठी प्रार्थना करायलाच हवी. त्या व्यक्तीने आयुष्यभर इतरांना छळले आणि तो स्वतःही त्रस्त झाला असेल, तर तिला प्रार्थनेची गरज आहेच; परंतु जर ती व्यक्ती शांत, स्वस्थ, आनंदी आणि सरळ स्वभावाची असेल, तर तिला प्रार्थनेची गरज नाही. काही जीव असेही असतात, जे परलोकांतून येथील लोकांसाठी प्रार्थना करीत असतात.

प्रार्थनेच्या शक्तीबद्दल विज्ञानाला आणि लोकांनाही अजून फारसं ज्ञान नाही. विश्वातील सर्व लोकांनी मिळून एकाच जागी, एकाच वेळी, एकमेकांबरोबर दोन मिनिटे प्रार्थना केली, तर विश्वयुद्धही रोखता येईल. ही दोन मिनिटांची प्रार्थनाही महान काम करू शकते. आपल्याला कल्पनाही करता येणार नाही, इतकी प्रचंड शक्ती प्रार्थनेत आहे. प्रार्थना विश्वाच्या समस्त समस्यांचे निराकरण करू शकते, म्हणूनच ज्या व्यक्तीला मृत समजले जाते, तिच्यासाठी सर्वांनी मिळून प्रार्थना करणे योग्य ठरते.

अनेक लोक एकत्र येऊन एकाच वेळी प्रार्थना करतात, तेव्हा त्या प्रार्थनेत प्रचंड ताकद असते. सर्वांचे एकाग्रित विचार आणि भाव त्या मृत व्यक्तीचे अज्ञान, अहंकार, द्वेष, मत्सरभाव आणि गुंते दूर करण्यास समर्थ ठरतात.

सामुदायिक प्रार्थनेतही विलक्षण शक्ती असते. सामूहिक बळ, सामूहिक शक्ती, सामूहिक संबंध आणि सामूहिक भाव यांच्या प्रबळ लहरी वाढत जातात आणि विकसित होतात. त्या सर्व वायुमंडलात शुभ भाव ओतप्रोत भरून टाकतात. अशा वातावरणात भेदभाव, वासना, नास्तिकता अशा भावना मुळापासून उखडल्या जाऊन नष्ट होतात. त्यांची जागा बंधुभाव, प्रेमभाव, एकात्मता, तेजआस्तिकता या भावना घेतात. मृत व्यक्तीला श्रद्धांजली वाहण्यासाठी शोकसभा घेण्याची प्रथा बहुतेक सर्व धर्मांमध्ये आहे.

इतरांसमवेत प्रार्थना करणे आणि इतरांसाठी प्रार्थना करणे शुभ असून, तिच्यामुळे मन शुद्ध होते.

यासाठी आपल्या पूर्वग्रहामधून लवकर बाहेर पडा. पूर्वग्रहमुक्त झाल्यावर परिवारातील कोणा व्यक्तीच्या आग्रहामुळे काही कर्मकांड करणे क्रमप्राप्त ठरले, तर ते जरूर करा; परंतु त्यावेळी श्राद्धासारखे कर्मकांड आपण का करीत आहोत, याबद्दल आपल्या मनात स्पष्ट भावना ठेवा. परिवारातील कोणाही सदस्याचे असे काही बंधन आपल्यावर नसेल, तर अशा गोष्टींबाबत कोणतीही भीती बाळगण्याचे कारण नाही.

खबरदारी म्हणून, सुरक्षिततेच्या भावनेतून कर्मकांड केलं जातं; तेव्हा ते करणं ठीक असतं; परंतु त्यानंतर इतक्या दिवसांनी अमुक-अमुक पूजापाठ करा... अकरा महिन्यांनी अमुक विधी करा... अमुक तीर्थक्षेत्री जाऊन अमुक श्राद्ध करा... वगैरे जे सांगण्यात येते ते योग्य नाही. पंडित-पुरोहित अशा प्रकारे कर्मकांडाचे महत्त्व वाढवत राहतात. पुरोहित मृताच्या नातलगांना विचारतात- पाचशे रुपयांची पूजा करायची की पाच हजारांची? जर पाच हजारांची पूजा केली, तर मृत व्यक्तीला मुक्ती लवकर मिळेल. पाचशे रुपयांच्या पूजेनेही मुक्ती मिळेल, पण त्यासाठी काही काळ वाट पाहावी लागेल. ज्यांनी कर्मकांडाची योजना केली, त्यांनी विचारपूर्वक तपशील ठरवले, परंतु त्यानंतर त्यामागचा विचार विस्मरणात गेला; आणि उरले ते केवळ कर्मकांड! सध्याच्या परिस्थितीत कर्मकांड करताना भावनेपेक्षा अंधश्रद्धाच बलवत्तर ठरते. कर्मकांड करताना पुरोहितांचे लक्ष प्रार्थनेवरही नसते आणि ज्या मृतासाठी कर्मकांड केले जात आहे, त्या व्यक्तीसंबंधीच्या विचारांवरही नसते. मोबाइलची रिंग अजून का वाजत नाही, याकडेच त्याचं लक्ष असतं. पूजाविधी करताना आजकाल त्यांचा मोबाइल सारखा वाजत असतो. पुरोहिताच्या डोक्यात आता पुढच्या पूजेसाठी अमुक ठिकाणी जायचं आहे... इथे फारच वेळ गेला... तेथे पोहोचायला उशीर होणार... यांसारखे विचार घोळत असतात. पूजाविधी आणि प्रार्थना करताना पुरोहित आणि यजमान यांचे लक्ष पूजाविधीत नसेल, तर त्या पूजाविधीचा काय उपयोग?

शोकसभा केव्हा घ्यावी, केव्हा घेऊ नये?

एखाद्या व्यक्तीच्या निधनानंतर लोक एकत्र येतात; शोकसभा घेतात; पण त्यावेळी प्रत्येकाच्या मनात त्या मृत व्यक्तीऐवजी आपल्याच व्यवसायधंद्याचे विचार घोळत असतील, तर त्या शोकसभेचा काहीच उपयोग नाही. शोकसभा ठेवली आणि सर्व उपस्थितांनी मृत व्यक्तीसाठी मनापासून प्रार्थना केली, तरच तिचा फायदा होऊ शकतो.

संघटितरीत्या केलेल्या प्रार्थनेत मोठी ताकद असते. सर्व लोकांनी एकत्र येऊन प्रार्थना करावी, म्हणून शोकसभा घेण्यात येते. कर्मकांड करताना लोकांचे लक्ष प्रार्थनेवर केंद्रित झालेले असेल, तर त्या कर्मकांडाला काही अर्थ, अधिष्ठान आहे. जर तसे नसेल, केवळ कोणी बरे-वाईट बोलतील म्हणून, गर्दी होत असेल तर अशा भीतीपोटी केलेल्या प्रार्थनेला काहीही अर्थ नाही

काही महत्त्वपूर्ण संकेत

१) मृत्यूनंतर जे कर्मकांड केलं जातं, ते स्वास्थ्यरक्षण आणि सावधगिरी यासाठी असते.

२) आपण जाणीवपूर्वक कर्मकांड करीत असाल तर ठीक; केवळ अंधश्रद्धा म्हणून ते करत असाल, तर त्याला काही अर्थ नाही.

३) काही व्यक्ती केवळ भीतीपोटी कर्मकांड करतात. भीतीपोटी करण्यात आलेल्या कर्मकांडाने काहीही फायदा होत नाही.

४) आपण श्राद्ध वा कोणतेही कर्मकांड कोणत्या भावनेने करीत आहात, याला सर्वांत जास्त महत्त्व आहे. बऱ्याच लोकांचे पोट भरण्यासाठी श्राद्ध करायचे असेल, तर जरूर करावे. परंतु आपल्या मनात स्वार्थबुद्धी, भीती नसावी. प्रेमाची भावना असावी.

५) आपली प्रार्थना सूक्ष्म देहातील आपल्या नातलगाला साहाय्यक ठरू शकते. या पृथ्वीवर स्थूल शरीराबरोबर वा सूक्ष्म देहाबरोबर प्रार्थना हीच अशी गोष्ट आहे जी प्रत्येक ठिकाणी उपयुक्त ठरू शकते.

६) मृत जीवासाठी प्रार्थना करतेवेळी योग्य ती भावना मनात निर्माण व्हावी, म्हणून बहुतांशी कर्मकांडाची योजना करण्यात आली आहे. हे कर्मकांड निर्माण करणाऱ्यांनी विचारपूर्वक याच भावनेतून त्यांची निर्मिती केली आहे.

अध्याय १४
सूक्ष्म शरीर हानी पोहोचवते का
सर्वांत मोठे भूत : तुलनात्मक मन

सूक्ष्म शरीराचं जग आपल्याला अपरिचित असतं; त्यामुळे त्याची आपल्याला फार भीती वाटते. वास्तविक, त्याला घाबरण्याचं कारण नाही. या जगातही दुष्ट प्रवृत्तीचे लोक आपल्या अवतीभवती वावरत असतात; पण तरीही आपण त्यांच्यासोबत सहजपणे राहतो ना? अर्थात, त्यासाठी जागरूक राहावं लागतं. सावधगिरी बाळगावी लागते इतकंच! या जगात असो वा परलोकांत, अपराधी दोन्ही जगात असतातच. येथे अपराधी आहेत म्हणून आपण घाबरतो का? परंतु त्या जगातील दुष्ट शक्तींबद्दल ऐकलं, की आपल्यात भीतीची लहर दौडत जाते. खरं तर इहलोकाप्रमाणे परलोकांतही दुष्ट शक्ती असतात, पण त्यामुळे काही समस्या उद्भवण्याचे कारण नाही.

रात्रीच्या वेळी चोर आपल्या घरात प्रवेश करून चोरी करू शकतात, म्हणून आपण हवालदिल होतो का? रात्रभर जागे राहतो का? नाही. तरीही आपण रोज झोपतो. फक्त दारं व्यवस्थित बंद करण्याची काळजी घेतो. सुरक्षिततेची उपाय-योजना करून निश्चिंत राहतो. त्याचप्रमाणे सूक्ष्म शरीरातील दुष्ट आणि अपराधी जीवांपासून आपला बचाव व्हावा, यासाठी आपले विचार फक्त सकारात्मक ठेवण्याची गरज असते. आपण निर्भय असाल, आपले मन कमकुवत नसेल, तर असे जीव आपल्या आसपासही फिरकणार नाहीत. दोन्ही जगात असे जीव असतात. येथे आपण अपराध्यांबाबत रोज वृत्तपत्रात बातम्या वाचत असतो; पण त्या वाचून आपण घाबरतोच असे नाही. मात्र, परलोकातील भूत-प्रेताची गोष्ट ऐकताच आपण गर्भगळित होतो. वास्तविक, घाबरण्याची काही गरज नसते. आपले तुलनात्मक मन हेच सर्वांत मोठे भूत असते. आपले विचार सकारात्मक असतील, तर घाबरण्याचं काहीच कारण नाही. त्यानंतर हे तथाकथित भूत-प्रेत आपल्याजवळ येऊच शकत नाही.

भूताबद्दल आपण ज्या कल्पना करतो, तसे भूत नसते. चित्रपट, गोष्टी, किस्से ऐकून आपण काही कल्पना करतो. काही गोष्टी ऐकून, चित्रपट बघून आपण घाबरतो. चित्रपट निर्माते पैसा मिळवण्यासाठी अतिशयोक्ती करून अतिरंजित दृश्ये उभी करतात; पण त्या कल्पनेप्रमाणे भूत नसते. सर्वांत मोठे भूत तर आपल्याच अंतर्यामी असते. ते भूत म्हणजे आपले तुलनात्मक मन, तोलू मन. याच मनाने शांत व्हायला हवे. त्याला भक्ती प्राप्त व्हावी... त्याची भूतकाळापासून सुटका व्हावी... त्याची कलकल थांबावी... यंत्र चालू असते तेव्हा ते जसे कटकट आवाज करते, तसेच तुलनात्मक मन भूतकाळ (कल) आणि भविष्यकाळ (कल) यांत भरकटत असते. त्याला वर्तमानकाळात राहण्याचं प्रशिक्षण द्यावं लागतं.

भूत-प्रेत म्हणून आपण ज्यांना ओळखतो, त्या नकारात्मक शक्ती केवळ नकारात्मक गोष्टींबद्दल ग्रहणशील असणाऱ्या व्यक्तींकडेच आकृष्ट होतात. या व्यक्ती सदैव नकारात्मक विचार करीत असतात आणि नेहमी भयग्रस्त अवस्थेतच जगत असतात. घाबरलेली व्यक्ती स्वतःच संकुचित होत जाते आणि अन्य गोष्टींना जागा देते. निर्भय आणि आनंदी व्यक्ती खुलत जाते, विकसित होते. आपल्या अंतरंगात निरुपयोगी गोष्टींना ती थारा देत नाही.

प्रत्येक व्यक्तीभोवती एक तेजोवलय असते. यामध्ये वेगवेगळ्या प्रकारचे तरंग असतात. हे तरंग सकारात्मक किंवा नकारात्मक असतात. आपल्याला कोणत्या गोष्टींना

जवळ आणायचं आहे, कोणत्या गोष्टी दूर ठेवायच्या आहेत, हे या तरंगांद्वारे ठरवता येते. ज्यांची संकल्पशक्ती कमकुवत आहे, ज्यांचे विचार नकारात्मक आहेत, ज्यांना स्वतःचे स्वतंत्र विचार वा मत नाही, ज्यांच्यात चिंतन-मननाची क्षमता नाही, अशा मनोशरीर यंत्रणेला खोडकर विघ्नसंतोषी सूक्ष्म देह त्रास देऊ शकतात. ज्यांना स्वतःची अशी काही विचारधारा नसते, ते जीव कुणाच्याही मताप्रमाणे बदलत राहतात; धरसोड वृत्ती दाखवतात; कुठेच ठाम राहात नाहीत, अशा कमकुवत, दुर्बल जीवांना दुष्ट खोडकर सूक्ष्म जीव बेजार करू शकतात.

तेथे अशी काही दुष्ट खोडकर सूक्ष्म शरीरं असतात, ज्यांचा आपल्याला काहीच त्रास संभवत नाही. परलोकांतही वेगवेगळ्या जाणिवा, पातळ्या असणारे वेगवेगळे गट असणार. येथे पृथ्वीवर एकाच कुटुंबात, एकाच घरात वेगवेगळ्या चेतनास्तराचे लोक एकत्र राहात असतात. परंतु परलोकांत मात्र तसे नसते. तेथे समान चेतनास्तर असलेले जीव एकत्र राहतात. उच्चस्तरीय लोक उच्च स्तरावर राहतात; निम्न स्तराचे लोक निम्न स्तरावर एकत्र राहतात.

भयभीत शरीर सच्छिद्र असते, स्पंजाप्रमाणे असते. स्पंजावर जर पाणी टाकले तर ते शोषून घेते, कारण त्यात खूप छिद्रे असतात, म्हणून आपले शरीर हे नकारात्मक तरंगांसाठी सच्छिद्र (ग्रहणशील) होऊ देऊ नका. कोणतेही भय वाटेल, तेव्हा मुक्तिमंत्राचा जप करा. 'मी ईश्वराची संपत्ती आहे. मला कोणतीही अशुभ शक्ती स्पर्श करू शकत नाही' ("I Am God's Property, No Evil Can Touch Me.") हा मंत्र आपल्या मनातील सर्व छिद्रे बंद करील, मनातील भीती दूर करील.

भूतांना घाबरणाऱ्या लोकांना सांगावं लागतं, की प्रत्यक्षात भूते अस्तित्वात नाहीतच. मनात नकारात्मक असे जे तरंग आहेत, ते केवळ आपल्या मदतीसाठी आहेत. आपण त्यांचा शिडीसारखा वापर करायला शिका. बरेच लोक ज्योतिष, कुंडली, भूत, करणी यांसारख्या गोष्टींना घाबरतात. ज्योतिष, आकाशातील नक्षत्रे, गुरुत्वाकर्षण, पृथ्वीचे आकर्षण वगैरे गोष्टी फक्त निमित्तमात्र आहेत, हे त्यांना सांगायला हवं. पृथ्वीने आपल्याला गुरुत्वाकर्षणाने स्वतःकडे खेचले नसते आणि आपल्यावर त्याचा परिणाम झाला नसता, तर काय घडलं असतं? आपण चालू-फिरू शकलो असतो का? ज्याप्रमाणे पृथ्वीच्या आकर्षणाचा प्रभाव सर्वांवर पडतो, त्याचप्रमाणे नक्षत्रांचाही पडतो. पण नक्षत्रे केवळ निमित्तमात्र असतात. आपलं काम अधिक चांगलं व्हावं, आपल्या आनंदात भर पडावी, म्हणून हा प्रभाव उपयुक्त असतो. परंतु लोक म्हणतात, "सध्या नक्षत्रांची

माझ्यावर अवकृपा आहे... माझं कुठलंच काम धड होत नाही... माझ्याच बाबतीत असं का घडावं?'' तेव्हा त्याला सांगण्यात येतं, ''बाबा रे, नक्षत्रांचा परिणाम फक्त १०-१५ टक्के होतो, जास्त नाही. ९० टक्के परिणाम हा स्वतःच्या विचारांचा असतो. बाह्य वस्तूंचा परिणाम आपण त्या वस्तूंच्या प्रती ग्रहणशील असतो म्हणून होतो. आपले विचार जर ९० टक्के नकारात्मक असतील, तर बाहेरच्या मामुली गोष्टींचा नकारात्मक परिणाम आपल्यावर मोठ्या प्रमाणावर पडल्याशिवाय राहणार नाही.''

आपले विचार बदलले, तर या १०-१५ टक्के नक्षत्रांचा परिणाम आपले काही नुकसान करू शकणार नाही. त्याऐवजी आपल्या आनंदात भर घालण्यासाठी आणि आपण पुढे जाण्याकरिता ते निमित्त ठरू शकतील. ''माझ्यावर कोणी जादूटोणा केला आहे... करणी केली आहे... अमुक ग्रह मला अनिष्ट आहे... ज्योतिषाने मला अजून दहा वर्षे या अडचणींतून मार्ग निघणे कठीण आहे, असं सांगितलं आहे...'' अशा गोष्टी डोक्यातून काढून टाकायला हव्यात.

ज्या अडचणी आपल्या आयुष्यात येतात, त्या आपल्याला अधिक बळ देण्यासाठी आणि काहीतरी नवे शिकवण्यासाठी येत असतात, हे लक्षात ठेवा. कोणतीही अडचण पुढे आली, की स्वतःला विचारा, ''ही समस्या मला जिवे मारेल का? या समस्येने मी मरून जाईन का?'' या प्रश्नाचे उत्तर 'नाही' असंच येईल. कोणतीही समस्या आपल्याला मारून टाकणार नाही, उलट आपल्याला अधिक शक्ती वा बळ देईल. प्रत्येक समस्या दोन कामं करते. एक तर ती माणसाला नेस्तनाबूत करते किंवा मजबूत करते. जर एखादी समस्या उद्भवली, तर ती आपल्याला मजबूत करण्यासाठी आली आहे, असा विश्वास बाळगा. म्हणून त्या समस्येचा योग्य तो उपयोग लगेच करून घ्या आणि आपले बळ वाढवा; कारण पुढच्या काळात आपल्याला अधिक मोठी कामं करायची आहेत.

काही महत्त्वपूर्ण संकेत

१) सूक्ष्म शरीर हे भूत बनून परत येते आणि आपल्याला सतावते, या विचाराने लोक भयग्रस्त असतात. आपण चित्रपटात बघतो तसे भूत-प्रेत प्रत्यक्षात नसते. सगळ्यांत भयंकर भूत आपल्या मनात असते आणि ते म्हणजे आपले तुलनात्मक मन.

२) ज्यांचे शरीर नकारात्मक गोष्टींबाबत ग्रहणशील असते, त्यांच्या मनात नकारात्मक विचारांचेच प्राबल्य असते. अशा व्यक्तींच्या मनातच नकारात्मक शक्ती गडबड-गोंधळ करीत असतात, म्हणून नेहमी सकारात्मक विचार करा आणि कोणतीही भीती बाळगू नका.

३) कोणतीही समस्या आपल्याला मारून टाकणार नाही, उलट आपल्याला अधिक शक्ती वा बळ देईल. प्रत्येक समस्या दोन कामं करते. एक तर ती माणसाला नेस्तनाबूद् करते किंवा मजबूत करते.

अध्याय १५
स्वर्ग आणि नरक
लोभ आणि भय

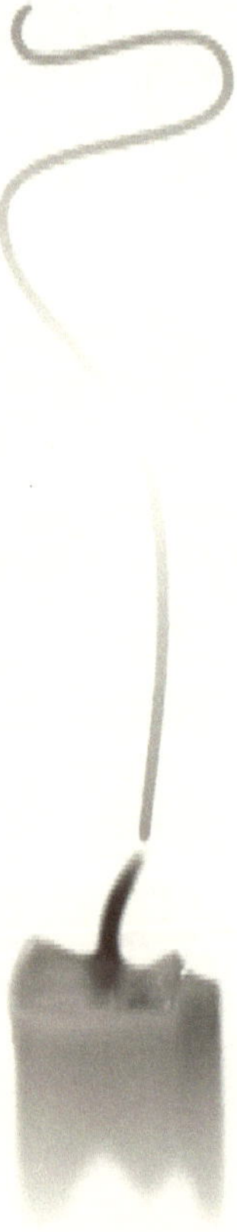

नरक आणि स्वर्ग या कल्पना का निर्माण झाल्या? पृथ्वीवर लोकांनी चांगली कृत्यं करावी, म्हणून त्यांना भीती दाखवण्यात येते. आपण जाणता, मूल जेव्हा लहान असतं तेव्हा स्वतःचं हीत कशात आहे हे त्याला कळत नाही म्हणून कित्येकदा भय किंवा लालूच दाखवून त्याच्याकडून चांगली कार्यं करून घ्यावी लागतात. त्याचप्रमाणे समाजातही लोकांना 'अमुक वाईट काम केलं, तर तुला आगीत ढकललं जाईल... असं केलं तर नरकात जाशील...' लोभ दाखवून, आमिष दाखवून त्याला चांगले काम करण्याची प्रेरणा दिली जाते. 'चांगले काम कर, स्वर्गात जाशील.' यांसारख्या कल्पना खरंतर गैर आहेत. वास्तविक, भीती दाखवणारे लोकही आपापल्या भ्रमात जगत असतात. मात्र,

आजच्या घडीला एवढंच समजून घ्या, की हे ज्ञान आपल्याला येथील जीवनाची समज वाढवण्यासाठी उपयुक्त ठरावं. स्वर्ग आणि नरक यांचं ज्ञान आपली समज वृद्धिंगत करीत असेल, तर ते फायदेशीर आहे; अन्यथा ते कुचकामी ठरेल. स्वर्ग या शब्दाचा अर्थ आहे, 'स्व'चा अर्क, म्हणजेच जिथे स्वतःच्या अस्तित्वाचा अनुभव प्रखर आहे. नरक म्हणजे अशी अवस्था जिथे मनुष्य स्वानुभवापासून दूर असतो. मनुष्य जेव्हा द्वेष, अहंकार यांसारख्या दुर्गुणांना बळी पडतो, तेव्हा तो वास्तविक नरकातच असतो. पृथ्वीवर मनुष्य स्वतःचा स्वर्ग आणि नरक स्वतःसोबतच घेऊन फिरत असतो. मान्यतांमध्ये अडकून दुःखात जीवन व्यतीत करणारे, नकारात्मक भावना आपल्यासोबत घेऊन फिरणारे लोक आपण आपल्या आसपास पाहतोच.

स्वर्ग आणि नरक या कल्पना योग्य आहेत, असं समजायचं का? द्वेष-मत्सराच्या विचारांनी माणूस स्वतःच त्याच्यासाठी नरक निर्माण करतो. हा नरक चित्रपटात दाखवल्याप्रमाणे नसतो, उलट उच्च चेतनास्तरावरील व्यक्तीला त्या वातावरणात अजिबात आनंद वाटत नाही. जोवर निम्न चेतनास्तरावरील व्यक्तीचे विचार सकारात्मक, शुभ (हॅपी थॉट्स) होत नाहीत, तोवरच ती तेथे टिकून राहू शकते.

जो नरकात असतो, त्याला वाटतच नाही, की आपण नरकात आहोत. या पृथ्वीवरही स्वर्ग आणि नरक आहेत. आपण जेव्हा लोकांना चुकीच्या समजुती व भ्रामक कल्पनांमध्ये जखडलेले बघतो, तेव्हा काय वाटतं? त्यांचे दुःख बघून 'बिचारे पूर्वग्रहांमध्ये कसे अडकून बसले आहेत? हे या नरकातच कसे रमलेले आहेत?' असा विचार आपल्या मनात येत असेल; परंतु आपण जर त्यांना सांगितलं, "तुम्ही नरकात जगत आहात," तर ते तुमच्यावरच रागावतील. आपल्याला त्यांचा नरक दिसत असतो; पण त्यांना तो दिसत नाही.

पृथ्वीवर कित्येकदा नरक आणि स्वर्ग एकच ठिकाणी असतो. एकाच घरात नरकही असतो तर स्वर्गही असतो. एक दुकान नरक असू शकते तर तेच स्वर्गही असू शकतं. एक मंदिरदेखील नरक असतं तर स्वर्गही असू शकतं. मंदिरात जेव्हा दहशतवादी घुसतात तेव्हा ते मंदिर नरक बनते. समजा दोन भाऊ असतात. त्यातील एक दुकानात बसतो तेव्हा गिऱ्हाईकांची गर्दी असते. त्याउलट दुसरा भाऊ बसतो तेव्हा कुणीच दुकानात जात नाहीत. त्याला बघून लोक विचार करतात, 'पहिला भाऊ असेल तेव्हा आपण जाऊ.' कारण त्याचे विचार आणि व्यवहार अतिशय चांगला असतो. तर याउलट दुसऱ्या भावाचे विचार इतके नकारात्मक असतात, की त्यावेळी तेथे कुणालाही जावंसं

वाटत नाही. याचाच अर्थ त्यावेळी ते दुकान नरक सदृश्य आहे. ज्या घरात नकारात्मक लोक राहतात तेथेही जायला कुणाला आवडत नाही. म्हणजे ते घरही नरकासमान आहे.

सूक्ष्म जगतातपण नेहमी असंच घडतं. स्वर्ग आणि नरक असं कोणतंही स्थान नाही हे लोकांना ठावूकच नसतं. प्रत्येकजण आपला स्वर्ग आणि नरक स्वतःच निर्माण करून वेगवेगळी समज किंवा चेतनेच्या स्तरानुसार तेथे पोहोचतो. सूक्ष्म जगात एकसारखे विचार असणारे लोक एकत्र राहतात आणि निम्न चेतना असणारे वेगळे. ज्यांची चेतना उच्च आहे ते निम्न चेतना असणाऱ्या लोकांना पाहून म्हणतात, ''बिचारे अजूनही भ्रामक समजुतीत (मान्यतेत) अडकून पडले आहेत; त्यांनी पृथ्वीवर जर योग्य प्रकारे कार्य केलं असतं, तर आज ते या अवस्थेत नसते.'' परंतु निम्न चेतनास्तरावर असलेले जीव ही गोष्ट ऐकूनच घेणार नाहीत. नरकात राहणाऱ्यांना आपण नरकात राहतोय, हे कसं कळणार?

पृथ्वीवर कमी चेतनास्तर असलेले लोक जसे जगतात, तसेच परलोकांतही निम्न स्तरावरील सूक्ष्मजीव त्या वातावरणात जगत असतात. उच्च स्तरावर असणाऱ्यांना निम्न स्तरावरील जीव ओळखता येतात. निम्न स्तरावर असणाऱ्याला मात्र उच्च स्तरावरील जीव ओळखता येत नाहीत. म्हणून साधना, ध्यान, मनन, ज्ञान, समज यांद्वारेच त्या स्तरावर जावं लागतं. उच्च स्तर जाणून घ्यायचा असेल, तर तसं होऊनच जाणावं लागतं. निम्न स्तरावरील जीवाला ओळखणं फार सोपं असतं. समोरच्या जीवाला बघितल्याबरोबर त्याच्या मान्यता, मर्यादा, पूर्वग्रह, त्याचा नकारात्मक दृष्टिकोन, यामुळे त्याला भेडसावणारे दुःख हे सर्व उच्च स्तर असणारा समजून घेऊ शकतो. पूर्वग्रहांमध्ये तर नरक आणि स्वर्ग (द्वेष, स्वार्थ, मोह) याचेच विचार येत राहणार आणि त्यातून दुःखच निर्माण होणार, हे उघड आहे. आपण जर चेतनेच्या उच्च स्तराचा आस्वाद घेतला असेल, तर आपल्याला निम्न स्तरावरचा नरक नक्कीच दिसेल. त्या नरकात राहणाऱ्यांना मात्र तो नरक आहे, हे ठाऊक नसलं म्हणून काय झालं?

चेतनेच्या उच्च स्तरावर जाल, तेव्हा या गोष्टी लक्षात येतील. मात्र, जर ते ज्ञान आपले आजचे विचार अधिक प्रगल्भ करीत असेल, आज आपण ज्या साधनेच्या टप्प्यावर आहात, त्याचे महत्त्व स्पष्ट करीत असेल, तर ते उपयुक्त आहे.

जीवन-मृत्यूचा चित्रपट अद्याप पूर्णपणे दिसत नसल्याने माणसाचा काहीसा गोंधळ उडतो, परंतु जेव्हा पूर्ण चित्रपट एकदम बघायला मिळेल, तेव्हा या चित्रपटात सुरुवातीला आनंद आहे, मध्यावर आनंद आहे आणि शेवटीही आनंद आहे, हे आपल्याला

निःसंदिग्धपणे जाणवेल. शेवटी केवळ आनंदच उरतो.

मृत्यूनंतरच्या जीवनातील काही धारणा, काही रहस्यांची माहिती आपण घेतली. स्वर्ग-नरकाचं ज्ञान जर आपली समज प्रगल्भ करीत असेल, आज आपण ज्या साधनेवर काम करीत असाल, त्याची जाणीव होत असेल तर हे ज्ञान साहाय्यकारक ठरेल अन्यथा हे निरर्थक आहे.

काही महत्त्वपूर्ण संकेत

१) स्वर्ग किंवा नरक हे मृत्यूनंतर नाहीत. प्रत्येक व्यक्ती स्वतःमध्येच स्वर्ग आणि नरक घेऊन वावरत असते.

२) नरकाची भीती आणि स्वर्गाची लालसा लोकांना त्यांनी चांगली कामे करावीत, याच उद्देशाने दाखवण्यात येते.

३) नरकात राहणाऱ्या जीवाला आपण नरकात आहोत, असे वाटत नाही, स्वर्गात राहणाऱ्याला मात्र समोरचा जीव नरकात आहे, हे माहीत असते. जो चेतनेच्या उच्च पातळीवर आहे, त्याला निम्न स्तरावरील जीव ओळखता येतो. मात्र निम्न स्तरावरील जीवाला उच्च स्तरावरील जीव ओळखता येत नाही.

अध्याय १६
पुनर्जन्म
उच्च दृष्टिकोन, दोन पैलू

मरणोत्तर जीवन हा विषय समजून घेत असताना एक महत्त्वपूर्ण प्रश्न सर्वांच्या मनात निर्माण होतो. पुनर्जन्म होतो का?

पुनर्जन्माची चर्चा जशी हिंदू धर्मात होते, तशी इस्लाम धर्मात का होत नाही?

लोक काही गोष्टींची चर्चा करतात, तर काही गोष्टींची करत नाहीत. यापेक्षा अधिक काही होत नाही. ज्या व्यक्तीला ज्ञान प्राप्त होतं, ती त्याबद्दल लोकांना शब्दांद्वारे सांगत असते. हिंदू धर्मात पुनर्जन्म आणि मरणोत्तर जीवन याविषयी काही गोष्टी सांगण्यात आल्या आहेत. त्याचप्रमाणे ख्रिस्ती धर्मात, इस्लाम धर्मातदेखील काही गोष्टी सांगण्यात आल्या आहेत.

माणसाला एकच जन्म मिळतो; त्याला

पुनर्जन्म नसतो, असे इस्लाम धर्म मानतो. माणूस मरतो. तो कबरीत आराम करतो. कयामतीच्या दिवशी (Day Of Judgement) अल्ला सर्व मृत व्यक्तींना कबरीतून बाहेर काढतो. धर्मग्रंथानुसार योग्य आचरण करणाऱ्यांना, पैगंबराच्या शिकवणुकीप्रमाणे काम करणाऱ्यांना अल्ला पुन्हा जिवंत करतो. मग त्यांना असे जीवन बहाल करतो, की त्यानंतर पुन्हा मृत्यू नाही.

कोणतंही काम सुरू करताना माणसाला आपल्या मनाची तयारी करावी लागते. त्याने अतार्किक, विरोधाभासात्मक उत्तर ऐकलं, तर 'मला ही गोष्ट तर्कसंगत वाटत नाही, पटत नाही. मी हे काम करणार नाही. धर्मग्रंथात सांगितलं आहे तसं जगण्याची मला इच्छा नाही,' असे तो म्हणू शकतो. यासाठी कोणतंही काम करण्याआधी लोकांच्या समोर सत्याचा केवळ एक अंश ठेवला जातो. त्यामुळे लोकांनी कमीतकमी नैतिक, सदाचारी जीवन जगण्यास सुरुवात करावी, अशी अपेक्षा असते. या प्रकारे जगता-जगता, चिंतन-मनन करता-करता एक दिवस माणसाला पूर्ण ज्ञान, पूर्ण सत्य उमगू शकतं; परंतु लोक अर्धवट ज्ञानाच्या आधारेच एकमेकांशी संघर्ष करीत राहतात. आमच्या धर्मात एकच जन्म सांगितला आहे, तर तुमच्या धर्मात अनेक जन्म सांगितले आहेत, असं म्हटलं जातं. दोघांपैकी कोणीतरी एक बरोबर असणार; परंतु पूर्ण सत्याच्या एकेका हिश्श्यानुसार दोघेही बरोबर आहेत.

हिंदू धर्मात प्रत्येक प्राण्याला ८४ लक्ष योनीतून जावं लागतं, असं मानण्यात येतं. इस्लाम धर्मामध्ये केवळ एकच जन्म सांगितला आहे. या दोन्ही समजुती किती विपरीत आहेत! पण त्या दोन्ही बरोबर आहेत. काही व्यक्तींनी आपल्या अनुभवाच्या आधारे धर्मग्रंथाच्या रूपात आपल्याला जाणवलेले सत्य शब्दांद्वारे प्रकट केले आहे. कुराण, बायबल, गुरुग्रंथसाहेब- कोणताही ग्रंथ घ्या, त्यांच्या निर्मात्यांना संपूर्ण सत्य माहीत नव्हते का? त्यांना संपूर्ण सत्य माहीत होते. परंतु लोकांपुढे मात्र त्यांनी लोकांच्या पात्रतेप्रमाणे सत्याचा केवळ एकच भाग स्पष्ट केला. त्या सत्याचे इतर भाग सांगण्याचे त्यांनी टाळले. याच कारणाने सत्य म्हणजे काय, याबद्दल पुढे बरेच वाद निर्माण झाले व त्यामुळे अनेक गुंतागुंती निर्माण झाल्या.

एखाद्या गोष्टीला चार आयाम असले आणि आपल्यासमोर त्यांपैकी फक्त दोनच आयाम ठेवले, तर आपण संभ्रमात पडणारच. या धर्मग्रंथांनी आपल्या पुढे चारपैकी दोनच गोष्टी ठेवल्या आहेत, असे समजा. त्यामुळे या प्रश्नाबाबत आपल्या मनात गोंधळ होतो.

समजा, जमिनीवर खडूने 6 (six) असा अंक लिहिला, पण उलट दिशेने बघणाऱ्यांना तो अंक 9 (nine) वाटेल. इकडचे लोक मात्र (6) सिक्सच बरोबर असे म्हणत राहणार. अंक एकच, पण दोघांच्या दृष्टीने तो वेगवेगळा ठरतो. लिहिणाऱ्याने आपण काय लिहितो आहोत, हे पूर्णपणे समजून-उमजून लिहिले. पण बघणारे मात्र त्याकडे वेगवेगळ्या बाजूने बघत राहिले. दोन्ही धर्मांतील अनेक गोष्टी परस्परविरुद्ध आहेत. परंतु त्यामागे असणारे सत्य एकच आहे. दोन आयामही लोक नीट समजून घेत नाहीत; मग ते चार आयाम कसे समजून घेऊ शकतील? त्यामुळे जास्तच गोंधळ उडणार. म्हणून प्रत्येक धर्माने एकच आयाम समोर ठेवला. त्याचेही अनेक पैलू असतात, पण ते लोकांना समजावून घेता येत नाहीत, म्हणून ते संभ्रमित होतात.

लोक एकच उत्तर बरोबर धरून चालतात. पण त्यांनी थोडं समजून घेऊन चांगलं काम सुरू करावं, हा हेतू त्यामागे असतो. नैतिक जीवन, पंचशीलाचं पालन सुरू करावं, यासाठी खरं तर एकच उत्तर देण्यात आलं. त्यांना जर काही शंका असतील, तर ते कामाला सुरुवातच करणार नाहीत. या प्रश्नाचे चार आयाम आहेत. परंतु आत्तापर्यंत त्यातील दोनच सांगितले गेल्याने लोकांचा गोंधळ होतो.

अखंड सत्य जेव्हा शब्दांद्वारे सांगितलं जातं, तेव्हा प्रत्येक गोष्टीचे किमान दोन तरी पैलू पुढे ठेवण्यात येतात. 'मृत्यू हेच सत्य आहे, बाकी सर्व खोटं आहे.' एक ना एक दिवस प्रत्येकाला मृत्यू पत्करावा लागणारच आहे, हे जो कोणी ऐकेल तो म्हणेल, ''अगदी तर्कसंगत असंच हे मत आहे. मृत्यू हेच अंतिम सत्य आहे. सर्वांचाच मृत्यू होतो.'' नंतर आपण दुसरे वाक्य ऐकतो, ''मृत्यू हा एक भ्रम आहे.'' हे वाक्य ऐकताच निश्चितच आपला गोंधळ उडणार! पहिलं मत खरं, की दुसरं असा प्रश्न पडणार. मनाला वाटतं, एकच गोष्ट आपणास सांगण्यात यावी. परंतु दोन्ही मतं आपापल्यापरीने योग्यच आहेत.

पूर्ण गोष्ट ऐकली तर दोन्ही मतांमध्ये दडलेलं सत्य आपण नेमकं पकडू शकाल. पहिल्या वाक्यात मृत्यूला सत्य मानले आहे. ही गोष्ट माणसाच्या मनोशरीर यंत्रासंबंधी सांगितली गेली आहे. माणूस आपल्या शरीराचा मृत्यू होईल, या भीतीने प्रत्यक्ष मरण्याच्या आधीच मरत असतो. म्हणून त्याला सांगावं लागतं, ''मृत्यू सर्वांना अटळ आहे. पण मृत्यूच्या भीतीने मरणापूर्वीच तू मरू नकोस.''

दुसऱ्या विधानात चैतन्याकडे लक्ष वेधण्यात आलं आहे. चैतन्य हे शिव असतं, शव (मनोशरीरयंत्र) नसतं. शवाच्या संदर्भात मृत्यू हे सत्य आहे; परंतु शिव म्हणजे

सर्वांमध्ये असणारे चैतन्य. हे चैतन्य प्रत्येक प्राणिमात्रात असते. त्यासाठी हे सांगितलं गेलं. ''तू अमर आहेस. मृत्यू हा भ्रम आहे. म्हणून जीवन जगत असताना मरावं. याचाच अर्थ अहंकाराला मारावे.'' एकीकडे सांगण्यात येतं, भीतीने आपण रोज मरत असतो, तर दुसरीकडे सांगण्यात येतं, की लवकरात लवकर मरा. येथे केवळ व्यक्तीला (शरीर आणि मन) ज्ञान दिलं जात नाही, तर अंतर्यामी असणाऱ्या त्या चैतन्यालाही सांगितलं जातं. त्यानंतरच दोन्ही गोष्टी आपल्याला समजतील.

उच्च स्तरावरून (Helicopter View) बघितल्यानंतर दोन्ही उत्तरं ऐकून आपण म्हणाल, ''दोन्ही गोष्टी अगदी बरोबर आहेत. परफेक्टली राइट.'' या दोन्ही गोष्टी वेगवेगळ्या दृष्टिकोनातून सांगण्यात आल्या आहेत. मात्र, कोणाला उद्देशून त्या गोष्टी सांगण्यात आल्या आहेत, हे आपण समजून घ्यायला हवं. 'तुला पुन्हा जन्म नाही,' असं कोणाला म्हटलं जात आहे? कोणाचा जन्म कयामतच्या वेळी होणार आहे? पुन्हा कोण जन्म घेणार आहे? कोणाचा पुनर्जन्म होणार आहे? ईश्वरी योजना ज्यांच्या लक्षात आली, ते वेगवेगळ्या शब्दांत ती प्रकट करू पाहत आहेत. हिंदू एका दृष्टिकोनातून सांगत आहेत, की व्यक्तीचा जन्म होत नाही; सर्व जन्म सेल्फचे (ईश्वर) असतात. एका भूमिकेतून पाहिलं तर हे बरोबर वाटतं. दुसऱ्या भूमिकेतून पाहणाऱ्यांना दुसरं मत बरोबर वाटतं. ज्यावेळी पूर्ण ज्ञान प्राप्त होईल, त्यावेळी चारही आयाम एकत्र दिसतील. तेव्हाच ही गोष्ट आपण समजू शकाल. त्याआधी ती लक्षात येणार नाही.

'हा जन्म कोणाचा झाला आहे' हे समजू शकलो, तरच पुनर्जन्म ही कल्पना आपल्याला उमजू शकेल. एका उदाहरणाने आपण हे समजून घेऊ या. राम नावाचा एक माणूस नाटकमंडळीत कामाला आहे. हा राम रंगभूमीवर कधी शकुंतलेचं काम करतो, तर काही वेळानंतर शकुनीचं. तेव्हा शकुंतला पुढच्या जन्मात शकुनी म्हणून जन्माला आली असं तुम्ही म्हणाल का? शकुंतला आणि शकुनी या दोन्ही भूमिका करणारा नट एकच आहे. यालाच आपण जर पुनर्जन्म असे नाव देत असाल, तर देऊ शकता. एकच चैतन्य (चेतना) वेगवेगळ्या रूपात व्यक्त होते, असे समजू शकता. बाह्यतः हा त्याचा पुनर्जन्म झाला आहे... याचा पुनर्जन्म झाला आहे... असं वाटत राहतं; कारण विविध भूमिकांत वेगवेगळ्या स्मृतीचा वापर होतो. म्हणूनच व्यक्तीचा जन्म होतो ही चुकीची धारणा ठरते. व्यक्ती (अहंकार) ही केवळ अफवा आहे. तिचा जन्म होणार कसा? म्हणूनच त्याच्या मृत्यूचं एवढं महत्त्व आहे. अहंकाराच्या मृत्यूनंतरच खरं ज्ञान प्रकट होतं.

व्यक्तीच्या पुनर्जन्माविषयी गैरसमज तेव्हा वाढतात, जेव्हा सेल्फ जुन्या स्मृतींचा

उपयोग करतो. ज्याप्रमाणे पृथ्वीच्या उत्पत्तीबरोबर विकासाचा क्रम सातत्याने चालला आहे आणि यात मनुष्यही सहभागी आहे. या विकासाच्या प्रक्रियेत त्याच्या सगळ्या शक्यता विकसित होण्यासाठी ईश्वर कित्येकदा काही लोकांच्या जुन्या स्मृतींचाच पुन्हा वापर करतो. जसं, विज्ञानाविषयी पुढील शक्यता विकसित होण्यासाठी एखाद्या शास्त्रज्ञाच्या स्मृतींचा उपयोग केला जातो. आता विचार करा, एखाद्या शास्त्रज्ञाची स्मृती जर दोन भागात विभागून वेगवेगळ्या शरीरात टाकली तर याला एका शास्त्रज्ञाचे एकाच वेळी दोन पुनर्जन्म झाले असं म्हणाल का? कपादि नाही. कारण त्याच्या फक्त स्मृतीचा वापर करण्यात आला. त्या शास्त्रज्ञाचा हा पुनर्जन्म नव्हे. सेल्फ (ईश्वर) सर्वांच्याच स्मृतींचा उपयोग करत नाही, ही बाब येथे प्रामुख्याने लक्षात घ्यावी. अशाप्रकारे सूक्ष्म शरीर पृथ्वीवर पुन्हा जन्म घेत नाही, हे आपल्या लक्षात आलं असेल. सूक्ष्म जगात काय काय होतं? पृथ्वी जर एक पाठशाळा आहे, आपण येथे काही धडे शिकायला आलो आहोत, त्यामागे उद्देश काय आहे, पुढील जीवनात आपल्याला काय करायचं आहे, हे आता आपण विस्ताराने जाणणार आहोत.

काही महत्त्वपूर्ण संकेत

१) सर्वांच्या अंतर्यामी असणारे जे चैतन्य; त्याचाच फक्त पुनर्जन्म होतो. कोणत्याही शरीराचा पुनर्जन्म होत नाही.

२) शरीराचा पुनर्जन्म होतो हा गैरसमज आहे. शरीर हे पंचमहाभूतांनी बनलेलं असतं. दहनानंतर शरीरातील पृथ्वी, आप, तेज, वायू, आकाश हे घटक वातावरणात विलीन होतात.

३) 'मृत्यू हेच सत्य आहे' हे सांगण्यामागील कारण म्हणजे मनुष्य आपल्या शरीराच्या मृत्यूच्या भयापोटी कित्येकदा मरतो. म्हणून 'सर्वांचाच मृत्यू होणार आहे, हे अंतिम सत्य आहे,' असं सांगितलं जातं. थोडक्यात, मृत्यू होण्यापूर्वी त्याच्या भयाने मरू नका.

४) पुनर्जन्माला तेव्हाच जाणता येईल, जेव्हा 'हा जन्म कोणाचा आहे?' हे समजून घेऊ.

खंड ४

महानिर्वाण निर्माण

अध्याय १७
पृथ्वीवर सराव करा
महानिर्वाण निर्माण

एकदा महावीर ध्यान करीत बसले होते तेव्हा त्यांच्या एका शिष्याने येऊन त्यांना सांगितलं, ''महाराज, अमुक-अमुक राजाची फौज तमुक-तमुक राज्यावर हल्ला करायच्या तयारीत आहे; ज्या राजाच्या राज्यावर हल्ला होणार आहे, तो राज्याचा त्याग करून यावेळी जंगलात ध्यानस्थ बसलाय. मग राज्यत्याग करणारा हा राजा स्वर्गात जाऊन निर्वाण प्राप्त करणार का?''

त्या काळी राज्याचा त्याग करणारा राजा हा श्रेष्ठ असून, तो निर्वाण प्राप्त करतो, अशी सर्वसामान्य जनतेची भावना झालेली होती. त्या काळात महावीरांनी आपल्या राज्याचा त्याग केला होता. त्यानंतर गौतम बुद्धानेही आपले राज्य सोडून तपश्चर्या केली होती. त्यामुळे फक्त राजघराण्यातील मुलेच

राज्य, धन-दौलतीचा त्याग करतात आणि तपश्चर्या करून मुक्ती मिळवतात, असा समज सर्वत्र रूढ झाला होता. तो त्या वेळचा एक मानदंड होता.

ध्यानावस्थेत भगवान महावीर

कारण त्या राजानेही राज्याचा त्याग केला होता. त्याच्या राज्यावर हल्ला होणार होता. तेव्हा काही लोकांनी महावीरांना विचारले, ''जर या राजाचा याच वेळी मृत्यू झाला, तर तो स्वर्गात जाईल की नरकात?'' भगवान महावीरांनी उत्तर दिलं, ''तो नरकात जाईल.''

तो राजा नरकात जाईल, हे भगवान महावीरांचं उत्तर ऐकून सर्वांना आश्चर्य वाटलं. राज्याचा त्याग करून तप करणारा, ध्यान करणारा राजा नरकात कसा जाईल? काही लोकांनी पुन्हा महावीरांना विचारलं, ''तो नरकात जाईल असं आपण का म्हणालात?'' महावीरांनी डोळे मिटले व म्हणाले, ''तो जर या क्षणी मृत्यू पावला तर स्वर्गात जाईल.'' ही दंतकथा प्रसिद्ध आहे. परंतु तिच्यातील काही दुवे निखळले आहेत.

भगवान महावीरांनी 'तो राजा या क्षणी मृत्यू पावला तर स्वर्गात जाईल,' असे म्हणताच लोक गोंधळात पडले. तो नरकात जाईल, असे आधी त्यांनीच सांगितले होते. आता ते म्हणतात तो स्वर्गात जाईल. असं कसं होऊ शकेल?

ध्यानावेळी क्रोध जागृत झाला

त्यावर महावीर म्हणाले, "तुम्ही पहिल्यांदा प्रश्न विचारला, तेव्हा त्याची अवस्था कशी होती? तो राजा ध्यान करीत होता खरा; पण त्याच वेळी त्या जंगलातून सैन्य चालले होते आणि हे सैन्य आपल्या राज्यावर आक्रमण करणार या विचाराने तो राजा अत्यंत संतप्त झाला. त्याच्या मनात द्वेष आणि घृणा या भावना उफाळून आल्या. त्या क्षणी त्याला मरण लाभले असते, तर त्याने काय निर्माण केले असते? नरकच ना! त्याने नरकाचीच निर्मिती केली असती आणि तो नरकातच गेला असता... हाच प्रश्न काही वेळाने विचारला गेला. त्यावेळी त्या राजाच्या मनात रागाचा लवलेशही नव्हता. तो शांत झालेला होता. त्याच्यातील विवेकबुद्धी जागृत झाली होती. मनात विचार सुरू झाले, "मी, माझं राज्य असं कोणाला उद्देशून बोलत आहे? तू तर राज्याचा त्याग केला असं म्हणतोस आणि आता मात्र माझ्या राज्यावर हा हल्ला होत आहे... असं खुशाल म्हणत आहेस. 'मी'पणा अजूनही शिल्लक आहे. मग त्याग कुठे झाला?" या विचारांनी त्याची विवेकबुद्धी जागृत झाली. मी-माझा हा अहंभाव, अष्टमाया नष्ट झाली. या क्षणी त्याला जर मरण आलं तर तो मुक्त होऊन मरेल. त्याला निर्वाण प्राप्त होईल. तो स्वर्ग निर्माण करील."

कथा-दंतकथा सांगितल्या जातात, त्या लोकांना प्रेरणा देण्यासाठी, लोकांना सुलभपणे ज्ञान देण्यासाठी, अवघड गुंतागुंतीच्या बाबी सोप्या रीतीने समजून देण्यासाठी.

लोकांनी सत्याच्या, सदाचरणाच्या मार्गावरून वाटचाल करावी, हे मनावर बिंबवण्यासाठी. सत्याचा मार्ग अवघड, खडतर आहे असे वाटले, तर लोक त्या मार्गावर चालणार नाहीत, म्हणून कथांद्वारे ज्ञान सुलभ करून प्रेरणा दिली जाते.

मनात जी चेतना आहे, विवेकबुद्धी आहे, तीच कोणत्याही गोष्टीची निर्मिती करते, हे या कथेवरून आपल्या लक्षात येईल. मृत्यूच्या क्षणी योग्य निरामय निकोप विचार मनात असेल, तर तो स्वर्ग निर्माण करू शकेल... हा या कथेतला निसटलेला दुवा होता. ज्याच्या वृत्ती जुनाट आहेत तो तेजस्वर्ग, स्वअर्क (महानिर्वाण) निर्माण करू शकत नाही. मग आयुष्यभर ज्याने विवेकपूर्ण विचार केलेला असेल, त्याच्याच मनात मृत्यूच्या क्षणीही विवेकभान जागे असणार. योग्य ज्ञानामुळे मृत्यूच्या वेळीही त्याला सत्यच आठवणार. आयुष्यभर कसंही जगा, मरताना मात्र रामनाम घ्या, नारायणाचं नाम घ्या, म्हणजे मुक्ती नक्की मिळणार! त्यासाठी मुलाचे नाव नारायण ठेवा. अनायासे ते तोंडी येईल... असे शॉर्टकट लोक काढू लागले. अशा कहाण्या सांगू लागले.

लोक नाममहिमा सांगत राहतात. मुलाचे नाव नारायण ठेवा, मृत्यूच्या क्षणी मुलाला हाक मारा. जणू काही ईश्वराला वाटेल, की या व्यक्तीने मलाच हाक मारली आहे आणि ईश्वर स्वतः धावत येईल, अशा शॉर्टकट दाखवणाऱ्या गोष्टी प्रचलित आहेत. असे शॉर्टकट दाखवणारा आणि त्याचा अवलंब करणारा दोघेही आपले नुकसान करून घेतात. असे शॉर्टकट दाखवणारा पवित्र पापी असतो. "मेल्यावर साधू काय आणि सैतान काय, दोन्ही सारखेच! म्हणून खा, प्या, मजा करा. हवं ते करा." असं जे सांगतात तेही पवित्र पापी आहेत. आपण प्रत्यक्षात काय सांगतोय हेच त्यांना समजत नाही. मनालाही असे युक्तिवाद आकर्षक वाटतात. "स्वप्नात तुम्ही साधू होता, सैतान होता. जाग आल्यावर दोघे एकच होता. मग पाप केल्याने काय फरक पडतो?" असे तर्कवितर्क करून बुद्धिभेद करणारे लोक पवित्र पापी होत; त्यांच्याजवळ त्याच प्रवृत्तीचे लोक येत राहतात.

अशा तथाकथित पवित्र पापी लोकांच्या सत्संगात जाऊन पाहिले, तर तेथे अवाजवी संपत्ती जमा करून ती उधळण्यासाठी उत्सुक असणारे लोकच जास्त दिसतील. पवित्र पापी लोकांजवळ जाऊन ते त्या पैशांनी आपल्या अहंकाराला गोंजारतात, चरस-गांजा सेवन करतात. सत्संगात न जाता घरीच त्यांनी चरस गांजा सेवन केला, तर लोक त्यांना वाईट म्हणतील ना? परंतु अध्यात्माच्या नावावर व्यसन केले, तर कोणी त्याला गैर म्हणणार नाही. असे करून तुम्ही भीषण गर्तेत जात आहात, हे त्यांना सांगायला हवं.

असे सांगणाऱ्याबद्दल जोपर्यंत त्यांना विश्वास वाटत नाही, तोपर्यंत मार्गदर्शन करणेही व्यर्थच ठरते. वास्तवात सत्य म्हणजे काय? सत्यापर्यंत पोहोचण्याचा मार्ग कोणता? या गोष्टी माणूस जाणू शकत नाही. जेव्हा आपण सत्यमार्गावर वाटचाल करण्याचा निश्चय करतो, दिवसभरात सगळी कार्य करत असताना ईश्वराचं स्मरण करतो, तेव्हा सत्याची शक्ती अर्जित होते. या शक्तीवर विश्वास ठेवायला हवा. ईश्वराशिवाय इतर सर्व गोष्टी असत्य आहेत. आजवर आपण असत्याची शक्ती खूप जमा केली. पण त्यात शक्ती नाही हे खूप चांगलं आहे. अन्यथा आपला मृत्यू कधीच झाला असता. असत्यामध्ये केवळ धोका, भ्रम निर्माण करण्याची शक्ती आहे. जसं, एखाद्या वस्तूचं अस्तित्वच नसेल पण तरीही ती आहे असं वाटावं.

असत्यात केवळ इतकी शक्ती आहे, की ती आपल्यात 'नकली मी' तयार करते, जो वास्तवात नसतोच. तरीही 'मी'चं अस्तित्व जाणवतं. असत्यात शक्ती नाही. परंतु सत्यात शक्ती आहे. सकाळपासून रात्रीपर्यंत जितक्या वेळा आपण ईश्वराचं स्मरण कराल, तितकी ही ईश्वरी शक्ती आपल्यात जागृत होते. मग कुठलीही समस्या आपल्याला त्रस्त करू शकत नाही.

जगात सर्व कार्य करत असताना आपण जर स्वतःला जाणलं नाही तर समस्यांचं निराकरण झाल्यानंतरही आपण दुःखीच राहाल. याउलट अस्सल गोष्ट प्राप्त केल्यानंतर जीवनात कितीही समस्या आल्या तरी आपण प्रसन्न राहाल. यासाठी आपल्याला सर्व समस्यांसोबत अस्सल गोष्टीवर लक्ष केंद्रित करायचं आहे आणि हे केवळ पृथ्वीवरचंच जीवन नव्हे तर संपूर्ण जीवनाला समोर ठेऊन प्रत्येक निर्णय घ्यायचा आहे.

संपूर्ण जीवनाचा अर्थ

संपूर्ण जीवन म्हणजे केवळ भौतिक शरीराच्या मृत्यूपर्यंतचे जीवन नव्हे. भौतिक शरीराच्या मृत्यूपर्यंतचा प्रवास हा केवळ एक टप्पा होय. जन्मानंतर मुलाने किशोरावस्थेत प्रवेश करणे हा एक टप्पा झाला. तारुण्यात पदार्पण हा दुसरा टप्पा. वृद्धावस्था हा तिसरा टप्पा. स्थूल शरीराचा अंत होऊन सूक्ष्म शरीराचा प्रवास सुरू होणे हा चौथा टप्पा.

संपूर्ण अर्थात पूर्ण जीवन, पृथ्वीवरचं जीवन म्हणजे याचा केवळ पहिला हिस्सा आहे. हे अभ्यास केंद्र आहे, शाळा आहे. दुसऱ्या भागात अभिव्यक्ती येते. पृथ्वीवर अभ्यास करायचा असल्याने येथे चांगले आणि वाईट दोन्ही प्रकारचे लोक एकत्र राहतात. जसं, शाळेत हुशार आणि मठ्ठ विद्यार्थी एकत्र शिकतात. पण त्यांचा पुढचा प्रवास मात्र त्यांच्या बुद्धिमत्तेनुसार होतो. याचाच अर्थ, जे नरक निर्माण करतात ते नरकातच राहतात

आणि जे स्वर्ग निर्माण करतात ते आपल्या स्वर्गातच निवास करतात. मात्र महानिर्वाण निर्माण करणारे उच्चतम अभिव्यक्तीची निवड करतात.

संपूर्ण जीवनाचं ज्ञान ज्ञात असणाऱ्या लोकांना उच्चतम लक्ष्य ठाऊक असतं. उच्चतम अभिव्यक्ती, उच्चतम इच्छा, उच्चतम निवड या सर्व गोष्टी तो जाणत असतो. ही जाणीव स्पष्ट असेल, तर त्याला आयुष्यातला एक दिवसही वाया घालवणं योग्य वाटणार नाही. ही जाणीव नसेल तर दिवसच काय, वर्षे निघून जातात, पण आपली झोप सरतच नाही. उच्चतम अभिव्यक्तीसाठी आवश्यक ती साधना, सराव होतच नाही.

मृत्यूनंतर लोक काय निर्माण करतील

विचार करा, एखादी व्यक्ती एका खोलीतून दुसऱ्या खोलीत जाताच आधीच्या खोलीतील लोकांना ती दिसेनाशी होते. याचाच अर्थ, ती व्यक्ती मरण पावली, असं त्यांना वाटतं; कारण त्या व्यक्तीचं शरीर लोकांना दिसत नाही. त्यावेळी ती दुसऱ्या खोलीत काहीतरी निर्माण करीत असते. ती व्यक्ती पहिल्या खोलीत फक्त रंग घेण्यासाठी आली होती. दुसऱ्या खोलीत ती चित्र काढत होती. कॅनव्हासवर रंग भरून तिला चित्र तयार करायचं होतं. पृथ्वीवर (या खोलीत) जर लोक तयार नसतील, द्वेषमत्सराच्या विकाराने (Hate Attack) मरत असतील, तर ते दुसऱ्या खोलीत जाऊन काय निर्माण करू शकणार? कुठली भयानक चित्रे काढणार? आणि जे लोक तयार आहेत, ज्यांनी समज प्राप्त केली आहे, मनाला प्रशिक्षण दिलं आहे ते उच्चतम असं काय निर्माण करतील?

सूक्ष्म जगात स्थूल शरीराचे सगळे रोग, बंधन नाहीसे होतात. अज्ञानी, अंध व्यक्ती काय निर्माण करील? मनात कायम घुटमळणाऱ्या आपल्या अतृप्त इच्छा ती प्रथम पूर्ण करू पाहील; कारण सूक्ष्म शरीराच्या प्राप्तीने स्थूल शरीराचे सर्व रोग नष्ट झालेले असतात. आंधळे आता दृष्टिहीन राहात नाहीत; लंगडा लंगडा राहात नाही. सर्व व्याधी, सर्व रोग नष्ट होतात. परंतु मनातील जुनी समज, वृत्ती तशाच राहतात. सूक्ष्म शरीरासोबत मन उपस्थित असते. पृथ्वीवर मनाने जे ज्ञान मिळवलं, ते तसंच कायम राहतं.

एखादी दृष्टिहीन व्यक्ती मरण पावली, तर सूक्ष्म देहाच्या जगातही तिला वाटेल, पृथ्वीवर जे चित्रपट पाहता आले नाहीत, ते गाजलेले चित्रपट येथे आधी बघून घेऊ. पृथ्वीवर काही आंधळेही चित्रपट बघायला जातात; ते चित्रपटातील संवाद ऐकून ती दृश्ये कल्पनेने मनोमन उभी (Visualize) करतात. मृत्यूनंतर असे लोक आपल्या अतृप्त

दोन खोल्यांचं घर

पृथ्वी जीवन   मृत्युउपरांत जीवनाचे संकेत

वासनांच्या पूर्ततेचा पाठपुरावा करू पाहतात.

एक चित्रकार मरण पावला. तो फार खादाड होता. दुसऱ्या खोलीत गेल्यावर तो कोणती चित्रे काढत राहील? तो खाद्यपदार्थांची, पंचपक्वान्नांची, पंचतारांकित भोजनगृहांची चित्रे काढील. त्यापलीकडे त्याची मजल जाणार नाही. गोड-गोड मिष्टान्न खाऊन कोणाचे भले होणार? खादाड माणूस मरो की घाबरट माणूस मरो, आपण कोण हे त्यांना कुठे ठाऊक असते? ते आपल्या शरीरालाच खरा 'मी' मानून जगत असतात.

जशी सवय तशीच निर्मिती होते. जशी इच्छा तसेच कार्य घडते. कोणी लंगडा असेल, तर तो तेथे धावण्यासाठी मैदान निर्माण करील. पृथ्वीवर मनसोक्त धावण्याची इच्छा जर अतृप्त राहिली असेल, ती तो तेथे पूर्ण करणार. त्यासाठी मैदान निर्माण करणार. परंतु तेथे अशा गोष्टी निर्माण करायची खरंतर गरजच नाही. ज्याला पोटभर खायला मिळत नाही, त्या व्यक्तीची काय इच्छा असणार? त्याला पैसा आणि सत्ता मिळाली तर तो काय करील? तो हॉटेल आणि खाद्यपदार्थ यांचीच निर्मिती करणार. भयग्रस्त व्यक्तीला काय हवंसं वाटणार? अपंगाला काय इच्छा होणार? संधी मिळताच तो आपल्या अतृप्त इच्छा पूर्ण करणार. कारण पृथ्वीवर जी समज आणि प्रशिक्षण त्यांना प्राप्त करायचं होतं, ते त्यांनी केलंच नाही.

लोकांना वेगवेगळ्या प्रकारे मरण येतं. जो आत्महत्या करतो, तो नवे काय निर्माण करणार? कोणी हृदयविकाराचा झटका येऊन मरण पावतो, तो काय निर्माण करणार?

मृत्यूनंतरच्या जीवनात मनुष्याकडून त्याच्या वृत्तीनुसारच गोष्टी निर्माण होतात

ज्याचा खून झाला आहे, तो काय निर्माण करणार? आणि ज्याने समाधी घेतली आहे, तो काय निर्माण करेल? माणसाच्या अंतरंगात कोणती समज आहे, हे बाहेरून बघून कसं सांगता येणार? त्याच्या समजेनुसारच पुढील निर्मिती होईल. मनाचं प्रशिक्षण आणि समज सर्वाधिक महत्त्वपूर्ण असल्याने आपल्याला पृथ्वीवर नातेसंबंध, सुख-दुःख प्रदान केले आहे.

पृथ्वीवर आपण जर गुरूंच्या आज्ञेप्रमाणे राहिला असाल, त्यांच्या आज्ञापालनाचे महत्त्व आपल्याला उमगले असेल, तर आपल्या वृत्ती-प्रवृत्तींना आवर घालून आपण गुरूंनी दिलेल्या आज्ञेप्रमाणे निर्मिती कराल. मग महानिर्वाण निर्माण (उच्चतम अभिव्यक्ती) केल्यावर आपल्याला वाटेल, आपण वृत्ती-प्रवृत्तीमध्ये अडकण्याची केवढी मोठी चूक करत होतो; कारण 'जेव्हा आपल्या वृत्ती-प्रवृत्ती (पॅटर्न) डोके वर काढतात, तेव्हा आपल्याला निम्न पातळीवरच्या, क्षुल्लक इच्छा पूर्ण करण्याची उबळ येते; उच्चतम अभिव्यक्तीचा विचारही त्यावेळी मनात येत नाही.'

एखादा माणूस तेजज्ञानाअभावी आंधळा असेल तर तो काय निर्माण करील? ज्याला तेजज्ञान मिळालेच नाही, तो आपले शरीर हेच सर्वस्व मानून जगत राहील. मग तो कशाची निर्मिती करेल? तो व्यक्तिगत, स्वतःसंबंधित, आपल्या अहंकाराचे पोषण करणाऱ्या गोष्टीच निर्माण करील. पृथ्वीवर ज्या गोष्टी त्याला मिळू शकल्या नाहीत, त्या मिळवण्याची संधी तो शोधत राहील; त्या वस्तू तो निर्माण करील, प्राप्त करील. ''या वस्तू प्राप्त करण्यात काही अर्थ नाही. त्यापेक्षा अधिक उच्चतम शक्यता आहेत; त्याकडे लक्ष दे. या क्षुल्लक गोष्टी सोडून मोठी गोष्ट निर्माण कर,'' असं जरी सांगितलं तरी त्याला ते पटणार नाही; कारण त्याला तेजज्ञानाची दृष्टीच लाभलेली नसते. अशा प्रकारे

तो केवळ नरक, दुःख आणि वासनेची दलदलच निर्माण करेल.

पृथ्वीवर ज्याने मन, शरीर आणि बुद्धी यांच्यावर नियंत्रण ठेवण्याचं प्रशिक्षण घेतलं आहे, त्यासाठी निरंतर साधना केली आहे, तोच माणूस सर्वोत्तम निर्मिती, महानिर्वाण निर्माण, उच्चतम अभिव्यक्ती करू शकतो. इतर लोक आपल्या वैयक्तिक गरजा, इच्छा पूर्ण करण्यातच वेळ वाया घालवतात. वासनावृत्ती, चुकीच्या सवयी, गैरसमजुती त्यांना भलत्याच रस्त्यावर नेतात. पृथ्वीवरही माणसाच्या वासनावृत्ती उफाळून येतात आणि त्या त्याला गैरमार्गावर नेतात. ''आता थोडा वेळ ध्यानधारणा, साधना यांना बाजूला ठेवू या. थोडी मजा करू. चैन करू. अभ्यास काय, कायमचाच आहे,'' असं त्यांच्या मनात येतं. 'थोडी सुविधा मिळावी, सुरक्षितता मिळावी, थोडी प्राप्ती व्हावी, चटकदार खाद्यपदार्थ मिळावे,' यांसारखे विचार माणसाच्या मनात येत राहतात. अशा वासनावृत्ती उफाळून आल्या की साधना, प्रशिक्षण थांबते; सत्यमार्ग बाजूला पडतो. भौतिक शरीर असतानाही आपण येथे अभ्यास करू शकलो नाही, तर तेथे सूक्ष्म शरीराद्वारे कसा अभ्यास करणार? प्रशस्त रस्त्यावर आपल्याला चालता येत नसेल, तर दोरीवरून कसं चालणार? मरणोत्तर जीवन आणि महानिर्वाण निर्माण या गोष्टींच्या प्राप्तीसाठी प्रत्येक दिवस मौल्यवान आहे. वेळ वाया घालवून चालणार नाही. व्यसनांमध्ये व्यस्त राहून आणि अभ्यासाकडे दुर्लक्ष करून काहीही साध्य होणार नाही.

निर्मितीची इच्छा सर्वांनाच असते. सगळे पृथ्वीवर रंग जमा करत आहेत. पृथ्वीवर काही तयारी, प्रशिक्षण (ट्रेनिंग, टेस्टिंग आणि टिचिंग) चालू आहे. यानंतरच खरी निर्मिती होते. असं निर्माण सूक्ष्म जगातच होतं असं नव्हे तर पृथ्वीवर जर त्याची तयारी झाली असेल तर तेथेही खूप काही निर्माण होण्याची शक्यता असते.

महानिर्वाण निर्माण करा

फार थोडे लोक योग्य वेळी मृत्यू पावतात, असे आढळून येईल. बहुतेक लोक ठरलेल्या वेळेआधीच मृत्युमुखी पडतात. ''तू मरायला तयार आहेस का?'' असा प्रश्न विचारला, तर कोणीही उत्तर देईल ''नाही. अजून हे काम करायचं आहे... ते काम बाकी आहे... हे मला समजलेलं नाही... ते जाणून घेणे बाकी आहे... माझ्या खूप इच्छा पुऱ्या व्हायच्या आहेत...'' वगैरे-वगैरे... याचाच अर्थ, आतापर्यंत जे लोक मरण पावले, त्यातील बरेचसे लोक हे अकालीच मेले आहेत. म्हणजेच आजवर पृथ्वीवर फार थोडे लोक योग्य वेळी मरण पावले आहेत, असं म्हणावं लागेल. ज्यांचा अहंकार लोप पावला आहे आणि आता केवळ सत्याचीच अभिव्यक्ती उरली आहे, अशा व्यक्ती

योग्य वेळी मृत्यूला सामोऱ्या जातात. जे लोक समज प्राप्त करून मरण पावतात, ते पूर्णता प्राप्त करून योग्य वेळी मरण पावतात. त्यांची अभिव्यक्ती दुसऱ्या खोलीतही (सूक्ष्म शरीराच्या जगात) चालू राहते, एवढेच नाही तर ती अधिक जोरदार आणि परिपूर्ण असते.

येशू ख्रिस्तांना क्रुसावर लटकवण्यात आलं, वास्तविक ती हत्याच होती; परंतु त्यांनी जे निर्माण केलं, ते 'महानिर्वाण निर्माण' होतं. येशूचा तो निर्णय आजपर्यंत येथे (पृथ्वीवर) आणि तेथेसुद्धा (सूक्ष्मजगतात) मदत करीत आहे. येशूंनी मृत्यूच्या वेळी ईश्वराला प्रार्थना केली, ''हे प्रभू, तू त्या लोकांना क्षमा कर, कारण ते काय करत आहेत, हेच त्यांना ठाऊक नाही.'' येशूंनी त्यावेळी लोकांच्या कोणत्या अज्ञानाचा उल्लेख केला? मारेकरी आपल्याला मारू शकत नाहीत, हे येशूला ठाऊक होतं; परंतु त्या मारेकऱ्यांना, मृत्यू हा केवळ शरीराचा भाग असतो, हे माहीत नव्हतं.

येशू ख्रिस्ताने पृथ्वीवरही बरंच काही निर्माण केलं. संत ज्ञानेश्वरांनी संजीवन समाधी घेतली. या शरीराचे येथील कार्य संपले, असे लक्षात आल्यावर त्यांनी स्वेच्छेने शरीराचा त्याग केला. आपल्या शरीराकडून नव्या निर्माणाची आवश्यकता उरलेली नाही, हे जाणल्यानंतर त्यांनी हा निर्णय घेतला. संत ज्ञानेश्वरांनी सूक्ष्मदेहाच्या जगात गेल्यावर कोणते चित्र बनवले असेल? आपण त्याबद्दल कल्पनाही करू शकत नाही. जरी अनेकविध चित्रे कल्पनेने समोर उभी केली तरी वाटेल, ही चित्रे ज्ञानेश्वरांच्या प्रतिभेच्या जवळपासही जाऊ शकत नाहीत. यात काही सौंदर्य नाही. ज्याला आत्मसाक्षात्कार झालेला नाही, त्याला आत्मसाक्षात्कारी व्यक्तीने काढलेले चित्रही कदाचित वैशिष्ट्यपूर्ण वाटणार नाही. ''यात काय खास आहे? यात तर विशेष काहीच नाही,'' असंच तो म्हणेल. त्याला सांगावे लागेल. हे 'काही नाही,' काही नाही नसून, तेच सर्व काही आहे. फक्त ते समजण्याची दृष्टी आणि कुवत पाहिजे, तेवढं प्रगल्भ ज्ञान असायला पाहिजे.

पृथ्वीवर तुम्ही कुठेही असा, आपण येथे कशासाठी आहोत हे लक्षात ठेवा. म्हणजे आपला अभ्यास योग्य प्रकारे होईल आणि त्याचा आनंदही घेता येईल. आपण कशासाठी येथे आहोत याचेच विस्मरण झाले तर आपला सराव थांबेल, आपल्याला महाजीवनाचा धडा आत्मसात करता येणार नाही. आपण क्षुल्लक गोष्टीतच गुंतून राहाल. 'आज लोकांनी माझ्यासाठी टाळ्या का वाजवल्या नाहीत? काल तर वाजवल्या होत्या. मग आज काय झाले?' अशा विचारातच अडकून वेळ दवडत राहाल. योग्य ज्ञान (सत्य) आणि तेही वेळेवर आठवणे अत्यंत आवश्यक आहे. आयुष्य सरावे आणि सत्याबद्दल कोणीच काही सांगू नये, आपल्याला सत्याची कल्पनाही असू नये तर ते

आयुष्य व्यर्थच गेले असे म्हणायला हवे. आपण काय करीत आहोत? कशासाठी करीत आहोत? आपण कोण आहोत? हे प्रत्येक क्षणी ठाऊक हवे. आपण जीवनाच्या पाठशाळेत पुढची तयारी, महाजीवन आणि संपूर्ण जीवनाची तयारी करत आहात.

आपल्याकडे असणारी माहिती फार तुटपुंजी असते. त्यामुळे आपण सम्यक, समग्र विचार करू शकत नाही. मनन करू शकत नाही. जेव्हा आपण सत्यश्रवण, पठण करतो, तेव्हा आपल्याला काही संकेत मिळतात आणि मनन करतो, त्यावेळी या गोष्टी खूप गहन आहेत, यावर करावा तेवढा विचार कमीच आहे, हे आपल्या लक्षात येतं. कारण असं मनन केलं, तर ज्यासाठी आपण पृथ्वीवर आलो आहोत, त्याचप्रमाणे आपलं जीवन बनेल. आपलं लक्ष्य जर उच्चतम असेल तर त्यासाठी आधी आपल्याला तशी क्षमता अपल्यात आणावी लागेल. आपला हात कंप पावत आहे आणि आपल्याला जर तेजमहाल तयार करायला सांगितलं, तर आपण तो तयार करू शकाल का? हाताला कंप असणे हे बाह्य लक्षण झाले. मन कंपित असणे, अस्थिर असणे ही खरंतर मुख्य बाब आहे. आपलं मन अकंप, प्रेमन, निर्मल आणि आज्ञाधारक करण्यासाठी आपण पृथ्वीवर येतो आणि प्रशिक्षण घेऊन जातो. हे प्रशिक्षण घेतल्याशिवाय जर कोणी गेलं, तर ती दुःखकारक बाब होय; कारण जे शिकण्यासाठी आपण पृथ्वीवर आलो, ते न शिकताच परत गेलो, तर तेथे काय निर्माण करू शकणार? अशाप्रकारे फारच कमी लोक हे प्रशिक्षण घेऊन पृथ्वीवरून जातात.

पूर्ण जीवन संपल्यानंतरही एखादा प्रशिक्षण घेतल्याशिवायच पृथ्वीवरून जात असेल तर त्याच्यासाठी खरंतर 'तेजदुःख' व्हायला हवं. जे शिकण्यासाठी तो आला होता, ते तर तो शिकलाच नाही. कंपित मनाने नरक आणि दुःखाशिवाय तो आणखी काय निर्माण करेल? सूक्ष्म शरीरातही व्यक्तिगत इच्छा पूर्ण करण्यातच तो आपला वेळ दवडेल.

मृत्यू उपरांत जीवन आणि महानिर्वाण निर्माणाविषयी आपण जितकं समजून घ्याल तितकं आता प्रत्येक दिवस अतिशय मौल्यवान आहे, असं तुम्हीच म्हणाल. म्हणून वेळ व्यर्थ न घालवता योग्य दिशेने आपल्या मनाला प्रशिक्षण देणं सुरू करा. यासाठी आपल्या जीवनात दररोज काही संधी येत आहे. त्या संधींचा लाभ घेऊन पृथ्वीवर योग्य प्रॅक्टीस करा आणि मृत्यूवर मनन करून महानिर्वाण निर्माणाची तयारी करा.

काही महत्त्वपूर्ण संकेत

१) पृथ्वीवर आपण जन्म घेतलाय तो प्रशिक्षण घेण्यासाठी, सराव करण्यासाठी आणि सूक्ष्म शरीराद्वारे महानिर्वाण निर्माण करण्यासाठी. म्हणून पृथ्वीवर आपण आपले सर्व धडे उत्तम प्रकारे आत्मसात करायला हवेत.

२) जशी सवय तशी निर्मिती; जशी इच्छा तसे कार्य... हे लक्षात घेऊन पृथ्वीवर आपले संस्कार (Pattern) आणि प्रवृत्ती यांना डोईजड होऊ देऊ नका; तेव्हाच आपण महानिर्वाण निर्माण करू शकाल.

३) आपले मन अकंप करण्यासाठी आपण पृथ्वीवर आला आहात आणि योग्य प्रशिक्षण घेऊन जाणार आहात. जर कोणी हे प्रशिक्षण न घेता पृथ्वीचा निरोप घेतला, तर त्याच्याविषयी दुःखच वाटायला हवं.

४) चित्ताची जी चेतना आणि समज आहे, तीच पुढे भविष्य निर्माण करते. जर मृत्यूच्या वेळी माणूस योग्य विचार करू शकला, तर तो स्वर्ग निर्माण करेल. परंतु ज्याच्या वृत्ती कालबाह्य आहेत, त्याला स्वर्ग निर्माण करता येत नाही. ज्याने आयुष्यभर सद्विचार केला, त्याच्याच मनात मृत्यूसमयी योग्य विचार येतात.

५) सूक्ष्म शरीर कार्यप्रवण झाले की भौतिक शरीरासंबंधित सर्व गोष्टी संपुष्टात येतात. आंधळा दृष्टिहीन राहात नाही; पांगळा पंगू राहात नाही. शरीरासंबंधी सर्व व्याधी आणि तक्रारी दूर होतात. मात्र, मनाचे व्यापार थांबत नाहीत. सूक्ष्म शरीरासोबत मन जिवंतच राहते.

अध्याय १८
मृत्यू मनन
मृत्यू दर्शन

मृत्यू शब्द ऐकताच प्रत्येक मनुष्य विचार करायला प्रवृत्त होतो. हा शब्द ऐकताच माणूस त्वरित सजग होतो. मृत्यू हा शब्द आपल्या मनात जे विचार निर्माण करतो, त्यांना मृत्यूविषयक मनन म्हणायला हरकत नाही. मृत्यूच्या मननाने अनेकांना साक्षात्कार झाला आहे. गौतम बुद्धाबद्दल आपणांस कल्पना आहे. त्यांनी काही दृश्ये बघितली, मृत्यूचे दृश्य बघितले; तेव्हा आपल्यालाही एक दिवस मृत्यू येणार, हे त्यांना कळून चुकलं. दुसऱ्याचा मृत्यू बघून आपल्या मृत्यूविषयीचे मनन त्यांच्या मनात सुरू झाले. लोक असे मनन करू शकत नाहीत, म्हणून अशा घटना घडतात. कोणा नातलगाचा मृत्यू झाला, तर मृत्यू म्हणजे काय, याबद्दल आपल्या मनात विचार सुरू होतो. नातलगाचा मृत्यू होईपर्यंत त्याचा विचारच

मनात येत नाही. अर्जुनाने तरी कुठे विचार केला होता?

अर्जुनाचं मृत्यू मनन

कुरूक्षेत्रावर उभे राहिल्यावर त्याच्या मनात समोर उभ्या असणाऱ्या या सर्व सैनिकांचा लढता-लढता मृत्यू होणार, असा विचार आला. तोवर तेथे कोणाचा मृत्यू झालेला नव्हता, पण युद्ध झालं तर यातील अनेक लोक मरणार, हे लक्षात आल्यावर त्याचं मनन सुरू झालं. भगवद्गीतेची सुरुवातच मृत्यूच्या प्रश्नाने होते. मृत्यूबाबतची भूमिका स्पष्ट झाल्यावरच धर्मयुद्ध झाले, हे आपल्याला माहीत आहे.

भगवद्गीतेत आपल्यासमोर मृत्यूचा प्रश्न कशा रूपात ठेवला गेलाय? त्यामुळे आपल्या विचारांना चालना मिळते. आपल्या विजयाची बातमी ज्यांना सांगायची, त्यांनाच मारून टाकायचे का? ज्या व्यक्तीला आपण मिळवलेले पदक दाखवायचे आहे, त्याच व्यक्तीला ठार मारून जर ते पदक मिळवायचे असेल, तर युद्ध का करावे, अशी एक चमत्कारिक परिस्थिती अर्जुनासमोर निर्माण केली गेली, म्हणून वेगवेगळी उत्तरे आली. अर्जुनाला जो प्रश्न पडतो, त्याचे उत्तर देण्यासाठी वेगवेगळे तर्क सांगितले जातात. मृत्यू कशाचा होतो? शरीर म्हणजे काय? चैतन्य म्हणजे काय? कृष्ण कोण आहे? जेव्हा अर्जुनाला हे सर्व समजले, तेव्हा त्याची भीती नष्ट झाली. कोणी जबरदस्ती केल्याने, कोणी विचार करण्यास भाग पाडल्यामुळे, कोणी एखाद्या घटनेमुळे विचार करतो, तर कोणी कृपेमुळे मृत्यूवर मनन करतो.

जीवनात काही घटना घडतात तेव्हाच मनुष्य मनन करतो. यासाठी ही व्यवस्था करण्यात आली आहे. अधिकतर घटनांमध्ये आणि परिस्थितीमध्ये प्रत्येक मनुष्याकडून जबरदस्तीने मनन करवून घेतलं जातं. एखाद्याच्या जीवनात दुःखद घटना घडल्यानंतरच तो विचार करायला सुरुवात करतो.

रमण महर्षींचे मृत्यूविषयक मनन

गुरू नानक, रमण महर्षी यांच्यावर लहानपणापासूनच कृपा झाली. जर योग्य प्रकारे मनन झाले, तर मृत्यूची भीती म्हणजे कृपा ठरते. एकदा रमण महर्षी वयाच्या सोळाव्या वर्षी आपल्या चुलत्याच्या घरी माडीवर बसले होते. तेव्हा आपला मृत्यू होणार, असा विचार मनात येऊन ते एकदम घाबरले. आता आपण मरणार, अशी भीती प्रथम त्यांना वाटली, पण नंतर मनात आले, की आपण मृत्यूचे नाटक केले तर काय होईल?

ते आडवे पडले. आता माझा मृत्यू होईल, मग शरीर आखडून जाईल. म्हणून

शरीर सरळ ठेवूनच ते झोपून राहिले. शरीर काही काळ निश्चल ठेवलं. त्यानंतर काही क्षण गेल्यावर त्यांना जाणवलं, "मी तर मेलो आहे, पण मला याची जाणीव कशी होत आहे?" तेव्हा असं कोणतं चैतन्य जागं होतं? "मी मेलो आहे, तरीही मृत्यूची मला जाणीव होत आहे, ही जाणीव म्हणजे नेमकं काय? या अनुभूतीचा अर्थ काय? याचाच अर्थ ही अनुभूती शरीरावर अवलंबून नाही" आणि त्यांना आत्मसाक्षात्कार झाला. कृपेद्वारे आत्मसाक्षात्कार... मृत्यूचे दर्शन आणि मृत्यूनंतरदेखील... शरीराला आता लोक घेऊन जातील... जाळतील... आणि हे सर्व मला जाणवत राहील. 'शरीराची जाणीव वेगळी, ही अनुभूती वेगळी' त्यांना हे सर्व अगदी सूर्यप्रकाशाइतकं स्पष्ट दिसू लागलं. हा अनुभव जेव्हा त्या शरीरात प्रकट झाला तेव्हा काय घडलं? या सर्व प्रक्रियेला अर्धा तास लागला. नंतर ते उठून उभे राहिले. परंतु त्यांच्यात आता आमूलाग्र बदल झाला होता. सारं काही बदललं होतं. म्हणूनच दृढ विश्वास महत्त्वपूर्ण ठरतो. त्यांचं सगळं जीवन परिवर्तित झालं होतं. पूर्वी खेळण्यात गंमत वाटे. पण आता त्याबद्दल दुरावा वाटू लागला. आधी प्रिय असलेल्या सर्व गोष्टींवरून मन उडालं. अमुक पदार्थ खाण्यासाठी हवा, तमुकच पाहिजे हा आग्रह नाहीसा झाला. जे काही पुढे येई, मग ते गोड असो वा तिखट, ताजं असो वा शिळं, सगळं ते खाऊ लागले. अशा प्रकारे उपेक्षाभाव त्यांच्यात जागृत झाला.

तेथे त्यांना मार्गदर्शन करण्यासाठी कोणी शिक्षक नव्हता, गुरू नव्हता. काही वेळा लोकांना ज्ञान प्राप्त होतं; परंतु त्यांचं वागणं बघून इतर लोकांना भीती वाटते. त्यांचे चमत्कारिक वर्तन बघून लोकांना वाटतं, "नको रे बाबा असलं ज्ञान!" संसारापासून अलिप्त होणे आपल्याला आवडणार नाही. संन्यास घेऊन, घरदार सोडून भिक्षा मागत फिरायला आपल्याला जमणार नाही. अशा वेळी तेथे योग्य गुरू असतील, तर त्यांचं मार्गदर्शन मिळू शकतं. आततायीपणाची काही गरज नाही; त्यासाठी मनोशरीरयंत्राद्वारे (शरीर) होणारी अभिव्यक्ती पुरेशी आहे.

गुरू नानकांचे मृत्यूविषयीचे मनन

गुरू नानक हे एकदा नदीवर स्नानासाठी गेले होते. बराच वेळ ते नदीतून बाहेरच आले नाहीत. तेव्हा लोकांना वाटलं, बहुधा गुरू नानक नदीत बुडून मरण पावले असावेत. लोक त्यांच्या शोधासाठी नदीकाठाने दूरवर गेले. त्यांचे कपडे काठावर पडले होते. त्यांचा तांब्याही काठावर होता... पण गुरू नानक कुठेच दिसत नव्हते. तर्क-वितर्क सुरू झाले. वस्तुतः गुरू नानकांची समाधी लागलेली होती. लोकांनी मारलेल्या हाका ऐकू

येत होत्या; पण त्यांना उत्तर देता येत नव्हतं. तेव्हा लोक वेगवेगळे अंदाज व्यक्त करू लागले, ''गुरू नानक नदीत गेले. तेथे त्यांना परमेश्वराचं दर्शन झालं.'' सर्वसामान्य व्यक्तीला समाधी म्हणजे काय, आत्मसाक्षात्कार म्हणजे काय, हे कसं कळावं? गुरू नानक नदीतून बाहेर आले तेव्हा नखशिखांत बदलले होते. आल्याबरोबर त्यांनी म्हटले, ''येथे कोणी हिंदू नाही, कोणी मुसलमान नाही.''

संत सॉक्रेटिसचं मृत्यू मनन

संत सॉक्रेटिसांना विष देऊन ठार मारण्याची शिक्षा ठोठावली होती. परंतु ज्या वेळी विष दिलं जात होतं, त्या वेळी मृत्यूविषयीचं आकलन त्यांना होतं. त्या समजेनुसारच ते मृत्यूकडे बघत होते. आयुष्यात ज्या गोष्टीवर त्यांनी मार्गदर्शन केलं, जी समज प्राप्त केली होती तिचं प्रात्यक्षिक बघण्याचा, त्याचा उपयोग करण्याची संधी तेव्हा त्यांना मिळाली होती.

ज्या दिवशी त्यांना विष दिलं जात होतं, त्या दिवशी सकाळी त्यांचे शुभचिंतक, काही शिष्य आणि नातेवाईक त्यांना भेटायला आले. त्यांच्याशी बोलताना काही वेळ व्यतीत झाला. मग सॉक्रेटिसच्या लक्षात आलं, की विष देण्याची वेळ तर टळत आहे. त्यांनी विष देणाऱ्याला विचारलं, 'मला विष देण्यात काही अडचण आहे का?' तो माणूस दचकला. कारण जाणूनबुजूनच तो वेळ लावत होता. जेणेकरून सॉक्रेटिसांना आणखी काही क्षण जगण्याचा आनंद उपभोगता यावा.

भेटायला येणारे लोक त्यांना विचारत होते, 'आपला अंतिम संस्कार कसा केला जावा?' तेव्हा सॉक्रेटिस उत्तरले, 'तुम्ही जर मला पकडू शकलात तरच अंतिम संस्कार करणार ना? मी तर आपल्या हातात येणारच नाही. एवढंच काय पण मला कोणी मारूही शकत नाही.' कारण ते स्वतःला शरीर समजत नव्हते.

मात्र, लोकांनी त्यांना शरीर समजूनच प्रश्न विचारला, 'विष प्राशन केल्यानंतर आपल्या शरीरात कोणतं परिवर्तन घडतंय? त्यांनी वर्णन केलं... 'आता माझे पाय संवेदनशून्य झाले आहेत... हात गार पडत आहेत... पण जरी मला बोलता आलं नाही, तरी त्याला माझा मृत्यू समजू नका...' अशाप्रकारे हावभावाने त्यांनी दर्शवलं, की अजूनही काही होत आहे पण मी ते शब्दात सांगू शकत नाही... अशा तऱ्हेने सॉक्रेटिसांनी मृत्यूविषयीच्या समजेला लोककल्याणासाठी निमित्त बनवलं.

जिजसचं मृत्यू मनन

येशूचं शरीरही सुळावर चढवलं गेलं. लोकांना वाटतं, ते आत्मसाक्षात्कारी होते, मग त्यांना सुळावर का चढवलं? लोक प्रत्येक घटनेला आपल्या पूर्वग्रहानुसार पडताळून पाहतात. त्यांना वाटतं, सुळावर चढवणं ही एक नकारात्मक घटना असून आत्मसाक्षात्कारी मनुष्यासोबत तर असं अजिबात होता कामा नये. त्यांना जर आत्मसाक्षात्कार झालेला होता मग त्यांनी स्वतःला वाचवलं का नाही? पण असा विचार त्यांच्या (येशूच्या) मनात आलाच नाही. कारण ही नकारात्मक, वाईट घटना आहे असं देखील त्यांना वाटलं नाही. त्यांना हे स्पष्ट होतं, की कोणत्या अभिव्यक्तीसाठी त्यांना सुळावर लटकवलं जातंय. त्या वेळी चाललेला मायेचा प्रसार थांबवण्यासाठी ही लीला आवश्यक आहे याचं आकलन त्यांना होतं. अशा प्रकारच्या खेळानेच लोकांचे डोळे उघडू शकतात, लोकांमध्ये जागृती येऊ शकते हे त्यांना ठाऊक होतं. ही घटना म्हणजे त्यांच्यासाठी एक संधीच होती.

प्रत्येक युगात आत्मसाक्षात्कारी लोकांसोबत आणि त्यांच्याद्वारे अशा काही लीला, चमत्कार घडले जे त्या वेळी आवश्यक होते. म्हणून अशा घटना अयोग्य आहेत असा भ्रम बाळगू नये.

अशी घटना घडल्यामुळेच अनेक लोकांचा लाभ होऊन ते सत्यमार्गाकडे आकर्षित झाले. आज मात्र फारच कमी प्रमाणात याचा लोकांना लाभ होतोय. समजूतदार लोक या घटनेचा सत्यमार्गावर मार्गक्रमण करण्यासाठी लाभ घेत आहेत. त्यांना वाटतं, 'आपल्यासाठी जर कोणी सुळावर चढत असेल, तर मग आपणही सत्याच्या मार्गापासून दूर का राहायचं? संतांच्या आज्ञेचं पालन केलंच पाहिजे.

संत कबीरांचं मृत्यू मनन

संत कबीरांनी आयुष्याच्या शेवटपर्यंत 'अडीच अक्षरं प्रेमाची' असा संदेश दिला. परमेश्वराप्रती भक्ती, कर्माप्रती शक्ती, ज्ञानाप्रती तृष्णा जागवा हा मंत्र दिला.

कबीर म्हणत, 'सगळं जग मृत्यूला घाबरतं, पण मृत्यू मात्र कबीराला घाबरतो.' कित्येक वेळा मृत्यू आला, परंतु कबीरांना न घेताच परत गेला. लोकांना कबीरांच्या भावना समजत नव्हत्या आणि कबीर मात्र हसत. कबीरांच्या मनात आता ज्ञानज्योत प्रखर झाली होती. ते मस्तमौला बनून यात्रा करत होते. त्यामुळे काही लोक त्यांना वेडा समजत.

एक दिवस कबीरांच्या शिष्यानं त्यांना विचारलं, "बाबा, मी असं ऐकलं आहे, काशीमध्ये मेलं तर स्वर्ग मिळतो व मगहरमध्ये मेलं की नरक. मग तुम्ही काशीत का नाही राहत?" कबीरांनी उत्तर दिलं, "हा सर्व अंधविश्वास आहे. डोळे उघडे ठेवून खरं काय ते बघा. बस्स..." त्यावर शिष्य म्हणाला, "पण जग तर हेच खरं मानते." त्यावर कबीर म्हणाले, "केवळ प्रेमभाव पाहिजे. मग तुम्ही कितीही वेश बदला, घरात राहा, वनात जा, जंगलात भटका किंवा कितीही घरं बदला, अशाने काही फरक पडत नाही. तुमच्या अंतरंगात केवळ ईश्वराप्रती प्रेमभाव असायला हवा. राम तर कणाकणावर कृपा करतो. त्याच्यासाठी काशी आणि मगहर वेगळं कसं असणार! हे सर्व आमच्या मनाचे खेळ आहेत." लोकांच्या काशी श्रेष्ठ अन् मगहर कनिष्ठ या समजेला, मान्यतेला तोडून टाकण्यासाठीच कबीर मगहरमध्ये आले होते.

त्या काळातील लोकांची ही मान्यता होती, की काशीत मेल्याने स्वर्ग मिळतो तर मगहरमध्ये मेल्याने गाढवाचा जन्म. परंतु कबीरांना माहीत होतं हा केवळ पूर्वग्रह आहे, एक मान्यता आहे, लोकांनी बनवलेलं पाखंड आहे. कबीर आपल्या अनुभवाद्वारे हे सर्व जाणत होते. आज लोक म्हणतात, हज तीर्थयात्रा केली तर स्वर्ग मिळेल... अमुक अमुक पवित्र जागी मृत्यू आला तर स्वर्ग मिळेल... वास्तविक हे खोटं आहे. स्वर्ग-नरक मिळणं हे मनुष्याच्या कर्म व समजेवर अवलंबून असतं. मृत्यूबद्दल स्पष्ट कल्पना असणारे लोक त्याला घाबरत नाहीत. उलट कबीरांसारखा असा साहसी निर्णय घेऊ शकतात. अन्यथा त्या काळी काशी सोडून मगहरमध्ये शरीर त्यागण्यासाठी कोण गेलं असतं?

ज्या वेळी कबीर शरीराचा शेवटचा श्वास घेत होते, त्या वेळीसुद्धा आनंदी दिसत होते. त्यांच्या दोह्यात ते सांगतात, 'माझ्या प्रियकराला भेटण्याची वेळ आली आहे. भ्रमाचे सर्व भोपळे फुटले. विरहाची लांबलचक रात्र संपली. आता मीलनाची पहाट होतेय.'

शरीराच्या अंतसमयी कबीरांचा पुत्र कमाल जवळ आला. त्याच्या डोळ्यात प्रेमाश्रू होते. कबीर त्याला म्हणाले, "हे शरीर दहा दरवाजांचा पिंजरा आहे. त्यात वायू (आत्मा) नावाचा पक्षी राहतोय. मला आश्चर्य वाटतंय ते, त्याच्या पिंजऱ्यात राहण्याचं! तो आत्मा जर या शरीरातून निघून गेला, तर त्याचे आश्चर्य वाटायचं कारण काय? एवढ्या दिवसांनी परमात्म्याला भेटेन मी. मी मरत नाही, मी जिवंत आहे. जोपर्यंत जगात सत्य राहील, तोपर्यंत मी जिवंत असेन. जेव्हा केव्हा एखादा निर्भय मनुष्य तुझ्या दृष्टीस

पडेल, जो कुणी मृत्यूला बघून खूश होईल, तेव्हा तू समज, की तुझे बाबा आजही हयात आहेत. धर्माच्या नावावर झगडणारे बघून त्यांची चिंता करू नका. ज्यांना कबीर भेटावे असं वाटतं, त्यांनाच तो मिळेल.''

मगहरमध्ये कबीरांच्या मृत्यूसमयी आलेले लोक वेगवेगळ्या ठिकाणाहून आले होते. काही वर्षांपासून त्यांचा कबीरांशी संपर्क नव्हता. ते 'माये'मध्येच अडकले होते. हिंदूंनी विचार केला, मुस्लीम लोक त्यांच्या धर्मानुसार कबीरांचा अंत्यसंस्कार करतील. मुसलमानांना वाटलं, हिंदू त्यांच्या धर्मरिवाजाप्रमाणे अंत्यसंस्कार करतील. अशा प्रकारे दोन्ही धर्मातील लोकांत वाद-विवाद सुरू झाले. तेव्हा तिथं एक साधू महाराज आले, त्यांनी मध्यस्थी केली. ते म्हणाले, ''भांडून काही फायदा नाही. मी तुम्हाला कबीरांच्या शरीराचे दोन तुकडे करून देतो. एक तुकडा हिंदूंनी जाळावा तर दुसरा तुकडा मुसलमानांनी दफन करावा.'' साधूंनी कबीरांच्या शरीरावरचा कपडा बाजूला सारला आणि काय चमत्कार? सगळे अचंबित झाले. कबीरांच्या मृत शरीराऐवजी तेथे सुगंधी फुलंच फुलं होती! सर्व लोक आपल्या मूर्खपणावर खजील झाले, त्यांना पश्चात्ताप झाला. त्या वेळी सर्वांनीच ही गोष्ट मान्य केली, की कबीर तरंगणाऱ्या फुलावरून या जगात आले अन् फुलांमध्ये विलीन झाले. मग हिंदूंनी अर्धी फुलं काशीला नेऊन गंगा किनाऱ्यावर त्यांना अग्नी दिला आणि काही मुसलमानांनी मगहरच्या एका कब्रस्थानात दफन केली. त्याला पवित्र स्थान घोषित केलं.

अशा तऱ्हेने प्रत्येक मनुष्य आयुष्यात वेगवेगळ्या प्रकारे जागृत होतो. कित्येकदा तर उच्च ज्ञान मिळाल्यानंतरही त्याचे ज्ञानचक्षू उघडत नाही. पण एखादी लहानशी घटना देखील त्यासाठी पुरेशी ठरते. अशा भिन्नभिन्न लोकांसाठी आत्मसाक्षात्कारी संतांद्वारे निरनिराळ्या व्यवस्था केल्या जातात. कारण एखाद्या घटनेकडे विशिष्ट दृष्टिकोनातून बघितल्याशिवाय त्यांचा विश्वासच बसत नाही. यासाठी प्रत्येक आत्मसाक्षात्कारी संतांनी लोकांच्या त्या वेळच्या धारणेनुसारच मार्गदर्शन देण्याचा प्रयत्न केला.

आज शारीरिक तप करणाऱ्या लोकांचा अधिक आदर-सत्कार होतो. कारण ते स्वत: तप करू शकत नसल्याने सिद्धीसारख्या गोष्टींकडे आकर्षित होऊन खूश होतात. जो पर्यंत लोकांची बुद्धी खुलत नाही, तोपर्यंत ते बाह्य गोष्टी बघूनच विश्वास ठेवतात. कारण 'समज' हा शब्दच त्यांच्यासाठी अनभिज्ञ असतो. मात्र, जसंजशी लोकांची चेतना उच्चस्तरावर जाते, तसतसे सूक्ष्म गोष्टी त्यांच्या लक्षात येऊन ते सत्य मार्गावर वाटचाल करण्यासाठी तयार होतात. अन्यथा चेतना निम्नस्तरावर असल्याने त्यांना सत्य समज प्राप्त करण्यासाठी स्थूल घटनांचा आधार घ्यावा लागतो. अशा घटना म्हणजे

ईश्वराची लीला आणि सुंदरता आहेत. त्यापासून आपण आनंद घेऊन मृत्यूवर मनन करायला हवं.

या अध्यायात सांगितल्याप्रमाणे प्रत्येक संतांच्या मृत्यू मननातून बोध घेऊन आपला दृष्टिकोन बदला. या पुस्तकावर मनन करण्यासाठी पुनःपुन्हा हे वाचा आणि अशी समज ठेवा, 'शरीराचा मृत्यू काही काळानंतर आवश्यक आहे.' रात्री झोपताना, 'अरे मला झोप तर येणार नाही' असा विचार करून आपण घाबरतो का? कारण शरीरासाठी झोपणं आवश्यक आहे हे आपल्याला ठाऊक असतं. भौतिक शरीर वृद्ध होतं, तेव्हा वेळेनुसार त्याच्याकडून अभिव्यक्ती होणार नसते. म्हणून ते सोडणं आवश्यक असतं. एखादा हमाल जसा त्याच्या डोक्यावर असलेलं ओझं योग्य ठिकाणी ठेवतो, तसा शरीराचा मृत्यूही आवश्यक आहे. कारण त्यानंतरच तो पुढील यात्रा करू शकतो.

हे पुस्तक आतापर्यंत वाचल्यानंतर मृत्यूविषयीचं संपूर्ण चित्र आपल्या समोर स्पष्ट आहे. आता आपण प्रत्यक्षात मृत्यूचंही चित्र बनवू शकालं. तुम्ही जर पुस्तक न वाचताच चित्र बनवलं असतं तर ते भीतिदायक झालं असतं. परंतु आता आपल्याकडून निर्माण होणारं चित्र चुकीच्या धारणा आणि मान्यतांपासून मुक्त असेल, सत्याच्या सान्निध्यातील असेल, संपूर्ण असेल.

अध्याय १९
मरणोत्तर जीवन
संतांचे मार्गदर्शन

'मरणोत्तर जीवन कसं असतं?' ही गोष्ट अनेक लोकांनी सांगितली. त्यातील मृत्यूनंतरच्या जीवनाचं स्वरूप प्रकट करणारे काही लोक पुढे आले आहेत. मृत्यूच्या जवळ (Near Death Experience - NDE) जाऊन आलेल्या काही व्यक्तींनी आपले अनुभव नोंदवून ठेवले आहेत. हे अनुभव एकमेकांशी बरेच मिळते-जुळते आहेत. हे लोक जरी वेगवेगळ्या देशांतील, वेगवेगळ्या भाषा बोलणारे आहेत; तरी त्यांच्या अनुभवांत खूपच साम्य आहे. या गोष्टीवर विश्वास न ठेवणाऱ्या व्यक्तींनी यावर जरूर मनन करावं. त्याशिवाय काही तपस्वी, सिद्ध पुरुषांनी सिद्धीच्या बळावर सूक्ष्म शरीराने केलेल्या प्रवासांची माहिती आपल्या आत्मचरित्रांमध्ये दिलेली आहे. काही आत्मसाक्षात्कारी महापुरुषांनी मरणोत्तर जीवनावर प्रकाश टाकला आहे. आत्मज्ञान झालेल्या

विभूतींनीही मरणोत्तर जीवनाविषयी काही संकेत दिले आहेत.

मृत्यूनंतरच्या अवस्थेवर प्रकाश टाकणाऱ्या काही गोष्टी पुढे दिल्या आहेत. आत्मसाक्षात्कारी संतपुरुषांनी या गोष्टी सांगितल्या असल्याने त्यांना विशेष महत्त्व आहे. या गोष्टींचे काही अंश पुढे वाचकांच्या उद्बोधनासाठी दिले आहेत.

१. उच्च चेतनास्तरावर संचार करणारे योगीपुरुष आपल्या भौतिक देहाचा त्याग केल्यावरही सूक्ष्मचेतनेच्या उच्चतम खंडात आपली यात्रा चालू ठेवतात आणि प्रत्येक स्तरावरील जीवांना विशेष मार्गदर्शन करण्यास निमित्त ठरतात. पृथ्वीवरील माणसांच्या तुलनेत सूक्ष्म चेतनास्तरावर त्यांची ओळख अधिक व्यापक असते.

२. नकली मृत्यू आल्यावर पृथ्वीवर प्राप्त केलेल्या पदव्या, पद-प्रतिष्ठा, पैसा यांचा येथेच शेवट होतो. तेथे केवळ हृदयाचे पावित्र्य, प्रेम आणि सद्भावना कामी येतात. याच भावनांनी तो सूक्ष्म देह उच्च स्तरावर जातो. याच भावनांच्या आधारे तो तेथे ओळखला जातो.

३. ज्याप्रमाणे पृथ्वीवर कर्मभोगात मानवांच्या मदतीसाठी महापुरुषांना पृथ्वीवर पाठवण्यात येते, त्याचप्रमाणे संतांना (पृथ्वीवर मार्गदर्शन देऊन झाल्यावर) सूक्ष्म जगात, उच्च चेतनेच्या जगात पथदर्शक म्हणून कार्य करावे लागण्याची शक्यता असते.

४. या पृथ्वीवरील व्यक्ती जोवर सविकल्प समाधी घेऊन निर्विकल्प समाधीच्या अवस्थेपर्यंत पोहोचत नाही, तोवर त्याला उच्च चेतनेच्या जगात प्रवेश मिळत नाही.

५. उच्च चेतनेच्या जगाचे निवासी नागरिक उच्च उपखंडात राहतात. पृथ्वीवरील अधिकांश लोकांना मृत्यूनंतर चेतनेच्या वेगवेगळ्या उपखंडांतून जावे लागते. ज्यांनी सूक्ष्म जगात आपल्या वृत्तींचा (चुकीच्या सवयींचा) विनाश केला आहे, त्यांनाच चेतनेच्या उच्च स्तरावर जाता येते.

६. ईश्वराने तीन स्वरूपांत स्वतःला प्रकट केले आहे. १. भाव अथवा कारण शरीर. २. सूक्ष्म शरीर - माणसाच्या मानसिक आणि भावात्मक प्रकृतीचे स्थान. ३. स्थूल पंच भौतिक शरीर. पृथ्वीवर माणूस पाच ज्ञानेंद्रियांद्वारे (नेत्र, कर्ण, त्वचा, नाक आणि जिव्हा) या सृष्टीशी जोडला गेला आहे.

७. परलोकांत सूक्ष्म शरीराला वयाचे बंधन नसते. पृथ्वीवर वय वाढेल तसे चेहऱ्यावर

सुरकुत्या, वार्धक्य, इंद्रियांचे शैथिल्य आणि शारीरिक जडपणा या गोष्टी जाणवतात, तसे सूक्ष्म देहाबाबत काहीही जाणवत नाही.

८. भौतिक शरीराच्या मृत्यूनंतर श्वासोच्छ्वास थांबतो आणि अन्नमय शरीराची पाचही तत्त्वे- पृथ्वी, आप, तेज, वायू, आकाश- वातावरणात विलीन होतात. भौतिक मृत्यू झाल्यावर जीवाचे स्वतःच्या रक्तमांसाच्या शरीराचे ज्ञान नष्ट होते आणि ते सूक्ष्म जगतातील सूक्ष्म शरीराच्या चैतन्याचे रूप धारण करते.

९. मनुष्याच्या तिन्ही शरीरांचा पृथ्वीवर रज, तम, सत्त्व प्रकृतीद्वारा अनेक प्रकारे आविष्कार होतो.

* जेव्हा तो स्वाद, गंध, स्पर्श, शब्द वा रूप या इंद्रियांद्वारे विषयांशी संबंधित असतो, तेव्हा तो स्थूल शरीराद्वारे कार्य करत असतो.

* जेव्हा तो कल्पना वा इच्छा करतो, तेव्हा तो आपल्या सूक्ष्म शरीराद्वारे कार्य करीत असतो.

* जेव्हा तो गहन चिंतन, मनन वा ध्यान यात मग्न असतो, तेव्हा तो आपल्या कारण- शरीराची अभिव्यक्ती करतो. जो माणूस स्वाभाविक रूपात आपल्या कारण शरीराशी संबंध प्रस्थापित करतो तो प्रतिभाशाली होतो. दिव्य विचारांचे उद्‌गान करतो.

या दृष्टीने पाहिल्यास प्रत्येक माणूस हा 'एक भौतिक माणूस', 'एक ऊर्जासंपन्न माणूस' आणि 'एक बौद्धिक माणूस' अशा तीन स्वरूपांमध्ये विभाजित केला जाऊ शकतो.

१०. माणूस जेव्हा स्वप्न बघतो, तेव्हा तो आपल्या सूक्ष्म शरीराच्या पातळीवर असतो. सूक्ष्म जीवांप्रमाणे विनासायास आपल्या स्वप्नामध्ये कुठलीही वस्तू तो निर्माण करू शकतो. दीर्घकाळ गाढ आणि स्वप्नहीन झोपेत असणारा माणूस आपल्या चेतनेमुळे म्हणजे 'स्व'च्या भावनेमुळे कारण शरीरात स्थापित होतो; अशी निद्रा त्याला नवी चेतना देते. रात्रभर केवळ स्वप्ने बघणारा माणूस आपल्या सूक्ष्म शरीराशी संबंध स्थापित करतो; कारण शरीराशी नाही. ही निद्रा पूर्णतया नवी चेतना देणारी नसते.

११. मरणानंतरही माणसाचे मन व इच्छा-आकांक्षा जिवंतपणी होत्या, तशाच राहतात. तेच तुलनात्मक मन, तेच सामान्य ज्ञान (General Knowledge) कायम राहते.

त्याचा व्यवहार, त्याचे विचार, त्याचे संस्कार आपल्या पूर्वरूपातच सुरक्षित राहतात.

१२. परलोक दूर कोठे अंतरिक्षामध्ये, ग्रहताऱ्यांमध्ये वसलेला नाही. तो पृथ्वीच्या चारही बाजूंना असणाऱ्या अवकाशात आहे. सूक्ष्म जग हे प्रकाश आणि रंग यांच्या सूक्ष्म तरंगांनी बनले आहे. ते या स्थूल जगाच्या शेकडोपट मोठे आहे. अशी कल्पना करा, की जणू काही ही स्थूल सृष्टी सूक्ष्म जगाच्या महाकाय फुग्याखालची एक लहान टोपली असावी. म्हणजेच भव्य सूक्ष्म जगाच्या तुलनेत स्थूल जग हे अगदी लहान आहे.

१३. आकाशात किंवा अवकाशात ज्याप्रमाणे अनेक स्थूल सूर्य आणि तारे भ्रमण करीत असतात, त्याचप्रमाणे असंख्य सूक्ष्म सूर्य आणि ग्रह-नक्षत्र-मंडल प्रणाली अस्तित्वात आहे. त्यामुळे पृथ्वीवरील दिवस-रात्रीपेक्षा सूक्ष्म जगातील दिवस-रात्र अधिक प्रदीर्घ असतात. सूक्ष्म सूर्य आणि चंद्रगण स्थूल जगातील सूर्य-चंद्रापेक्षा अधिक देदीप्यमान असतात.

१४. सूक्ष्म जग हे अत्यंत सुंदर, स्वच्छ, शुद्ध आणि सुव्यवस्थित आहे. विषारी झाडेझुडपे, जिवाणू, कीटक-किडे, साप वगैरे तेथे नाहीत. पृथ्वीवर ऋतू बदलतात, सूक्ष्म जगात तसे होत नाही. तेथे कायमच वसंत ऋतूसारखे आल्हाददायक वातावरण असते.

१५. उच्च आणि निम्न सूक्ष्म शरीरांसाठी वेगवेगळ्या स्तरांवर मंडलाकार उपखंडांची व्यवस्था आहे. सद्भाव-सद्विचारी सूक्ष्म शरीर मुक्तपणे सर्वत्र संचार करू शकतात. मात्र, निम्न सूक्ष्म शरीरांना निश्चित सीमित क्षेत्रातच संचार करता येतो. पृथ्वीवर माणूस जमिनीवर राहतो, किडे जमिनीखाली राहतात, मासे पाण्यात राहतात, पक्षी आभाळात उडतात, त्याचप्रमाणे वेगवेगळ्या सूक्ष्म शरीरांसाठी वेगवेगळी क्षेत्रे ठरवून देण्यात आली आहेत.

१६. सूक्ष्म जगाचे कार्य ईश्वराच्या इच्छेनुसार आणि व्यवस्थेनुसार चालते. ते पृथ्वीच्या तुलनेत अधिक स्वाभाविक, सुव्यवस्थितपणे आणि सहजपणे चालते.

१७. सूक्ष्म जगात मनात आणाल ती किंवा स्वभावानुसार जाणवेल, ती इच्छा सृजनात्मक असल्याने, केवळ इच्छा केली तरी इच्छित वस्तू लगेच मिळू शकते; कारण तेथे विचारांची शक्ती त्वरित कार्यरत होते. पृथ्वीवर विचारांना प्रत्यक्ष रूप मिळण्यासाठी काही काळ लागतो.

१८. पृथ्वीवर हिंसा आणि युद्ध वगैरे सदैव चालू असतात. सूक्ष्म जगात सर्वत्र सुखद वातावरण आणि समानता असते. सूक्ष्म शरीराचे जीव आपल्या जगात आपल्या इच्छेप्रमाणे प्रकट किंवा अदृश्य होऊ शकतात. पृथ्वीवरील प्राण्यांशी त्यांचा काहीही संपर्क राहात नाही. सूक्ष्म जगातील सर्व जीव कोणतेही रूप धारण करू शकतात. तशी त्यांना मुक्त मुभा आहे. परस्परांशी ते त्वरित व सहजपणे संपर्क साधू शकतात. एकमेकांना कुठल्याही रूपात ओळखू शकतात. ज्याप्रमाणे चित्रपटात काम करणाऱ्या अभिनेत्याला कुठल्याही भूमिकेत आपण ओळखू शकतो, त्याप्रमाणे सूक्ष्म शरीरातील जीवांचीही ओळख सहजपणे पटू शकते.

१९. सूक्ष्म शरीर बहुतांशी आपल्या भौतिक शरीराप्रमाणेच दिसते. सर्व सूक्ष्म शरीराचे जीव केवळ अंतर्ज्ञानाने शब्द, स्पर्श, रूप, रस, गंध यांचा अनुभव घेऊ शकतात.

२०. सूक्ष्म जगातील जीवांना वार्धक्य, थकवा आणि शारीरिक तमोगुण यांचा त्रास होत नाही. मात्र मानसिक थकवा वा सुस्ती, तमोगुण हे भौतिक शरीराप्रमाणेच राहतात. पृथ्वीवर असतानाच या तमोगुणांपासून आपण सुटका करून घेणे योग्य ठरेल.

२१. आंतरिक सौंदर्य हा सूक्ष्मजगतात एक आध्यात्मिक गुण मानला जातो. बाह्य रूपाला तेथे महत्त्व नाही. सूक्ष्म शरीराच्या जीवांमध्ये चेहऱ्याला महत्त्व दिले जात नाही.

२२. भौतिक जीवनातील मित्र सूक्ष्म जगात भेटले, तर ते सहजपणे एकमेकांना ओळखू शकतात. एखाद्या प्रिय व्यक्तीच्या मृत्यूने जो खोटा वियोग होतो, त्यामुळे प्रेमाच्या अस्तित्वाबद्दल शंका उपस्थित होऊ शकते. ही शंका सूक्ष्म जगात पुनर्मीलन झाल्यावर फिटू शकते आणि मित्रप्रेमाच्या अमरत्वाचा अनुभव अमाप आनंद देऊ शकतो.

२३. पृथ्वीवरील हजारो जीवांनी सूक्ष्म जीवांची, सूक्ष्म जगाची क्षणिक अनुभूती घेतली आहे. मृत्यूच्या जवळ गेल्यावर येणारे अनुभव (Near Death Experience - NDE) असं त्यांना म्हटलं जातं.

२४. सूक्ष्म जगाच्या सर्व रहिवाशांमधील परस्परातील संवाद, विचारविमर्श हा सूक्ष्म दूरदर्शन (Astrala Television) किंवा दूरश्रवण (Telepathy) याद्वारे होत असतो. लिखित आणि वाचिक शब्दांमुळे होणारे गुंते आणि भ्रम यांना सूक्ष्म जगात वाव नाही.

२५. सिनेमाच्या पडद्यावर प्रकाशामुळे चित्रं एकापुढे एक अशी कार्ये करताना दिसतात. त्याचप्रमाणे सूक्ष्म शरीरांनाही प्रकाशाद्वारेच शक्ती मिळते आणि ते जीव विवेकाने आणि सुव्यवस्थितपणे सर्वत्र संचार करताना दिसतात. त्यांना शक्तिसंचयासाठी ऑक्सिजन लागत नाही. पृथ्वीवर माणूस ठोस, तरल, वायू आणि हवा या स्वरूपात असणाऱ्या प्राणशक्तीवर अवलंबून असतो. सूक्ष्म जगातील जीव दिव्य ज्योतीने (तेजप्रकाशाने) शक्ती मिळवतात.

२६. सूक्ष्म जगात प्रवेश करणाऱ्या जीवांच्या बाह्य आकृतीत काही फरकही होऊ शकतो. परंतु सूक्ष्म जगातील जीव अन्य चेतनास्तरावरील आपल्या आप्त स्वकीयांना अंतर्ज्ञानाने अचूक ओळखू शकतो आणि सूक्ष्म लोकांत प्रवेशाच्यावेळी त्यांचे स्वागतही करू शकतो.

२७. सूक्ष्म जगात आल्यावर जीवाचे बाह्य रंगरूप, व्यक्तिमत्त्व पूर्णपणे लयाला जाते. त्याचे जे वास्तव, स्वाभाविक रूप आहे तेच पुढे येते. मुखवटा घालून किंवा कपट करून दुसऱ्यांवर प्रभाव टाकता येत नाही.

२८. सूक्ष्म जीवांना प्रकाशाचा वास, रस, स्पर्श अनुभवता येतो. जोवर जीव स्थूल आणि सूक्ष्म शरीरात राहतो, अज्ञान आणि वासना यांमध्ये गुंतलेला असतो, तोवर तो परमात्म्यात विलीन होऊ शकत नाही.

२९. ज्ञानप्राप्तीनंतर माणसाची इच्छांपासून मुक्ती होते आणि त्याची शक्ती सूक्ष्म शरीर आणि कारण-शरीर या दोन्ही आवरणांना छिन्नभिन्न करून टाकते. सीमित मानव-चेतना शेवटी मुक्त होऊन बाहेर पडते आणि अनंत परमात्म्याशी एकरूप होते.

३०. सूक्ष्म जगात इच्छांचे नियंत्रण करणे आणि त्यांचा सदुपयोग करणे, या गोष्टी कालानुसार प्रत्येकाला आत्मसात कराव्या लागतात. आपल्या इच्छांना आवर घालण्यात पृथ्वीवर आपण मिळवलेल्या यशाचा फायदा सूक्ष्म जगातही आपल्याला होत राहतो.

३१. सूक्ष्म जगात प्रवेश करताना जीव जर तीव्र वासना-अभिलाषा घेऊन आला, तर त्याला निम्न स्तरावरील उपखंडात विशादपूर्ण काळ व्यतित करावा लागतो.

३२. एखादा माणूस जे काम कल्पनेच्या पातळीवर करू शकतो, तेच काम सूक्ष्म जीव वास्तवात करू शकतो. चेतनेच्या उच्च उपखंडात जीवांना खूप जास्त स्वातंत्र्य असते. ते कर्म-बंधन किंवा कुठल्याही प्रकारची बाधा यांची पर्वा न करता आपले

विचार तात्काळ कृतीत आणू शकतात.

३३. उच्चतम चेतनेच्या जगात मृत्यू आणि पुनर्जन्म हे दोन्ही केवळ विचारच आहेत. येथे जीवांचा आहार म्हणजे नित्यनूतन ज्ञानामृत. शांतीच्या झऱ्याचं पाणी ते प्राशन करतात. तेज अनुभवाच्या अवकाशरहित मार्गावर ते चालतात. तेजआनंदाच्या अनंत सागरात विहार करतात.

३४. उच्चतम चेतनेच्या जगात अनेक जीव हजारो वर्षे वास करीत आहेत. त्यानंतर प्रगाढ समाधीद्वारे त्यांची मुक्त चेतना स्वतःला निम्न कारण-शरीरापासून अलग करून घेते आणि उच्च चेतनेच्या जगाचे शिखर प्राप्त करते.

३५. जो महापुरुष हे उच्चतम शिखर गाठतो, तो हवं तर इतर जीवांना ईश्वरापर्यंत पोहोचवण्यासाठी पृथ्वीवर अवतार घेऊ शकतो किंवा या सूक्ष्म जगात येणाऱ्या जीवांना मार्गदर्शन करीत राहतो.

काही महत्त्वपूर्ण संकेत

१) मृत्यूजवळ जाण्याचा अनुभव घेतलेल्या काही व्यक्तींनी आपले अनुभव नोंदवून ठेवले आहेत. ते अनुभव एकमेकांशी मिळते-जुळते आहेत.

२) उच्चतम चेतनेच्या स्तरावरील सूक्ष्म जीव आध्यात्मिक दृष्टीने अत्यंत उन्नत असतात. सविकल्प समाधीच्या अवस्थेवर अतिक्रमण करून निर्विकल्प समाधीच्या अवस्थेत जाणाऱ्या व्यक्तीलाच उच्च चेतनेच्या जगात प्रवेश मिळतो.

३) स्वाद, गंध, स्पर्श, शब्द वा रूप इत्यादी इंद्रियांद्वारा जोवर माणूस विकार वासनांनी बद्ध असतो, तोवर तो स्थूल शरीराद्वारे कार्य करीत असतो. जेव्हा तो कल्पना व इच्छा करतो, तेव्हा आपल्या सूक्ष्म शरीराद्वारे कार्य करीत असतो आणि ज्यावेळी तो गहन चिंतन-

मनन करीत असतो किंवा प्रगाढ ध्यानात मग्न असतो, त्यावेळी तो आपल्या कारण-शरीराची अभिव्यक्ती करीत असतो.

४) सूक्ष्म जग हे प्रकाश आणि रंग यांच्या सूक्ष्म तरंगांनी बनलेलं असून, आपल्या स्थूल जगापेक्षा ते शेकडो पटींनी विशाल आहे.

५) सूक्ष्म जगातील दिवस आणि रात्र पृथ्वीवरील दिवस-रात्रीच्या तुलनेत प्रदीर्घ असतात.

६) सूक्ष्म जगात उच्च आणि निम्न जीवात्म्यांसाठी भिन्न भिन्न स्तरावर मंडलाकार उपखंड असतात. निम्न चेतना असणाऱ्या सूक्ष्म शरीरांसाठी विशिष्ट क्षेत्र निश्चित केलेले असते.

७) सर्व सूक्ष्म शरीरी जीव केवळ अंतर्ज्ञानाद्वारेच शब्द, रस, रूप, गंध आणि स्पर्श यांचा अनुभव घेतात.

८) जीवन जगण्यासाठी मनुष्य हवेतून प्राणवायू घेतो; सूक्ष्म जगाचे रहिवासी दिव्यज्योतीपासून (तेजप्रकाश) शक्ती मिळवतात.

९) सीमित मानवी चेतना शेवटी मुक्त होते आणि आपल्यासाठी कार्याची निवड करते. ती पृथ्वीवर लोकांना मार्गदर्शन करते, सूक्ष्म जगातील जीवांना ईश्वराकडे जाण्यास मदत करते, किंवा अनंत परमात्म्याशी एकरूप होते.

अध्याय २०
मृत्यू सर्वसार
अहंकाराचा मृत्युदाता

आता संपूर्ण पुस्तक वाचल्यानंतर पुन्हा एकदा मुख्य भागाकडे दृष्टिक्षेप टाकू या.

१. मृत्यूबाबतचं ज्ञान मिळवायचं असेल, तर मृत्यू हाच सर्वोत्तम गुरू ठरेल. गुरू आपल्या जीवनात यमराजाची (अहंकाराचा मुक्तिदाता) भूमिका करीत असतात. या जीवनातच आपल्या गुरूंकडून मृत्यूचा अनुभव मिळवण्याची ध्यानसाधना शिकून घ्या.

२. सगळे लोक आरशात आपली प्रतिमा बघतात. परंतु आरशातली आपली प्रतिमा बघून "हा मीच आहे का?" किंवा "जर हे शरीर म्हणजे मी नाही तर मी आहे तरी कोण?" असा प्रश्न फार कमी लोकांना

पडतो. त्याचप्रमाणे मृत्यूबाबत फार कमी लोकांना काही जाणून घ्यायची इच्छा असते.

३. अव्यक्त जेव्हा व्यक्त होते, तेव्हा हा संसार निर्माण होतो. शरीराशी जोडला गेल्याने अव्यक्त 'व्यक्ती' बनतो. व्यक्तीच्या अंतर्यामी असलेला अहंकार मृत्यूची भीती उत्पन्न करतो, तर मृत्यूचे ज्ञान आपल्याला निर्भय बनवते.

४. पृथ्वीवर मानवी शरीरात एक अपूर्व तयारी चाललेली आहे. मृत्यू झाल्यानंतरही जीवन असते, हे सत्य जाणून घेणारी व्यक्ती आपल्या आयुष्याचा एकही क्षण वाया घालवणार नाही. प्रत्येक घटनेपासून बोध घेऊन ती आपले धैर्य वाढवील.

५. जीवनाच्या विद्यालयात सुटीच्या वेळेचा उपयोग लोकांच्या भेटीगाठी, संवाद, विचारविनिमय, परस्परांच्या मतांची देवाणघेवाण यासाठी करावा. त्यामुळे जीवनातील संधीचा नेमका लाभ आपण उठवू शकाल.

६. जीवनातील दुःखांना (परीक्षांना) घाबरून ड्रॉप (शरीरहत्या) घेऊ नका, त्यामुळे तुमच्या पुढच्या प्रवासात अडचणी येतील.

७. जीवनाच्या विद्यालयाचे प्राचार्य ईश्वर, अल्ला, मालिक या नावांनी ओळखले जातात, ते सर्वांसाठी एकच आहेत.

८. मृत्यूविषयक अज्ञान हेच मृत्यूला भयानक रूप देते. मृत्यूविषयक अचूक ज्ञान आपण मिळवले, तर जीवनाची कला शिकण्यासाठी मृत्यूचा उपयोग होऊ शकेल.

९. जी व्यक्ती आपल्या जीवनाचे रहस्य जाणते, आत्मस्वरूप ओळखते, तीच आपल्या शरीराच्या मृत्यूसाठी योग्य वेळी निर्भयपणे सिद्ध राहते.

१०. पृथ्वीवर एकच एक पदार्थ आहे आणि तोच वेगवेगळ्या तरंगांच्या रूपात रूपांतरित होत असतो. त्या वस्तूला जाणून घेणे हेच माणसाचं ध्येय आहे. आपले शरीर तरंगित होत असते, क्षणाक्षणाला बदलत असते. हे शरीर प्रत्येक क्षणाला मरत असते, प्रत्येक क्षणाला जिवंत होत असते. म्हणून मृत्यूची भीती बाळगण्याची गरज नाही.

११. माणसाला चार प्रकारचे देह असतात आणि पाचवा त्या चार शरीरांना चालवत असतो. या पाचव्यापर्यंत पोहोचणे हे आपले ध्येय आहे.

१२. माणसाच्या चारही दिशांना आभामंडल आहे. त्याच्याच प्रभावाला आपण

व्यक्तिमत्त्व (Personality) म्हणतो. ज्याचे व्यक्तिमत्त्व प्रखर असते, त्याचे आभामंडलही तेवढेच प्रखर असते. भयग्रस्त व्यक्तीचे तेजोवलय संकुचित होत जाते.

१३. एखाद्या व्यक्तीने बनियन, शर्ट, स्वेटर आणि कोट घातलेला असेल, तरी तो या कपड्यांपेक्षा वेगळा आहे. नकली मृत्यूनंतर व्यक्तीची पहिली दोन शरीरे म्हणजे कोट आणि स्वेटर बाजूला होतात. तरीही शर्ट आणि बनियन परिधान करणारा असतोच.

१४. माणूस मरण पावतो, तेव्हा फक्त कारची बॉडी दूर होते. स्कूटरवर त्याचा प्रवास चालूच असतो; कारण स्कूटर आणि ती चालवणारा अजून जिवंतच असतो. त्याची यात्रा सूक्ष्म शरीरासह (स्कूटर) चालूच राहते.

१५. स्थूल शरीर निष्प्राण झाल्यावर माणूस मरण पावला असे वाटते; परंतु सूक्ष्म शरीरामध्ये त्याची यात्रा चालूच असते. आपल्या डोळ्यांची क्षमता मर्यादित असते. त्यामुळे सूक्ष्म शरीर आपल्याला दिसत नाही. म्हणून तो माणूस मरण पावला, असे आपण म्हणतो.

१६. भौतिक शरीर निष्प्राण होते, तेव्हा नकली मृत्यू होतो; कारण त्याचे सूक्ष्म शरीर कार्यरत असतेच. जेव्हा सूक्ष्म शरीरही गळून पडते, तेव्हा माणसाचा खरा मृत्यू होतो.

१७. आपण झोपेत असतो, तेव्हा आपले सूक्ष्म शरीर कितीतरी वेळा बाहेर जाऊन फेरफटका मारून येते. त्यामुळे एखादी घटना वा एखादे स्थळ बघितल्यावर ते पूर्वी प्रत्यक्षात बघितलेले नसतानाही बघितल्यासारखे वाटते.

१८. काही व्यक्तींची प्रकृती मृत्यूपूर्वी एकदम ठीक होते आणि ते शांत होतात; कारण हा मृत्यू खरा नाही, हे त्यांना अनुभवाने जाणवते. ही समज त्यांना मृत्यूच्या वेळी होते, पण आपल्याला हे महत्त्वपूर्ण ज्ञान अगोदरच दिले गेले आहे.

१९. आपण आयुष्यभर ज्या गोष्टींचा विचार केलेला असतो, त्याच गोष्टी मृत्यूच्या क्षणी आपल्याला आठवतात. गुरूकडून याच जन्मात पूर्ण ज्ञान जर मिळालं, तर मृत्यूच्या वेळीसुद्धा सत्याचेच विचार मनात येतील.

२०. ग्रे पीरियडमध्ये (संधिकालात) आपल्याला आपले संपूर्ण जीवन आठवते. संपूर्ण जीवनाचा मागोवा घेऊनच आपले जीवन यशस्वी की अयशस्वी हे ठरवावे. अर्धवट

जीवन बघून निष्कर्ष काढू नये, असे त्यामुळेच आपल्याला सांगण्यात येते.

२१. पृथ्वीवरील जीवन आणि सूक्ष्म शरीराचे जीवन यांची कालगणना वेगवेगळ्या पद्धतीने होते. त्यामुळे सूक्ष्म शरीराचे आयुष्यमान किती, हे येथील भाषेत सांगता येत नाही. पण सूक्ष्म शरीराचे आयुष्य येथील जीवनाच्या कितीतरी पट जास्त असते.

२२. मृत झालेल्या व्यक्तीला आधी मरण पावलेल्या नातलगांना भेटायचे असेल, तर तसे करता येते; कारण परलोकांतील आणि भूतलावरील कालगणना भिन्न आहे.

२३. वेळमुक्त अवस्था, अवकाशमुक्त अवस्था कशा असतात, याचा शोध विज्ञान घेत आहे. विशिष्ट अवधीनंतर लोकांना कोणती साधने उपलब्ध होतील, याबद्दल वेळोवेळी भाकिते वर्तवली जात आहेत. मृत्यूनंतरच्या जीवनाविषयीच्या आकलनातही शास्त्रीय भाषेचा उपयोग होऊ शकेल.

२४. नकली मृत्यूनंतर रडत बसण्याऐवजी मृत व्यक्तीसाठी प्रार्थना करा. तिला लवकरात लवकर आपली पुढची यात्रा सुरू करता यावी, यासाठी प्रार्थना उपयुक्त ठरते. प्रार्थनेत मोठी ताकद असते. सूक्ष्म शरीराला पुढच्या प्रवासाचे महत्त्व जास्त असते. म्हणून तिच्यासाठी रडू नका. प्रार्थना करा.

२५. सूक्ष्म शरीरात केवळ विचारच काम करतात. म्हणून नेहमी शुभ विचार करा. हॅपी थॉट्स बाळगा.

२६. सूक्ष्मजगात 'समज' हाच आपला पासपोर्ट असतो, म्हणून पृथ्वीवर असतानाच 'समज' प्राप्त करा आणि मान्यतांमधून मुक्त व्हा.

२७. सूक्ष्म शरीराच्या यात्रेमध्ये माणसाची बंधने जितकी गळून पडतील, जितके भ्रम दूर होतील, तितके त्याला स्वच्छ दिसू लागेल; अन्यथा दीर्घकाळापर्यंत तो संभ्रमावस्थेत भरकटत राहील.

२८. याच जीवनात सर्व धडे आत्मसात करा. जीवनातील अडचणींपासून दूर पळू नका. स्वतःचा अभ्यास स्वतः करा. इतरांना त्यांचे धडे शिकण्यासाठी मदत करा.

२९. सूक्ष्म शरीराला दगड आणि छडी यांनी हानी पोहोचवता येत नाही. मात्र, शब्दांनी नुकसान करता येते, म्हणून कोणाचाही मृत्यू झाल्यावर त्याची निंदा करू नये. त्याच्यासाठी प्रार्थना मात्र जरूर करा.

३०. ज्यांनी शरीरहत्या केली आहे, त्यांना सूक्ष्म शरीरावस्थेत त्रास होऊ शकतो. पृथ्वीवर पूर्ण ज्ञान संपादन करा. अर्धवट ज्ञान असेल, तर पुढच्या प्रवासात खूप त्रास सहन करावा लागेल.

३१. मृत्यूनंतर काही विशिष्ट हेतूने कर्मकांड केले जाते. कर्मकांड समजून-उमजून केले तर ठीक; अंधश्रद्धेच्या आहारी जाऊन केले, तर ते निष्फळ ठरते. कर्मकांड करताना 'समज' बाळगा.

३२. सूक्ष्म शरीर भूत बनून परत येईल व त्रास देईल म्हणून लोक घाबरतात. आपण चित्रपटात बघतो तसे भूत-प्रेत नसते. सर्वांत मोठे भूत म्हणजे आपले तुलनात्मक मन.

३३. जे लोक नकारात्मक विचार करतात, त्यांचे शरीर नकारात्मक गोष्टी स्वीकारण्यासाठी ग्रहणशील असते आणि अशा शरीरातच नकारात्मक विचार त्रास देतात. म्हणून नेहमी सकारात्मक विचार करा. भीती बाळगू नका.

३४. स्वर्ग-नरक या मरणानंतरच्या गोष्टी नाहीत. प्रत्येकजण आपला स्वर्ग व नरक सोबतच घेऊन हिंडत असतो. नरकाची भीती आणि स्वर्गाची लालूच लोकांना सत्कर्माला प्रवृत्त करण्यासाठी दाखविण्यात येते.

३५. नरकात असणाऱ्याला आपण नरकात आहोत, याची जाणीवच नसते. जो स्वर्गात आहे, त्याला मात्र समोरचा जीव नरकात आहे, याची कल्पना असते. जो चेतनेच्या उच्च स्तरावर असतो, तो निम्न स्तरावरच्या जीवाला ओळखू शकतो. निम्न स्तरावर असणारा जीव मात्र उच्च स्तरावरील जीवाला कधी ओळखू शकत नाही.

३६. पुनर्जन्म फक्त सर्वांच्या अंतर्यामी असणाऱ्या चैतन्याचा होतो, शरीराचा होत नाही. शरीर पुन्हा जन्माला येते, ही लोकांची धारणा चुकीची आहे. शरीराची पाच तत्त्वं- पृथ्वी, आप, तेज, वायू, आकाश ही मृत्यूनंतर पंचतत्त्वात विलीन होतात.

३७. आपण पृथ्वीवर जन्म घेतो, तो सराव, साधना करण्यासाठी. ही साधना सूक्ष्म शरीरात महानिर्वाण निर्माण करता यावे यासाठी असते; म्हणून पृथ्वीवर असतानाच आपला अभ्यास व्यवस्थित पूर्ण करा.

३८. उच्चतम चेतना असणारे सूक्ष्म शरीर आध्यात्मिकदृष्ट्या अत्यंत प्रगत असते.

जोपर्यंत एखादी व्यक्ती या पृथ्वीवर सविकल्प समाधीच्या अवस्थेत अतिक्रमण करून निर्विकल्प समाधीच्या अवस्थेत पोहोचत नाही, तोपर्यंत तिला उच्च चेतनेच्या जगात प्रवेश मिळत नाही.

३९. स्वाद, गंध, स्पर्श, शब्द आणि रूप यांचा अनुभव घेणाऱ्या इंद्रियांद्वारे विषयाशी जोडला गेलेला माणूस स्थूल शरीराद्वारे कार्य करतो. ज्यावेळी तो कल्पना किंवा इच्छा करतो, त्यावेळी आपल्या सूक्ष्म शरीराद्वारे कार्य करीत असतो. जेव्हा तो गंभीरपणे चिंतन वा ध्यान करतो, तेव्हा आपल्या कारण-शरीराची अभिव्यक्ती करीत असतो.

४०. सूक्ष्म जगत हे प्रकाश आणि रंग यांच्या सूक्ष्म तरंगांनी बनलेले आहे आणि या स्थूल जगापेक्षा ते शेकडोपटींनी मोठे आहे.

४१. येथे जगण्यासाठी माणूस हवेतून प्राणशक्ती मिळवतो; परंतु सूक्ष्म जगाचे रहिवासी दिव्य ज्योतीने, तेज प्रकाशाने शक्ती मिळवतात.

४२. पृथ्वीवर माणसाचे जीवन स्वार्थी आणि पापपूर्ण राहिले, तर परलोकांत त्याला अंधकारमय, दुःखदायक आणि बोजड वातावरणात राहावे लागते. तेथे भय आणि वेदना यांचे साम्राज्य असते.

४३. मरणारी व्यक्ती जर लोभी, स्वार्थी, हिंसक, लंपट असेल, तर परलोकांत तिला समविचारी सूक्ष्म शरीर घेरून टाकतात. तेथील वातावरण उदास आणि जड असते.

४४. मरणाऱ्या व्यक्तीचे पृथ्वीवरचे जीवन सेवाभावी आणि सहानुभूतीपूर्ण राहिलेले असेल, तर परलोक त्याला आनंद, प्रेम, सौंदर्य यांनी परिपूर्ण असलेले अपूर्व जीवन बहाल करते.

४५. सूक्ष्म जगात माणूस जसजसा प्रगती करीत राहतो, आपल्या विचारांचे पावित्र्य वाढवत जातो, तसतसे त्याचे शरीर कांतिमान आणि सौंदर्यपूर्ण होऊ लागते. त्यासाठीच पृथ्वीवरच आपण आपले विचार आणि मन शुद्ध करायला हवं, असं सांगण्यात येतं.

४६. प्रेम, करुणा, सेवा आणि धैर्य अंगी असणारे पृथ्वीवरील लोक मरणोत्तर आपल्या मनाच्या शुद्धतेनुसार उच्च उपखंडात पोहोचतात.

४७. परलोकांत आल्यावर काही लोकांना सत्याची ओळख होऊन जाणवते, की

आत्मवंचना करीत पृथ्वीवर जगणारे जीवच खरे मृतक् आहेत.

४८. लांबी, रुंदी आणि खोली (उंची) या तीन परिमाणांबरोबर एक चौथेही परिमाण परलोकांत जोडले जाते; परंतु आपल्या भाषेत ते व्यक्त करू शकत नाही.

४९. परलोकांत कोणाला फसवता येत नाही किंवा कोणाबाबत गैरसमज होऊ शकत नाही. तेथे अंतर्ज्ञानाने लोक काम करीत असतात.

५०. तेथे सर्व क्रिया विचारांद्वारे होतात. विचार हीच तेथील शक्ती असते; म्हणूनच सकारात्मक विचार करा, हॅपी थॉट्स ठेवा, असं सांगण्यात येतं.

५१. सीमित मानव-चेतना शेवटी मुक्त होऊन सूक्ष्म जगातील जीवांना पुढील मार्ग दाखवण्यास निमित्त बनते, पृथ्वीवरील लोकांना मार्गदर्शन करते अथवा अनंत परमात्म्याशी एकरूप होऊन जाते.

५२. मृत्यू उपरांत जीवनातील मुख्य शक्ती म्हणजे 'विचार.' म्हणूनच तेथील सर्व व्यवहार विचारांच्या आधारेच पार पडतात. यासाठीच हॅपी थॉट्स अर्थातच सकारात्मक आणि आनंददायी विचारांना आपल्या जीवनाचा अविभाज्य भाग बनवा.

५३. सूक्ष्म जगात बाह्य नव्हे, तर आंतरिक सौंदर्यालाच आध्यात्मिक गुण मानलं जातं; म्हणूनच तेथील लोक चेहऱ्याला अधिक महत्त्व देत नाहीत.

५४. सूक्ष्म जगात लोक केवळ प्रकाशऊर्जेवर अवलंबून असतात. पृथ्वीवरील लोक मात्र स्थायू, द्रव आणि वायू रूपातील ऊर्जेवर अवलंबून असतात.

५५. सूक्ष्म जगातील मानवी चेतनेसमोर नेहमी दोन पर्याय असतात. एक तर पृथ्वीवरील लोकांना अथवा सूक्ष्म जगातील लोकांना मार्गदर्शन करणं किंवा अनंततात विलीन होणं.

अतिरिक्त अंश

अध्याय २१
मृत्यू शिकवतो, मृत्यूचा मृत्यू
मृत्यूबद्दल मान्यता

पोहता न येणाऱ्या व्यक्तीला पाण्यात फेकले, तर ती बुडू लागते. कोणी मदतीला आले नाही, तर नाका-तोंडात पाणी जाऊन तिचा मृत्यू ओढवतो. त्यानंतर तिचा निर्जीव देह पाण्यावर येऊन तरंगू लागतो, याचं रहस्य काय? प्रेतही आपल्याला काही शिकवत असते. माणूस मरतो, तेव्हा तो इतरांसाठी एक निमित्त बनू शकतो. अशा वेळी लोकांनी गंभीरपणे चिंतन केलं, तर त्यांना आपलं जीवनही सावरता येतं. एरव्ही दिवसभर व्यापार-धंद्याच्या किंवा कामकाजाच्या धबडग्यात चिंतनाला वेळ असतोच कुठे?

एखादी व्यक्ती मरण पावली, की तिचे नातलग, शेजारी, मित्र एकत्र येतात. सामूहिक ध्यान, प्रार्थना, सेवा करतात. त्यावेळी जर मरणोत्तर

जीवनावर (प्रवचन ऐकवून) मनन करवून घेतले, तर ही शवयात्रा सत्ययात्रा होऊ शकते.

एखाद्या व्यक्तीचा मृत्यू चेतना वाढवण्यासाठी निमित्त होऊ शकतो; आणि त्याचे श्रेय त्या मृत व्यक्तीला मिळते. मृत व्यक्तीला यापेक्षा अधिक चांगली श्रद्धांजली कुठली असणार? म्हणून मृत्यू झाल्यावर शोक करू नका, रडून आक्रोश करू नका; तर मृत्यूकडे एक संधी म्हणून बघा. मृत्यूच्या मान्यतांतून मुक्त होऊन महाजीवनाचे रहस्य जाणून घेतले, तर आपल्या जीवनातून मृत्यूचे भय नाहीसे होईल. त्यावेळी मृत्यूचाच मृत्यू होईल.

मृत्यूविषयी निरनिराळ्या देशांत, निरनिराळ्या धर्मांत वेगवेगळ्या कल्पना, समजुती, मान्यता आहेत. आपल्या पूर्वजांनी मनन करून मृत्यूशी संबंधित कर्मकांडे, पूजाविधी निश्चित केले. त्यांच्या त्यामागच्या भावनेची, हेतूची आज आपल्याला माहिती नाही. त्या कर्मकांडामागे सावधगिरीची, सुरक्षिततेची भावनाही असणार.

मृत्यूशी संबंधित काही कर्मकांडांचा अर्थ समजून घेण्याचा प्रयत्न करा. घरात वडील किंवा वयस्कर व्यक्ती मरण पावली, तर त्या घरातील मुलांनी मुंडण करावे, अशी प्रथा आहे. वास्तविक या प्रथेमागे दोन कारणे असावीत. एक तर मुंडण केलेल्या व्यक्तीच्या घरी कोणाचा तरी मृत्यू झाला आहे, हे समोरच्या व्यक्तीला कळावं. त्यामुळे त्याच्याशी व्यवहार करताना योग्य ते गांभीर्य समोरची व्यक्ती बाळगते. दुसरं, मुंडण केल्यामुळे आपली जबाबदारी वाढली आहे, याची जाणीव मुलांना होत राहते.

मृत व्यक्तीच्या घरी जाऊन अंत्यदर्शन घेऊन परतताना 'मी जातो' असे म्हणू नये, असाही संकेत आहे. या संकेतामागेही दोन कारणे आहेत. 'मी जातो' असे म्हटल्यामुळे मृताच्या नातलगांच्या दुःखात अधिकच भर पडण्याची शक्यता असते. प्रिय व्यक्तीच्या मृत्यूने दुःखी झालेल्या व्यक्तीला लोक आपल्या दुःखात सहभागी होण्याऐवजी आपल्यापासून दूर जात आहेत, पुन्हा कधी ते येणार नाहीत, असं जाणवतं. 'काय, तूही मला सोडून चाललास?' असं म्हणताना त्याचं दुःख अधिकच तीव्र होतं, म्हणून ही प्रथा पडली असावी. अशा वेळी घरातील इतर सदस्यांनी सांगितल्यावर जावे किंवा काही न बोलता बाहेर पडावे. या प्रथेमागचे दुसरे कारण 'मी आता निघतो' असे म्हणण्यापेक्षा 'मी परत येईन' असं म्हणावं. फार तर 'अच्छा! येतो मी', 'बरंय, येतो पुन्हा' असं म्हणावं. याचा अर्थ मी कायमचा चाललो नाही, परत येणार आहे, असा दिलासा दिल्यासारखा वाटतो. अशा प्रकारे काही मान्यता पुरुषांसाठी तर काही स्त्रियांसाठी बनवल्या गेल्या.

मुलींनी स्मशानघाटावर येऊ नये, अशीही एक प्रथा आहे. मुली आणि स्त्रिया

जास्त संवेदनशील असतात. कुठलीही दुर्घटना, रक्तपात, प्रेत बघताना त्यांना दुःख अनावर होऊन त्यांच्या मनावर प्रचंड आघात होऊ शकतो. स्मशानात जेव्हा चिता पेटलेली असते, तेव्हा अग्नीच्या उष्णतेने मृताची हाडे वाकडीतिकडी होऊन ती हालचाल करीत असल्याचा भास होतो. कधी-कधी प्रेत उठून बसल्याचाही आभास होतो. अशा दृश्यांपासून मुलींनी दूर राहावे म्हणून ही मान्यता बनली.

अंत्यसंस्कारानंतर लोक स्मशानातून घरी येतात, तेव्हा त्यांच्यावर गंगाजल किंवा हळदमिश्रित पाणी शिंपडले जाते. या प्रथेमागे दोन कारणे आहेत. स्मशानातून परतलेल्या व्यक्तीसोबत काही कीटाणू किंवा विषाणू असू शकतात. गंगाजलाने किंवा हळदमिश्रित पाण्याने त्या कीटाणूंचा नाश होतो. काही ठिकाणी स्मशानघाटावरून परत आल्यानंतर स्नान करण्याची प्रथा आहे. ज्या घरात मृत्यू घडलाय त्या घरात कोणी जाऊन आलं, तर त्याच्यावर पाणी शिंपडलं जातं किंवा त्यालाही स्नान करावं लागतं. दुसरं कारण म्हणजे मृत व्यक्तीचे दहन करून घरी आल्यानंतर स्नान करण्याची प्रथा हेच दर्शवते, की मृत व्यक्तीशी आता काही संपर्क राहिला नाही. भीतीदायक विचारही जणू धुऊन काढले जातात. अशा प्रकारे स्मशानातील कर्मकांडाचा हेतू मृत व्यक्तीच्या भीतीतून मुक्त होऊन निर्भयपणे जगणं शक्य व्हावं, हाच असतो.

अध्याय २२
मृत्यू आणि दोन हास्यास्पद गोष्टी
प्रश्नांतून प्रबोधन

प्रश्न १ : एखाद्या व्यक्तीचा मृत्यू होतो तेव्हा ती मरण पावली असं सांगितलं जात नाही तर, 'ती देवाला प्रिय झाली... ईश्वराने तिचीच निवड करून आपल्याजवळ बोलावले... ती स्वर्गवासी झाली असं का सांगितलं जातं?

सरश्री : त्यावेळी जर सत्य सांगितलं तर संभ्रम निर्माण होऊ शकतो. तिचं स्थूल शरीर जरी आता नसलं तरी सूक्ष्म शरीराचा प्रवास तर सुरूच आहे हे ऐकताच लोकांचा गोंधळ उडेल. कुणाचा मृत्यू होतो तेव्हा तेथे लहान मुले, वेगवेगळे लोक उपस्थित असतात. खरे उत्तर, वास्तव जाणण्याची त्यांची मानसिक तयारी नसते. अशावेळी 'त्यांचा मृत्यू झालाच नाही' असं जर कोणी सांगितलं तर संभ्रम आणखी वाढू शकतो. कारण प्रत्येक मनुष्याला मृत्यूनंतर दोन मूर्खता लक्षात

येतात, एकतर तो शरीर नाही आणि दुसरी म्हणजे ज्याला मृत्यू समजत होता तो वास्तवात मृत्यू नव्हताच. कारण मृत्यूनंतरही तो आपलं शरीर बघू शकत होता. याचाच अर्थ, त्याचं अस्तित्व केवळ शरीरापुरतंच मर्यादित नव्हतं.

अशा प्रसंगी, 'अरे, मृत्यूनंतर त्याला मूर्खता समजल्या' असं कोणी म्हणालं, तर तेथे उपस्थितांना तो काय बोलतोय हे समजणारच नाही. म्हणून बाह्य संभ्रम टाळण्यासाठी, लोकांचं दुःख कमी करण्यासाठी तो, 'अनंतात विलीन झाला... सर्वांना आवडत असल्याने तो ईश्वरालाही प्रिय झाला... अशी विधाने लोक करतात.

एखाद्याचा मृत्यू होतो तेव्हा त्याच्याविषयी दुःखी होऊन लोक म्हणतात, 'त्या बिचाऱ्याबरोबर न जाणो काय घडलं असेल... पुढच्या जन्मात तो कुत्रा, घोडा तर बनला नसेल...' हे जाणण्यासाठी उत्सुकतेवश काही कर्मकांड केली जातात. कोणते ठसे उमटले? कुठे गेला? स्वर्गात की नरकात? असे प्रश्न पंडितांना विचारतात. खरंतर त्यांनाही माहीत नसतं. त्यांनाही त्यांच्या पूर्वजांनी सांगितलेलं असतं, 'लोक या-या प्रकारचे प्रश्न विचारतात तेव्हा त्यावर जास्त विचार करीत बसू नका. अशी अशी उत्तरं देऊन टाकायची... बस्स... अन्यथा इतर कार्य कशी करणार? अशाप्रकारे पंडितानाही रेडीमेड उत्तरं मिळतात. मग तेही त्यांच्या मुलांना तसंच शिकवतात. कित्येक पिढ्यांपासून हेच चाललंय.

कोणाला दुःख होऊ नये म्हणून सांगितलं जातं, 'मरण पावलेली व्यक्ती ईश्वराच्या चरणी समर्पित झाली... ईश्वराने त्याला बोलावले... तो स्वर्गात गेल्याने तेथे आनंदात विहार करतोय... असं ऐकून मृत व्यक्तीच्या नातेवाइकांना दिलासा मिळतो.

आपल्याला नेहमी वाटतं, ज्याच्यावर आपलं प्रेम आहे तो सदैव आनंदात राहावा. म्हणून अशी उत्तरं सर्वत्र प्रचलित आहेत. कोणाला दुःख होऊ नये म्हणून मृतव्यक्तीविषयी नेहमी चांगलेच बोलले जाते. वाईट कुणी सांगतच नाही. जवळचे नातेवाईक आधीच दुःखी असतात, त्यात त्यांच्या भावना दुखावल्या जाऊ नयेत म्हणून असं सांगितलं जातं.

प्रश्न २ : एखाद्याने आमची सेवा केली असेल आणि तिचा मृत्यू झाला तर त्याच्यासाठी प्रार्थना कशी करावी, जेणेकरून ती त्याला अर्पित होईल?

सरश्री : एखाद्याने तुमच्यासाठी काही केले असेल तर त्याच्यासाठी आपण धन्यवादाची प्रार्थना करू शकता. प्रार्थनेत शब्दांपेक्षा त्यामागील भाव महत्त्वाचे असतात. आपण जे शब्द उच्चारता वास्तवात ती प्रार्थनाच असते. पण केवळ त्यामागे भावना असायला

हव्यात. त्यांच्या आठवणीने, त्यांची सेवा आठवून डोळ्यांत जर अश्रू आले तर तीदेखील प्रार्थनाच आहे. कारण प्रार्थना केवळ शब्दांद्वारेच होते असं नाही. त्यांच्यासाठी कृतज्ञता व्यक्त करणे, डोळ्यांत अश्रू येणे, काही शब्द उच्चारणे हीपण प्रार्थनाच आहे. त्यांनी जे कार्य केलं त्याची प्रशंसा करणे हीपण प्रार्थनाच आहे. पण याहीपेक्षा ती व्यक्ती जेव्हा जिवंत असते तेव्हाच तिला धन्यवाद देणं कधीही श्रेयस्कर! तरीही लोक मृत्यूनंतरच धन्यवाद देणे जाणतात.

एखाद्या कंपनीत कोणी कर्मचारी निवृत्त होतो तेव्हाच लोक त्याच्याविषयी प्रशंसोद्गार काढतात. 'तो माणूस किती चांगला होता... सर्वांना खूप मदत करत होता... आता त्याची कमी जाणवेल... अशाप्रकारे सर्वजण त्याची प्रशंसा करतात. त्यावेळी निवृत्त होणाऱ्या माणसाच्या मनात विचार येतो, 'या लोकांनी आधीच मला या गोष्टी का नाही सांगितल्या? मी आणखी चांगलं कार्य केलं असतं. जाताना मला चांगल्या गोष्टी समजत आहेत.' अशी परिस्थिती कोणावरही येऊ नये. म्हणून जिवंतपणीच सर्वांना धन्यवाद द्या. जेणेकरून त्यांच्याशी आपले नातेसंबंध अधिक मधुर होऊन दृढ होतील. म्हणूनच 'धन्यवाद' हा शब्द केवळ भाव नसून हृदयाची आर्त साद आहे, हे समजून घ्यायला हवं. या प्रार्थनेत अधिक शब्दांची गरजच नसते. एखाद्या मंत्राचं उच्चारण करणं म्हणजे प्रार्थना आहे असं कदापि समजू नका. हृदयातून जे शब्द निघतील तीच प्रार्थना.

अंतिम अध्याय
मृत्यू येण्यापूर्वी गिरवायचे धडे
जीवनाच्या विद्यालयाचा अभ्यासक्रम

पृथ्वीवरचं आपलं जगणं हे एखाद्या विद्यालयात प्रवेश घेऊन अध्ययन करण्यासारखंच आहे. येथे प्रत्येक व्यक्तीसाठी स्वतंत्र अभ्यासक्रम असतो आणि जीवन जगता-जगता या अभ्यासक्रमातील धडे आत्मसात करावे लागतात; परंतु माणसाला याचा विसर पडला आहे. त्यामुळे हे धडे आत्मसात करण्याऐवजी माणूस आपला वेळ निरर्थक गोष्टींत घालवतो.

आपण कुठले धडे समजून घेतले आहेत? अद्याप कुठले धडे आपल्याला आत्मसात करायचे आहेत? याचा मागोवा घेऊन, अंतर्मुख होऊन आपल्या विकासासाठी पुढचं पाऊल कसं टाकायचं हे ठरवायला हवं.

प्रत्येक जीव पृथ्वीवर येतो, तो काहीतरी उद्दिष्ट

पुढे ठेवूनच. कोणी या पृथ्वीवर धैर्य शिकण्यासाठी येतो, तर कोणी तेजप्रेमाची अनुभूती मिळावी म्हणून. कोणी द्वेष-मत्सराच्या अग्नीचे परिणाम जाणून घेण्यासाठी येतो, तर कोणी निर्भय होण्यासाठी. कोणी अहंकारापासून मुक्त होण्यासाठी येतो, तर साहस अंगी बाणविण्यासाठी कोणाला येथे जन्म घ्यावासा वाटतो. असे नानाविध धडे आत्मसात करण्यासाठी काही लोक येतात, तर इतरांना हे धडे शिकता यावेत, म्हणून मदत करण्यासाठी काही येतात.

हे जग म्हणजे एक विद्यालय आहे. येथे आपण काही शिकण्यासाठी आलो आहोत; पण आपल्या या शिक्षणाचा श्रीगणेशा कसा करायचा?

पुढे काही धडे दिले आहेत. ते वाचून आपल्याला शिकण्याची आणि समजून घेण्याची प्रेरणा मिळेल. त्यानंतर मार्गक्रमण कसं करायचं, हेदेखील कळू शकेल.

१. पृथ्वीच्या शाळेतील पहिला धडा - धैर्य

आयुष्यात बसणारे धक्के धैर्याचे धडे देतात

पृथ्वीच्या शाळेत आपणांस जो पहिला धडा शिकायचा आहे, तो धडा म्हणजे 'जीवन आपल्याला धक्के देऊन धैर्य शिकवत असते.' पृथ्वीवर जन्म घेणाऱ्या प्रत्येक जीवाला अत्यंत आवश्यक असा गुण म्हणजे धैर्य. म्हणून प्रत्येक घटना, प्रत्येक अडचण, प्रत्येक पेचप्रसंग आपले धैर्य वाढवण्यासाठी एक निमित्त असते, हे विसरता कामा नये.

जीवन हे आगगाडीसारखे असते. जीवनाच्या या आगगाडीत चढले, की पहिला अनुभव येतो तो धक्क्याचा! आयुष्यात एकाच ठिकाणी ठाण मांडून बसावे, असे आपल्याला वाटत असते. कुठेच जाऊ नये असा मोह होत असतो; परंतु जीवन आपल्याला पुढे रेटत असते; काही शिकवू पाहात असते. धक्के देऊन शिकवणे ही जीवनाची शिक्षण देण्याची पद्धत आहे. जीवन जेव्हा धक्का देते, तेव्हा तीन प्रकारच्या प्रतिक्रिया संभवतात-

१. जीवनात बसलेल्या धक्क्याचा जरासाही ओरखडा ज्यांच्यावर उमटत नाही, असे काही गेंड्याच्या कातडीचे लोक असतात. जीवनातील अनेक धक्के, टक्केटोणपे खाऊन त्यांची संवेदनशीलताच पार बोथटलेली असते. जीवन त्या व्यक्तींना धक्का देऊन जो धडा शिकवू पाहते, तो त्यांच्या आकलनाच्या कक्षेतच येत नाही, त्यांना समजत नाही.

२. आपल्याला धक्का बसला तर दुसऱ्यालाही तसाच धक्का देणारे काही लोक असतात. जीवनात एखादा धक्का बसताच असे लोक नाराज होतात, संतप्त

होतात. संतापाच्या भरात अवतीभोवती असणाऱ्या लोकांना ते धक्के देऊ लागतात, त्यांच्यावर आगपाखड करतात; मात्र त्या धक्क्यापासून स्वतः काहीच बोध घेत नाहीत.

३. तिसऱ्या प्रकारचे लोक धक्क्याचे स्वागत करतात. ते जीवनाला शिक्षक मानतात. धक्का म्हणजे जीवनाच्या वर्गात शिकवला जात असणारा धडा असे समजून त्यापासून बोध घेतात.

जीवनाचा शिकविण्याचा ढंग अशा प्रकारचा आहे, ही आपली समज जशी वाढत जाते, तसा जीवनाकडे पाहण्याच्या आपल्या दृष्टिकोनात बदल घडत जातो. आपल्या दृष्टिकोनात बदल झाला, की इतर लोकांवर नाराज होणे, त्यांच्यावर रागावणे, त्यांच्या भावभावनांबाबत संवेदनाशून्य होणे असे प्रकार कमी होतात.

हा पहिला धडा व्यवस्थित आत्मसात झाला तर, आयुष्याने दिलेला हा धक्का म्हणजे खरा धक्का नव्हेच, हे आपल्याला जाणवेल आणि त्याचे आश्चर्यही वाटेल. आयुष्याच्या या धक्क्याचे शिक्षक म्हणून स्वागत करा आणि आयुष्य पुढे जे धडे देणार आहे, त्यावर लक्ष केंद्रित करा. त्या धक्क्यांपासून आनंद मिळवण्याची कला आत्मसात करा. ही कला आत्मसात करणाऱ्यांनाच प्रज्ञावंत (समजदार) म्हणतात.

२. पृथ्वीच्या शाळेतील दुसरा धडा : ज्ञान

दुसऱ्यांच्या ज्ञानावर आपले लक्ष ठेवा

पृथ्वीच्या शाळेतील दुसरा धडा आपल्या दृष्टीला काबूत ठेवणे. डोळ्यांमध्ये बघण्याची क्षमता आहे. त्यामुळे डोळे प्रत्येक गोष्टीवर अडकत राहतात. यासाठी आपण आपल्या डोळ्यांना प्रशिक्षण द्यायला हवं. आपलं लक्ष नेहमी ज्ञानावर असायला हवं. प्रत्येक व्यक्ती आपल्याला काही ज्ञान देत असते. ते ज्ञान आत्मसात करण्याची भावना मनात दृढ असायला हवी.

जीवन म्हणजे आगगाडीचा प्रवास. या गाडीत चढल्यावर आपल्याप्रमाणेच प्रवास करणारे अनेक प्रवासी भेटतात. या प्रवाशांजवळ तीन गोष्टी असतात. पैसा, शरीर आणि ज्ञान. या तीन गोष्टींपैकी तुमची नजर कशावर अधिक असायला हवी? प्रवाशांच्या पैशांपेक्षा आणि देहयष्टीपेक्षा आपली नजर त्यांच्या ज्ञानावर असायला हवी. ज्ञान असणाऱ्या प्रत्येक व्यक्तीपासून आपल्याला काहीतरी नवीन शिकायला मिळतं. प्रत्येक व्यक्तीपासून आपल्याला काही शिकण्याची प्रेरणा मिळावी. आपली नजर जर दुसऱ्यांच्या ज्ञानावर

असेल, तर यशस्वी जीवन जगणाऱ्या व्यक्तीजवळ असणारी प्रत्येक गोष्ट आपल्याजवळही निश्चित असेल.

दुसऱ्यांच्या पैशांवर किंवा देहयष्टीवर डोळा ठेवू नका. त्यांच्या ज्ञानाकडे बघा. जर ज्ञानाचा धनी असलेला एखादा तुम्हांला भेटला तर त्याला गुरू माना; आपल्या भावी जीवनासाठी त्याच्याकडून मार्गदर्शन घ्या. त्यायोगे आपले जीवन सरळ, सहज आणि आनंदमयी झाल्याची प्रचीती आपल्याला निश्चित मिळेल.

३. पृथ्वीच्या शाळेतील तिसरा धडा : अभय

भयग्रस्त होऊन मरू नका

निर्भय व्हा. निर्भय होण्याचे वरदान मिळवा, भीतीमुक्त व्हा. निर्भय व्यक्ती जीवनात अनेक अमूल्य खजिन्यांचे धनी होतात. घाबरट लोक मार्गात येणाऱ्या अडी-अडचणींच्या विचाराने आपला प्रवास थांबवतात. असे लोक आपले सगळे जीवन भीतीग्रस्त होऊन जगतात.

जीवनाच्या आगगाडीतील अनेक प्रवासी स्वतःला आखडून घेऊन भीतीग्रस्त जीवन जगत असलेले तुम्हांला दिसून येतील. एखाद्या घाबरलेल्या कोंबड्यासारखे हे प्रवासी असतात. कधीही घाबरलेला कोंबडा बनू नका आणि त्यांचे ऐकूही नका. नवे प्रयोग करायला घाबरू नका. इतरांनी काहीही म्हटलं, तरी पाय मागे घेऊ नका; कारण नवे प्रयोग करायला साहस लागतं, तर जुन्याच गोष्टी पुनःपुन्हा करीत राहण्याला बेहोशी लागते. आपण बेहोशीत जगण्यापेक्षा आपल्या ज्ञानकक्षा वाढवा; साहस वाढवा. नवे प्रयोग करण्याची हिंमत दाखवा, सजगता वाढवा, असं हा तिसरा धडा सांगतो.

भ्याड, भीतीग्रस्त माणसं कधी धाडस दाखवत नाहीत. धोका दिसताच ती पळ काढतात. एक कोंबडा जंगलात एका आंब्याच्या झाडाखाली विचार करीत उभा होता. त्याच्यावर एक पिकलेला आंबा पडला. त्या आवाजाने आणि आंब्याच्या दणक्याने तो एकदम घाबरून जोरात पळू लागला, ''अरे, आकाश पडले, आकाश पडले.'' असे तो ओरडत होता. जंगलातील इतर प्राणीही त्याच्यामागे धावू लागले. ससा, खार, लांडगा, कोल्हा, हरीण, हत्ती... सगळे कोंबड्यामागे पळू लागले.

जंगलाचा राजा सिंह त्या पळणाऱ्या प्राण्यांकडे आश्चर्याने बघत होता. 'आकाश पडले' हा गिल्ला त्याने ऐकला. त्यामुळे त्याला प्रश्न पडला. त्याने एका प्राण्याला अडवून विचारलं, ''काय झालं? आकाश कुठं पडलं?'' त्याने उत्तर दिलं, ''मला नाही

माहीत. मी कधी आकाश पडताना बघितलेलं नाही.'' चौकशीअंती सिंहाला समजलं, की सर्वजण कोंबड्याच्या सांगण्यानुसार धावत आहेत. सिंहाने कसंबसं कोंबड्याला गाठलं. त्याला थांबवून विचारलं, ''काय रे, आकाश कुठे कोसळलंय?'' कोंबडा म्हणाला, ''मी आकाश पडल्याचा आवाज ऐकला. माझ्यावर ते पडलं होतं, मी झाडाखाली उभा होतो तेव्हा.'' सिंह म्हणाला, ''ते झाड दाखव मला. बघू तिथे आकाश कसं पडलंय ते!''

जंगलातील सर्व प्राणी त्या आंब्याच्या झाडाजवळ आले. कोंबडा म्हणाला, ''मी इथे उभा होतो. दाणकन् माझ्यावर आकाश पडले. मोठा आवाज झाला आणि मी पळत सुटलो.'' सिंहाने झाडाखाली बघितलं, एक आंबा पडलेला होता. सिंहाला हसू आवरेना, ''अरे, झाडावरून आंबा पडला आणि तो आवाज ऐकून तू आकाश पडले म्हणून धावत सुटलास?... कमाल झाली तुझ्या मूर्खपणाची!'' आपण कसे मूर्ख ठरलो, या विचाराने प्रत्येक प्राण्याने शरमेने मान खाली घातली. झाडावरून पिकलेला आंबा पडणे ही नित्याची बाब. परंतु घाबरलेल्या कोंबड्याने त्या गोष्टीचा राईचा पर्वत केला आणि साध्या घटनेला एक भयानक आपत्ती बनवली. बरेच लोक साध्या गोष्टीची भयानक कल्पना करून स्वतः घाबरून अफवा पसरवत राहतात आणि लोकांनाही घाबरवून सोडतात.

घाबरलेला कोंबडा म्हणजे काय, हे आपल्याला या उदाहरणावरून लक्षात आले असेल. त्याचप्रमाणे जीवनाच्या आगगाडीतही अनेक भयग्रस्त कोंबडे आपल्याला आढळतात. आभाळ कोसळलं असं म्हणून सर्वत्र घबराट माजवत असतात, अफवा पसरवतात. जीवनात तुम्ही नवे काही करायला पाऊल उचलायचा अवकाश, हे घाबरट कोंबडे आभाळ कोसळले, आभाळ कोसळले म्हणून गिल्ला करीत तुम्हाला घाबरवण्याचा प्रयत्न करू लागतात. त्यांना वाटते, की प्रत्येक नवीन गोष्ट आपल्यासाठी अपयशीच ठरणार. आपण लहानपणी नित्यनव्या गोष्टी उत्साहाने करीत असतो; परंतु वय वाढल्यावर भीतीग्रस्त कोंबडे होऊन जातो. तेव्हा भित्रेपणा सोडून द्या. निर्भयपणे साहस करा, यश मिळवा.

४. पृथ्वीच्या शाळेतील चौथा धडा : हृदयातील भावना खुल्या करा

पृथ्वीवर आपण स्वतःला संकुचित करण्यासाठी नव्हे, खुलवण्यासाठी आलो आहोत

पृथ्वीच्या शाळेतला चौथा धडा आहे, ''जीवन हे सदैव फुलण्यासाठी,

खुलण्यासाठी, खेळण्यासाठी असतं.'' स्वतःला आकुंचित करून घेणारे, आखडून घेणारे लोक हे गाडलेल्या मुडद्यासारखे असतात. गाडलेला मुडदा म्हणजे स्वतःला बंद करून घेणारा माणूस. अशी माणसं कधीच मोकळी होत नाहीत, विकसित होत नाहीत, फुलत नाहीत. नेहमी संशय घेत राहतात. हे लोक इतरांशी दिलखुलासपणे बोलू शकत नाहीत, इतरांवर केवळ टीका करीत राहतात, ते शंकेखोर असतात; इतरांना त्रस्त करण्यातच धन्यता मानतात. ''तुला अजिबात अक्कल नाही. तुझा कधीही विकास होऊ शकणार नाही,'' असंच सांगतात. ते आपले गुण वाढवून सांगतात आणि आपले अवगुण लपवतात, सत्याचा विपर्यास करतात आणि खोटंनाटं सांगून दिशाभूल करत राहतात.

आपण असे गाडलेले मुडदे बनू नका. गाडलेल्या मुडद्यांचे ऐकूही नका. आपण कुठलेही काम करायला घ्याल, तेव्हा ते टीकाच करणार. आपण काही काम करीत नसाल तरी ते टीकाच करतील. या पुस्तकाद्वारे जे ज्ञान मिळेल, जी समज मिळेल, त्यानुसार काम करत राहा. आपण काही करा, न करा, लोक टीका करत राहणारच. म्हणून आपल्या अंतःकरणाचा आवाज ऐका, हृदयातील भावनेला महत्त्व द्या. हृदय खुले करा, त्यामुळे आपली बुद्धी खुली होईल, मुक्त होईल.

५. पृथ्वीच्या शाळेतील पाचवा धडा : जागृती

यांत्रिकतेचा त्याग करा

पृथ्वीच्या शाळेतला पाचवा धडा म्हणजे सावधानता, जागरूकता, सजगता. भ्रमापासून सुटका.

संभ्रमात जगणारे, झोपेत चालणारे लोक आपलं अवघं आयुष्य व्यर्थ घालवतात आणि मृत्यूनंतरही भ्रमातच राहून निम्न पातळीवर जगत राहतात. अशा लोकांना कधीही महाजीवन लाभत नाही. साक्षात्कार होत नाही. तेजज्ञान मिळत नाही.

आज जगातील ९० टक्के लोक यांत्रिकपणे जीवन व्यतीत करतात. ते लोक जिवंत तर असतात, पण यंत्र बनूनच जगतात; यंत्राप्रमाणेच व्यवहार करतात. लहानपणी शाळेत जाणे, पुढे महाविद्यालयातून पदवी घेणे, नोकरी-उद्योगाला लागणे, लग्न करणे, संतती झाल्यावर मुला-मुलींचे संगोपन करणे, त्यांना शाळेत घालणे, पदवीधर बनवणे, त्यांचे लग्न लावून देणे, त्यांना मुले झाली, की त्यांच्यावर आजी-आजोबांच्या भूमिकेतून देखरेख करणे वा त्यांच्या बाललीलांमध्ये रममाण होणे, असं लोकांच्या जीवनाचे चक्र अव्याहतपणे चालू आहे.

हे सर्व करणे म्हणजेच आपलं जीवन असं मानायचं का? आपल्या आयुष्याचे हेच ध्येय आहे का? आपल्या आयुष्याचे उद्दिष्ट यापेक्षा दुसरं काहीच नाही का? यांत्रिकपणा घालवणे, यांत्रिकपणा दूर करून मन मुक्त करणे, नमन करणे, नव्या शक्यतांचा पाठपुरावा करणे, हेच आपल्या जीवनाचे खरे उद्दिष्ट होय.

एखादी घटना घडल्यावर नेहमीप्रमाणेच साचेबंद प्रतिक्रिया वा व्यवहार करणे म्हणजे यांत्रिकपणे जगणे. कोणी शिवी दिली तर आपणही शिवी देऊन हिशेब चुकता करणे. कोणी प्रशंसा केली तर खुश होणे, दिवसभर तेच ते काम यंत्राप्रमाणे पुनःपुन्हा करीत राहणे. तरी कोणी म्हणाले, "काय हे यांत्रिक जीवन... तेच ते ... रोज तेच करीत राहणे... कंटाळवाणे..." तर तो नाराज होतो. या नाराजीचाच अर्थ तो यंत्र बनलाय असा होतो. यंत्राप्रमाणे जगणारे लोक नवीन कोणतीही गोष्ट शिकायला उत्सुक नसतात. ते नव्या गोष्टीबाबत साशंक असतात; नव्या गोष्टीवर टीका करण्यातच समाधान मानतात. या यांत्रिक जीवनाच्या चाकोरीतून बाहेर पडायचं असेल, तर आपण केवळ शंका-कुशंका काढत बसून उपयोग नाही, थोडं विश्लेषण करायला हवं.

यांत्रिकपणे जीवन जगायला सरावलेले लोक आपल्या मनात घट्ट बसलेल्या कल्पना व समजुतीप्रमाणे व्यवहार करीत राहतात. त्यापलीकडे जाऊन उघड्या डोळ्यांनी कधी बघतच नाहीत. आपल्या अवतीभोवती अशी अनेक यंत्रे आपल्याला दिसतील. काही यंत्रे मीन राशीची असतील, काही मकर राशीची! काही सिंह राशीची तर काही वृषभेची! आपल्या राशीचे भविष्य जसे वर्तवले गेले असेल, तसेच व्यवहार हे लोक करतात. दोन रुपये किमतीचे दैनिक त्यांचे भविष्य सांगते आणि त्या भविष्यानुसार हे लोक व्यवहार करतात. कारण ते जागरूक, सजग नसतात. ते एक प्रकारच्या तंद्रीतच असतात. त्यांना आपल्या जीवनाचे खरे ध्येय काय, याचा कधी पत्ताच नसतो. श्वासोच्छ्वास चालू असतो, म्हणून आपण जिवंत आहोत, असं नाही; तर खरोखर जिवंत असण्यासाठी यांत्रिकपणाचा त्याग करायला हवा.

बहुतेक माणसे यंत्राप्रमाणे जगतात आणि यंत्राप्रमाणे मरतात. जन्मभर ते दुसऱ्यावर टीका करत राहतात किंवा संशय घेत राहतात. स्वतः सदैव चिंताग्रस्त असतात आणि इतरांनाही त्रस्त करीतच मरतात. जगणं म्हणजे काय, हे त्यांना कधी कळतच नाही. आपण यंत्रासारखे जीवन जगतोय, हे एकदा लक्षात आलं, की या यांत्रिकपणातून आपली सुटका होऊ लागते आणि आपण जागृत होतो. आपण कसे जगतोय, याची जाणीव होऊ लागते. कोणी आपली पत्रिका बघून किंवा तळहातावरच्या रेषा बघून आपले

भविष्य वर्तवते आणि आपणही त्या भविष्यावर विश्वास ठेवतो. त्याप्रमाणे जगू लागतो. हातावरच्या रेषा आपल्या जीवनाबाबतचे निर्णय घेतात. आपण त्या रेषांचे गुलाम बनतो. लकीरचे फकीर बनतो. साप तर निघून जातो आणि आपण मात्र त्या रेषांकडे बघत काठी मारत राहतो.

जे लोक राशींचा अभ्यास करतात, भविष्य वर्तवतात, ते राशिचक्रात अडकून बसतात. या रेषा केवळ काही शक्यता वर्तवतात, भविष्यात असं घडेल ही शक्यता फार कमी असते. पण हे त्यांना समजत नाही. माणसाच्या बाबतीत एकच शक्यता नसते; अनेक शक्यता उपलब्ध असतात. गौतम बुद्धाचा जन्म झाला, तेव्हा अनेक ज्योतिषी राजा शुद्धोधनाच्या दरबारात आले, ''हा मुलगा पुढे चक्रवर्ती राजा होईल,'' असे त्या ज्योतिषांनी सांगितले. फक्त एक ज्योतिषी म्हणाले, ''हा मोठेपणी ज्ञानप्राप्ती होऊन बुद्ध बनेल.'' म्हणजे गौतमाच्या बाबतीत दोन वेगवेगळ्या शक्यता वर्तवण्यात आल्या. ज्यांनी या शक्यता वर्तवल्या, मग ते चूक होते असं म्हणायचं का? नाही. ते बरोबरच होते.

त्याचप्रमाणे प्रत्येक व्यक्तीबाबत अनेक शक्यता असतात, परंतु आपण जेव्हा भविष्य ऐकतो किंवा वाचतो, तेव्हा त्यात वर्तवलेल्या मिळत्या-जुळत्या गोष्टींकडेच आपण जास्त आकृष्ट होतो. ''आजचा दिवस चांगला जाणार नाही,'' असे भविष्य वाचले की दिवसभर मनात अनिष्ट विचार येत राहतात आणि खरोखरच दिवस वाईट जातो. एखाद्या माणसाचा चुकून धक्का लागला तरी त्याला ठामपणे वाटते, ''आजचा दिवस चांगला जाणार नाही असे भविष्यच होते ना! तसंच होत आहे.'' अशा प्रकारे माणूस स्वतःच त्या गोष्टी आपल्याकडे आकर्षून घेतो.

खरंतर कोणत्याही व्यक्तीबाबत एकच शक्यता संभवत नाही. मात्र यांत्रिकपणे जगणाऱ्या व्यक्तींना केवळ यांत्रिक शक्यतेचंच आकर्षण वाटतं. उदाहरणार्थ, एखाद्या कामाबाबत अ, ब, क, ड असे चार पर्याय असतात. पण यांत्रिकपणे जगणाऱ्या व्यक्तीने पहिल्यांदा 'अ' हा पर्याय निवडला, तर पुढे प्रत्येकवेळी तो 'अ' हाच पर्याय निवडत राहील. मग तो पर्याय निवडल्याने त्याला जे काही मिळाले, तेच पुनःपुन्हा मिळत राहील. जर आजवर त्याला दुःख मिळत आलेले असेल, तर भविष्यातही त्याला दुःखच मिळत राहील.

याउलट जागरूक माणसाचं वागणं असतं. आजच्या तारखेला तो आपल्या समजशक्तीवर काही निर्णय घेईल. रोज संध्याकाळी जो टी.व्ही. बघत असेल, तो पुढेही

संध्याकाळीच टी.व्ही. बघण्याचे ठरवतो. त्यामुळे त्याच्या जीवनात तोचतोपणा येतो, यांत्रिकपणा येतो. संध्याकाळी टी.व्ही. बघण्यापलीकडे तो दुसरे काहीच करीत नाही. त्याच्या या सवयीमुळे त्याच त्या गोष्टीवर त्याचे लक्ष केंद्रित होते. त्यापलीकडचे त्याला काही सुचतच नाही. आपल्याला जर आपले संस्कार, आपल्या सवयी, आपल्या वृत्ती यांपासून सुटका करून घ्यायची असेल, तर आपण आपल्या त्या भ्रमजालातून, झोपेतून जागं व्हायला हवं. यांत्रिक जीवनाचा त्याग करून बाहेर पडायला हवं. यांत्रिकपणे जगत राहून आपण कधीही नवा वा अधिक सोयीस्कर पर्याय निवडू शकणार नाही. आपल्याला जर उत्तम निवड करण्याची संधी हवी असेल, तर बेहोशीतून बाहेर पडायलाच हवं. यांत्रिकपणे जगणारे लोक यंत्राप्रमाणेच कुचकामी होऊन मरतात; असे मरण हे सर्वांत वाईट होय.

या जगात बारा राशींमध्ये सर्वांना बसवलं आहे. या बारा राशींपैकी एका राशीचा जोडीदार मिळणार हे ठरलेलं असतं. म्हणजे कोणाही व्यक्तीबाबत १२ शक्यता असतात. या बारा राशींपैकी कोणत्या राशीच्या व्यक्तीशी लग्न होऊ शकते? जेव्हा कुंडल्या जुळवल्या जातात, तेव्हा मुला–मुलीच्या राशी परस्परविरोधी वा शत्रुस्थानी तर नाहीत ना हे बघण्यात येते. दोघेही रागीट स्वभावाचे असतील, दोघेही खर्चिक असले तर संसार नीट चालणार नाही. घटस्फोटाची पाळी येईल. कुंडली बघताना एक रागीट असेल, तर जोडीदार शांत स्वभावाचा हवा हे बघितलं जातं. एक खर्चिक असेल तर जोडीदार काटकसरी हवा. १२ राशींमुळे १४४ प्रकारच्या जोड्या जुळतात. राशी म्हणजे यंत्र. म्हणजे जोड्यांची एकूण १४४ यंत्रे झाली. त्यापलीकडे ही संख्या जाणार नाही. परंतु काही यंत्रांमध्ये जीवन जाणून घेण्याची तृष्णा जागृत होते. ''मी कोण आहे? या पृथ्वीवर मी का अवतरलोय? मला चाकोरीतलं आयुष्यच जगायचं आहे, की यापेक्षा वेगळे काही करण्यासाठी मी येथे आलो आहे?'' यांसारखे प्रश्न त्याच्यात निर्माण होतात. त्यानंतर त्याच्या यांत्रिकपणाला तडे जाऊ लागतात. जे व्हायचं आहे, ते विधात्याने आधीच लिहून ठेवलंय आणि त्याप्रमाणेच होणार, असे समजून चालू नका. ही तर मुलांची समजूत घालणारी भाषा आहे. ज्या गोष्टी मनाच्या पलीकडे असतात, त्या शब्दांत प्रकट करता येतातच, असं नाही.

गौतम बुद्धांबाबत ''हा मुलगा ज्ञानप्राप्तीनंतर बुद्ध बनेल. तो भाग्यापासून मुक्त होईल. हस्तरेषांचा गुलाम होणार नाही,''असं सांगण्यात आलं. याचा अर्थ त्याचे यांत्रिक जीवन संपुष्टात येईल. तो जागृत होईल आणि मुक्त जीवन जगेल. त्याच्याप्रमाणे प्रत्येक माणसाबाबत जागृतीची शक्यता आहे. केवळ गौतमाच्याच संबंधात 'बुद्धत्वा'ची शक्यता

होती, असे नाही. अवतीभोवती सगळीच माणसं जर बेहोशीने जगत असतील, तर काही व्यक्तींना जागृतीसाठी अधिक परिश्रम घ्यावे लागतील. जागृती वाढू लागते, तेव्हा बरेच लोक आपल्या बेहोशीतून जागे होतात. पुढे ही प्रक्रिया अधिक सुलभ होऊ लागते; कारण सत्याची ओढ असणारे आपल्या अवतीभोवती अधिक प्रमाणात दिसू लागतात. त्यामुळे आपल्या जागृतीची शक्यता अधिक वाढते. जसजशी जागृती वाढेल, त्या प्रमाणात यांत्रिकता कमी होईल. मोठे परिवर्तन होऊन शक्यताही वाढतील.

यांत्रिकपणे जगणारे लोक कधी थांबून, जाणीवपूर्वक नवा प्रतिसाद देत नाहीत. जेव्हा आपण यंत्र आहोत, हे माणसाला कळू लागतं, तेव्हा त्याचा यांत्रिकपणा गळून पडतो. असा माणूस जागृत झाल्यावर आनंदाने आणि प्रेमाने जीवनाकडे बघू लागतो.

६. पृथ्वीच्या शाळेतला सहावा धडा : विवेक

पैसा सर्व काही नसून बुद्धी (विवेक) सर्व काही आहे

पृथ्वीच्या शाळेतील सहावा धडा म्हणजे आपल्या विवेकबुद्धीला जागृत करणे. बहुसंख्य लोक आपल्या विवेकबुद्धी जागृत करण्याऐवजी पैसा मिळवण्यातच आपले सगळे आयुष्य व्यतीत करतात. माणसाजवळ किती पैसा आहे, यावर आज त्याचं यश मोजलं जातं. संपत्तीच्या ताकदीवर आज मोठमोठ्या उत्तुंग इमारती उभ्या राहतात, नवनव्या सोयी-सुविधा निर्माण केल्या जातात, मनोरंजनाची साधने उपलब्ध होतात. त्यामुळे पैसा म्हणजेच सर्वस्व अशी सर्वांची समजूत झालेली दिसते. ज्याच्याजवळ गडगंज संपत्ती आहे, तो यशस्वी मानला जातो; परंतु हे यश पैशांमुळे नव्हे, तर बुद्धीच्या बळावर मिळत असतं. पैशाचा क्रम बुद्धीनंतरच लागतो. यांत्रिकपणातून सुटका झाल्यावर बुद्धी म्हणजेच सर्वस्व हे ज्ञात होतं. तुमच्याजवळ जर बुद्धी असेल, विवेक असेल, सारासार विचार असेल, तर त्यापाठोपाठ पैसा येतोच. बुद्धीने पैसा आणि ज्ञान यांची प्राप्ती होते. शंभरजणांना लॉटरी लागली, तर वर्ष-दोन वर्षांनंतर त्यापैकी ९० लोक पुन्हा पूर्वस्थितीला पोहोचलेले आढळतात. दहा टक्के लोक लॉटरीत मिळालेली रक्कम जपून ठेवण्यात यशस्वी होतात. इतर लोक यात अयशस्वी होतात, कारण त्यांचे आपल्या शरीरावर नियंत्रण नसते; तसेच सारासार विचारांचेही त्यांना वावडे असते.

पैशांच्या बळावर दुसऱ्याची बुद्धी विकत घेता येते, अशी फुशारकी काही लोक मारतात; पण दुसऱ्याची बुद्धी विकत घेण्यासाठीही बुद्धी लागते, हे मात्र विसरतात.

७. पृथ्वीच्या शाळेतील सातवा धडा : आत्मनियंत्रण

शरीर व मन यांवर अनुशासन ठेवणे

या जगात माणसाखेरीज अन्य कोणाही प्राण्याला स्वयंशिस्तीत राहण्याची, जगण्याची गरज जाणवत नाही. माणसाला मात्र स्वयंशिस्तीची गरज असते, कारण तो यांत्रिक जीवन जगण्याला सहजपणे सरावतो. कोणाही प्राण्याला मधुमेह होत नाही. उच्च रक्तदाबाचा त्रास होत नाही; कारण प्राणी अगदी स्वाभाविक, सहज जीवन जगत असतात. भूक लागते, तेव्हाच प्राणी आहार घेतात आणि भूक असेल तेवढेच खातात. त्यामुळे प्राण्याला कधी अजीर्ण, अपचन होत नाही. एखाद्या मधुमेही व्यक्तीला सांगितलं, ''मधुमेह झालेल्या व्यक्तींनी फार साखर खाऊ नये.'' तरी तो लपून-छपून इतरांना नकळत मिष्टान्नावर ताव मारतच राहतो. त्यामुळे त्याची व्याधी जास्तच बळावते. माणसाचे आपल्या शरीरावर अनुशासन नाही. नियंत्रण नाही; त्यामुळे असे होते. धूम्रपानाने कर्करोग होऊ शकतो, मद्यपानाने यकृताच्या कामात बिघाड येतो, हे ठाऊक असले तरी माणूस धूम्रपान वा मद्यपान सोडत नाही; कारण आपल्या शरीराला तो काबूत ठेवत नाही. तो दरवेळी मद्यप्राशन करण्यासाठी सबबी शोधत राहतो. एक दारूडा म्हणतो, ''मी एकदा दारू पिण्याचं थांबवलं तेव्हा भारत आणि पाकिस्तान यांच्यात तुंबळ युद्ध झालं. तेव्हापासून आपल्या देशाच्या हितासाठी कधीही मद्यपान बंद करायचे नाही, अशी प्रतिज्ञा मी केली आहे.'' याला म्हणतात यांत्रिक जीवन. यात अशा सबबी सांगण्यात येतात. यांत्रिकतेत २५ टक्के घट झाली, तरी आपण अशा भ्रमजालातून बाहेर येऊन जागृतीकडे वाटचाल करतो. यासाठी आजच सर्व व्यसने सोडून द्या. या सर्व अनर्थकारक गोष्टींपासून मला दूर राहायचं आहे, असं मनोमन ठरवा. No No's In My Life या कोष्टकात रिकाम्या जागा भरा आणि नवजीवनाकडे वाटचाल सुरू करा.

८. पृथ्वीच्या शाळेतील आठवा धडा : विकास

विकासाचा मंत्र - नेहमी जिंकत राहा

जीवनात सदोदित विकास होत राहावा हा पृथ्वीच्या शाळेतील आठवा धडा आहे. विकासाचा मंत्र आहे, 'नेहमी जिंकत राहणे.' आपण जर एकच गोष्ट लक्षात ठेवली, की 'हरण्यापुढे हार खाऊ नका.' तर नेहमीच जिंकाल, कधीच हरणार नाही. तेव्हा आपल्या लक्षात येईल, ''पराभूत होणं म्हणजे हरणं नाही, तर हरण्यामुळे हरणं ही खरी हार आहे.'' हरल्यानंतर काय, याची जी भीती आपल्याला भेडसावते, ती खरं तर

पराभूत करते. पराभूत होण्याची भीती वाटली, तर आपण खरोखर हरता. काही लोक केवळ पराभवाच्या भीतीनेच हरतात; म्हणूनच पराभवाकडून पराभूत होऊ नका, असे सांगण्यात येते. पराभवाने जर भीतीग्रस्त होत नसाल आणि विजयासाठी सतत प्रयत्न करीत राहाल, तर आपण पराभूत झालाच नाही, असं म्हणावं लागेल. हा पराभवच जिंकण्याची प्रेरणा देतो; त्या प्रेरणेचा उपयोग करून घ्या आणि पुढे पाऊल टाका.

विकासाचा हा मंत्र सदैव लक्षात ठेवा. पराभवाकडून पराभूत होण्यास नकार देतो, तेव्हा पराभव होऊनही आपण न घाबरता त्या पराभवाचाच शिडी म्हणून उपयोग करीत असतो. वास्तविक, विकासाच्याच मार्गावर वाटचाल करीत असता. आपल्याला अनेकदा लहान-लहान अपयशांना सामोरं जावं लागलं; पण त्याकडे आपण फारसे लक्ष दिले नाही; उलट यश मिळवण्यासाठी सतत प्रयत्नशील राहिलो, त्यामुळेच शेवटी यश मिळालं, असं अनेक यशस्वी लोक आपल्याला सांगतील. मुलं जेव्हा सायकल चालवायला शिकतात, तेव्हा कितीतरी वेळा पडतात; परंतु त्यांचं लक्ष पडण्यावर नसतं; तर सायकल चालवण्यावर असतं. आपण सायकल चालवत आहोत, असंच दृश्य त्यांच्या नजरेपुढे असतं. इतर मुले सायकल चालवत आहेत, मग मलाही सायकल चालवता यायलाच हवी, हाच विचार त्यांच्या मनात घोळत असतो. त्यांच्या मनात याच एका यशाच्या विचाराने घर केलेलं असतं. त्यामुळे मुलं अल्पावधीतच सायकल चालवायला शिकतात. वय वाढल्यावर पडण्याच्या भीतीने मोठी माणसं मात्र सायकल शिकण्याचे टाळतात.

नेहमी जिंकणारे लोक हरण्याचे दुःख करीत बसत नाहीत; तर त्या अपयशाचे विश्लेषण करतात. जुन्या अपयशाला कफन घालून खोल पुरून टाकतात. त्यापूर्वी त्या अपयशाची कसून तपासणी करतात. अपयशापासून काय बोध घ्यायचा, ते शोधतात. त्यामुळे पुढे यश मिळवणं त्यांना सोपं जातं.

९. पृथ्वीच्या शाळेतील नववा धडा : साहस

जोखीम पत्करा

मोठे यश मिळवायचे असेल तर थोडीफार जोखीम पत्करावीच लागेल, सदैव सुरक्षिततेची कास धरणाऱ्यांना फार मोठे यश कधीच मिळवता येत नाही. "जोखीम पत्करण्याची फारच भीती वाटत असेल, तर ती जोखीम लगेच पत्करा; उगाच वेळ घालवत बसू नका," असा संदेश यशस्वी लोक देतात, तो लक्षात ठेवा. "जिंकण्याचा आनंद जास्त आहे, की हरण्याची भीती जास्त आहे?" असा प्रश्न स्वतःलाच विचारा. जिंकण्याचा आनंद अधिक असेल, तर आपण प्रत्येक भयाशी सामना करू शकता.

हरण्याची भीती जास्त असेल, तर पृथ्वीच्या शाळेतील दहावा धडा 'उत्तुंग, दमदार लक्ष्य समोर ठेवा' तो आपणास प्रेरक ठरेल.

जीवनात काही पेलवण्याजोगी जोखीम पत्करावी लागते. जोखीम पत्करताना काही भयांना तोंड द्यावं लागतं आणि आपल्यात साहस निर्माण करावं लागतं. जोखीम उचलताना घाबरता कामा नये.

रात्रीच्या वेळी एखाद्याला पाणी पिण्यासाठी स्वयंपाकगृहात जाण्याची भीती वाटते. मी या अंधारात कसा जाऊ, असा विचार मनात आला, तर लगेच त्या ठिकाणी जा.

जोखीम उचलणे अत्यंत आवश्यक ठरते. मोजून-मापून उचललेली जोखीम म्हणजे काही लोक कुठल्यातरी बेहोशीत, बेसावधपणे धोका पत्करतात आणि पुन:पुन्हा अपयशी ठरतात. मोजून-मापून जोखीम उचलण्याने आपले साहस वाढते. पराजयाची भीती दूर होऊन आपण नेहमी विजयी होतो.

१०. पृथ्वीच्या शाळेतील दहावा धडा - दिशा

दमदार लक्ष्य हवे

आयुष्यात नेहमी दमदार लक्ष्य ठेवा. जीवनात किती लोक आपल्या आयुष्याचे ध्येय ठरवून ते लिहून काढतात? जोवर आपल्याला ध्येयाची आठवण करून दिली जात नाही, तोवर आपण सर्वसामान्य चाकोरीबद्ध जीवनच जगत राहतो. "तुमच्या जीवनाचे ध्येय काय?" असा प्रश्न विचारला, तर तुम्ही काय उत्तर द्याल? माझ्या जीवनाचं ध्येय अद्याप ठरलेलं नाही, असं उत्तर असेल, तर 'लगेच एखादं ध्येय ठरवा आणि ते पूर्ण करण्याची प्रतिज्ञा घ्या.' "ध्येय ठरलेलं आहे," असं उत्तर असेल, तर त्या ध्येयामध्ये जीव ओता, त्याला दमदार बनवा. तुम्ही एखादं ध्येय निश्चित केलं, तर जगातील कुठलीही अडचण तुमच्या ध्येयाआड येऊ शकणार नाही. नाहीतर एखादी छोटी अडचणही मोठी वाटते. उदाहरणार्थ, एखाद्या व्यक्तीला झोपण्याआधी दूध प्यायला मिळाले नाही तर झोप येत नाही... कुणाला विशिष्ट उशी नसेल तर झोप येत नाही... डास चावले तरी झोप येत नाही... अशा प्रकारे ध्येय जर निश्चित नसेल तर अशा लहानसहान गोष्टीही खूप त्रस्त करतात; परंतु जीवनाचं ध्येय ठरलेलं असेल, तर मोठमोठ्या अडचणीही छोट्या आणि नगण्य वाटू लागतात. म्हणून आपण आपल्या आयुष्याचे काही विशिष्ट ध्येय ठरवा. मात्र ते ध्येय उत्तुंग हवं, जोमदार हवं. त्याचा उच्चार केल्याबरोबर अंगावर रोमांच उभे राहायला हवेत. आनंद वाटायला हवा. त्या ध्येयाच्या उच्चाराने काम

करण्याची प्रेरणा जागृत व्हायला हवी. भय दूर पळून जायला हवं. त्याचबरोबर भक्तीद्वारे मन निर्मळ करण्याचं उद्दिष्टही समोर ठेवावं.

अशा प्रकारे आपण आपल्यासाठी एखादं लक्ष्य निश्चित करायला हवं. आयुष्यात कधीतरी आपल्या मनाजोगतं ध्येय मिळेल वा कोणीतरी ते सुचवेल, म्हणून वाट बघत बसू नका. कोणावर विसंबून राहू नका. ज्या दिवशी तुम्हाला तुमचं ध्येय सापडेल, तो दिवस तुमच्या आयुष्यातील सोनेरी दिवस ठरेल; कारण त्या दिवशी तुम्ही ध्येय निश्चित करून आयुष्याला विशिष्ट दिशा देण्यात यशस्वी ठराल. दिशाहीन व्यक्ती कधी विकास साधू शकत नाही.

आपलं ध्येय जितकं भव्य असेल, तितकी जास्त शक्ती नियती आपल्याला प्रदान करते. निसर्गाचा हा नियम ज्यांना ज्ञात आहे, त्यांना लहानसहान ध्येयाचा मोह कधीच वाटत नाही. निसर्गाच्या शक्तीची प्रचीती घ्यायची असेल, तर भव्य, उदात्त आणि उत्तुंग ध्येयच समोर ठेवायला हवं.

११. पृथ्वीच्या शाळेतील अकरावा धडा : द्यायला शिका

निमित्त बना

जी वस्तू आपल्याला हवी आहे, ती इतरांना मिळवून देण्यासाठी मदत करा, हा पृथ्वीच्या शाळेतला अकरावा धडा आहे. तुम्ही इतरांना जे द्याल, ते अनेक पटींनी वाढून तुम्हाला मिळेल.

एक माणूस म्हणाला, ''मला बघून कुणी खूष होत नाही. कोणी स्मितहास्य करत नाही.'' तेव्हा त्याला सांगितलं जातं, ''इतरांकडे बघून तू आधी गोड हसत जा. मग लोकही तुझ्याकडे बघून हसतील.''

त्याने हा सल्ला मानला. लोकांना बघितल्यावर तो गोड हसू लागला. लोकही त्याला प्रतिसाद देऊ लागले. तो कुठेही गेला, तरी त्याला बघून लोक आनंदाने हसत त्याचे स्वागत करू लागले. कोणी आपल्याला बघून 'हॅलो' म्हणावं असं वाटत असेल, तर आधी तुम्ही 'हॅलो' म्हणायला सुरुवात करा. 'हॅपी थॉट्स' म्हणा. तुम्ही तसं करायला सुरुवात करताच तुमचं तुम्हालाच आश्चर्य वाटेल. 'मला मिळेल तेव्हा मी देईन' असं लोक मानतात. पण ही चुकीची धारणा आहे. आपल्याला आयुष्यात जे काही हवंय, ते आधी दुसऱ्याला द्यायला शिका.

एक माणूस झाडाच्या वाळलेल्या डहाळ्या घरी आणून चुलीपुढे बसून म्हणाला, "मला खूप थंडी वाजतेय. मला आधी ऊब द्या. मग मी लाकडं चुलीत घालतो." आता हे कसं शक्य आहे. थंडीने तो मेला तरी चूल त्याला ऊब देऊ शकणार नाही. आपल्याला खूप पैसा मिळावा, असं वाटत असेल, तर इतरांना पैसे मिळवण्यामध्ये मदत करा. आपल्याला ज्ञान हवं असेल, तर लोकांना ते मिळवण्यासाठी मदत करा. तुम्हांला वेळ हवा असेल, तर इतरांचा वेळ वाचवण्यासाठी मदत करा. तुम्हांला प्रेम हवे असेल, तर इतरांना प्रेम मिळावं, यासाठी मदत करा. दुसऱ्यांसाठी जेव्हा तुम्ही काही करता, देता, निमित्त बनता, तेव्हा तुमच्या जीवनात त्या गोष्टी आपोआप येऊ लागतात, हे लक्षात येऊन तुम्हांला आश्चर्य वाटेल. पण हा जीवनाचा नियम आहे. निसर्गाचा परिपाठ आहे, त्याचा कदापि विसर पडू देऊ नका.

१२. पृथ्वीच्या शाळेतील बारावा धडा : आशा

आशावादी व्हा, सकारात्मक विचारांचे महत्त्व ओळखा

महाभारतातील कुरूक्षेत्रावर एका बाजूला कौरव, दुसऱ्या बाजूला पांडव आणि मध्ये अर्जुन हे दृश्य नजरेसमोर आणा. अर्जुन 'मी'च्या विचारांचं प्रतीक असून, पांडव सकारात्मक विचारांचं प्रतीक आहे. दुसरीकडे कौरव नकारात्मक विचारांचे प्रतीक आहे. कौरव शंभर तर पांडव फक्त पाच. याचाच अर्थ, माणूस नकारात्मक विचार जास्त करतो; तर सकारात्मक विचार कमी.

आता अर्जुनापुढे पेच आहे, 'मी काय करू?' त्यावेळी नकारात्मक विचारही (कौरव) त्याला मित्र वाटतात. त्याला मार्गदर्शन करणारा त्याचा मित्र कृष्ण (विवेकबुद्धीचे प्रतीक) सांगतो, "तू समज ठेव व नंतर तीर चालव." पाच पांडव आहेत आणि शंभर कौरव आहेत म्हणून थांबू नकोस. नीट समजून-उमजून बाण सोड. आपली समजशक्ती वाढव. समज वाढवण्यासाठी लगेच सत्याचे श्रवण सुरू कर; कारण श्रवण सुरू होताच नकारात्मक विचार नष्ट होऊ लागतात.

"आपल्या मनात सकारात्मक विचार किती आहेत आणि नकारात्मक विचार किती आहेत?" असा प्रश्न स्वतःलाच विचारा. जर ९०% विचार नकारात्मक असतील आणि ५% सकारात्मक असतील, तर नकारात्मक विचारांना सहजपणे ज्ञानाच्या शृंखलांनी बद्ध करा. जर सकारात्मक विचार पाच असतील आणि नकारात्मक विचारही पाचच असतील, तर नकारात्मक विचारांशी मैत्री करा. त्यांचा शिडीसारखा वापर करून आपल्याला आपले लक्ष्य गाठता येईल. श्रीकृष्णाने अर्जुनाला नकारात्मक विचार नष्ट

करण्याचं ज्ञान दिलं. जेव्हा कधी आपण काम करू शकत नाही असं जाणवेल, तेव्हा 'हे काम मी नक्कीच करू शकतो,' असा सकारात्मक विचार मनात आणा. हॅपी थॉट्स, शुभ विचार मनात बाळगणारी व्यक्ती हे काम करण्याच्या दृष्टीने सकारात्मक भूमिका घेऊन नवनव्या कल्पना आणि सृजनात्मक प्रतिभा उपयोगात आणण्यास सिद्ध होईल.

नकारात्मक विचार आपल्या प्रगतीच्या मार्गात अनेक अडथळे उभे करतात. पण सकारात्मक विचारांनी ते अडथळे दूर करणे सुरू करा आणि आपल्या अंतिम ध्येयाकडे मार्गक्रमण करीत राहा. यासाठी कोणतंही नवं काम सुरू करताना सकारात्मक दृष्टिकोन ठेवा. आपल्यात ईश्वराचा अंश आहे, त्यामुळे यश हमखास मिळणारच असा विश्वास बाळगा. सकारात्मक विचारांमुळे आपला मेंदू मुक्तपणे काम करतो; तर नकारात्मक विचारांनी आपल्या बुद्धीला जणू करकचून आवळले जाते.

'मला हे काम करणे जमणार नाही' असे आपण जेव्हा म्हणतो, तेव्हा आपल्या बुद्धीवर पूर्णविराम देत असतो. 'मी हे काम कसे करू शकतो,' असे सकारात्मक विधान करताच आपल्या बुद्धीचा मुक्त संचार सुरू होतो. मुक्त विचार करणारी बुद्धी नवनवे, अभिनव मार्ग शोधून काढते आणि आपला विकास साधते, नवनिर्मिती, आविष्कार करते. ''ही वस्तू विकत घेण्याची माझी ऐपत नाही'' असा विचार मनात आला तर तो झटकून टाका आणि 'ही वस्तू विकत घेता यावी, यासाठी मला काय करता येईल' असा आशावादी दृष्टिकोन स्वीकारला, तर आपल्या आयुष्यात जादू झाल्यासारखे वातावरण बदलेल.

१३. पृथ्वीच्या शाळेतील तेरावा धडा : 'मम'पासून 'मीरा'पर्यंत

आपले आंतरिक जीवन जाणून घ्या आणि 'मम'पासून दूर व्हा

पृथ्वीच्या शाळेतील शेवटचा धडा आहे, 'मी, माझे, माझ्यासाठी यांपासून मुक्ती मिळवणे.' ही मुक्ती लाभली, तर आपल्याला महाजीवन प्राप्त होते आणि हे महाजीवन मृत्यूपासून मुक्त असते. शेवटचा हा धडा 'मम पासून मीरा'(भक्ती) हे अंतर पार करतो. हा प्रवास एका उदाहरणाने समजून घेऊ या.

आई-वडिलांना काही कामानिमित्त बाहेर जायचं आहे. त्यामुळे मुलांना घरी ठेवणं भाग आहे. मुलांनी हा वेळ चांगला घालवावा, म्हणून ते रेडिओ लावून जातात. काही मुलांना संगीताची आवड आहे, संगीत ऐकण्यात त्यांचा वेळ चांगला जाईल हा त्यांचा विचार. काही मुलांना दृक्श्राव्य माध्यम आवडतं. त्यांच्यासाठी ते व्हिडिओ देऊन जातात. काही मुलांना ल्युडो हा खेळ आवडतो. तो त्यांना देण्यात येतो. याप्रकारे

वेगवेगळ्या आवडी असणाऱ्यांना विविध करमणुकीची साधने आई-वडील देऊन जातात. त्याचप्रमाणे आयुष्यात व्यापार हाही एक खेळ असतो. व्यापारी स्पर्धा हाही एक खेळ असतो. लोक विविध प्रकारचे खेळ खेळतात, पैसे मिळवतात. खेळ चालू राहतो. जोवर आई-वडील घरी येत नाहीत, तोवर मुलांचा खेळ निरंतर चालू राहतो. हे खेळ खेळण्यामागचं उद्दिष्ट नीट समजून घ्यायला हवं.

मुलांना घरी ठेवून आई-वडील काही दिवसांसाठी बाहेर गेलेले असतात. परत आल्यावर मुलांना कोणत्या अवस्थेत पाहणे त्यांना आवडेल? घरी परतल्यावर मुलं जर दुःखी-कष्टी दिसली, तर त्यांना निश्चितच वाईट वाटेल. मुलं हसत-खेळत मजा करीत असतील, तर त्यांना आनंद वाटेल.

या उदाहरणातील मुलांच्या जागी तुम्ही आहात; आई-वडील म्हणजे ईश्वर. काही दिवस म्हणजे आपलं पृथ्वीवरचं जीवन.

मुलं सहा प्रकारची असतात. घरी परतल्यावर आई-वडिलांनी बघितलं तर काही मुलं शुद्धीवर नाहीत असं त्यांना आढळलं. या मुलांनी दारू पिऊन, धूम्रपान करून, मादक द्रव्यांचे सेवन करून आपला वेळ घालवलेला असतो. त्यांना बघून आई-वडील दुःखी-कष्टी होतात.

काही मुलांनी घरात तोडफोड केली आहे, असं त्यांना आढळलं. त्यांना दिलेली खेळणी मोडक्या-तोडक्या अवस्थेत होती. घरातील फर्निचरही मोडलेलं होतं. या मुलांकडे बघूनही आई-वडील दुःखी होतात.

तिसऱ्या गटातील मुलं रडत बसलेली दिसली. त्यांना बघूनही आई-वडील कष्टी झाले. त्यांच्यासाठी ठेवलेला खाऊ मुलांनी तसाच शिल्लक ठेवला होता. ती भुकेलेली होती (सत्यश्रवण केलं नव्हतं). ते म्हणाले, ''आम्ही तुम्हांला वेळोवेळी संदेश पाठवले; पैगंबर, मसीहा, कबीर, गुरू नानक संदेश घेऊन आले, परंतु तुम्ही बुद्धी, वेळ आणि श्रवणशक्ती असूनही याकडे लक्ष दिले नाही; आपल्या मूर्खपणामुळे दुःखी जीवन जगले.'' सत्यश्रवण न केल्यामुळे उदासीन राहिले.

या तीन गटांतील मुलांमुळे आई-वडील दुःखी झाले.

उरलेल्या तीन गटातील मुलं मात्र आनंदात होती.

चौथ्या गटातील मुलांनी आई-वडील घरी येताच त्यांना मिठी मारली; कारण त्यांचा वेळ मजेत गेला होता.

पाचव्या गटातील मुलंही खुशीत होती; शिवाय इतर दुःखी मुलांनाही त्यांनी खूष ठेवलं. आई-बाबा लवकरच येतील, अशी त्यांची समजूत काढून त्यांना दिलासा दिला.

सहाव्या गटातील मुलं सर्वांत जास्त आनंदी दिसत होती. ती स्वतः तर आनंदी राहिलीच, पण त्यांनी सभोवतालच्या मुलांनाही आनंदी ठेवलं. घर स्वच्छ ठेवलं, घरातला कचरा कचरापेटीत दूर नेऊन टाकला. सर्वांना एकत्र करून घर व्यवस्थित सांभाळलं. त्यांच्या जीवनातील यांत्रिकपणा सुटला, ते जागृत झाले.

या मुलांना बघून आई-वडील अधिक खूष होऊन ते त्यांच्याबरोबरच राहू लागले. रडणाऱ्या मुलांना डोळे पुसण्यासाठी भेट म्हणून रुमाल देण्यात आले. जगण्याची कला अवगत होईपर्यंत मुलांबाबत आई-वडील एवढंच काम करू शकतात. एक तर अश्रू पुसणे किंवा पुरस्कार म्हणून रुमाल देणे.

जीवन- ज्याला आपण ईश्वर, अल्ला, स्वसाक्षी म्हणतो, ते आपल्याच अंतर्यामी असतं. आपल्या सर्वांमध्येच जीवन आहे, जिवंत असण्याची जाणीव आहे. जेव्हा ही जाणीव पक्की होईल, तेव्हा आई-वडीलदेखील (ईश्वर) आपल्याबरोबर राहू लागतात. जीवनाप्रमाणेच एक महाजीवनदेखील असतं. जीवनाला मृत्यू असतो. पण महाजीवनाला मृत्यू नसतो. या पुरस्कारासह जगणे हाच तेरावा धडा आहे. यामध्ये माझा, मम, मेरा हे शब्द लोप पावतात आणि उरतो फक्त तेरा (भक्ती) म्हणजे 'सर्व ईश्वराचे' हा भाव.

जोवर इच्छा 'मी, माझं' यांच्याशी आसक्त होत नाहीत, तोवर त्या बाधा ठरत नाहीत.

इच्छा असणे वाईट नाही; मात्र इच्छेबद्दल आसक्ती असणे वाईट ठरते. जेव्हा इच्छा 'माझी इच्छा' बनते, तेव्हा ती दुःखाचे कारण होऊ शकते. मी, माझा, माझ्यासाठी हे मायावी विचार आहेत. त्यांचा अंत व्हायलाच हवा. आपण मृत्यूच्या मायेपासून मुक्त व्हायला हवं.

* * *

हे पुस्तक वाचल्यानंतर आपला अभिप्राय कृपया या पत्त्यावर अवश्य पाठवा.
Tejgyan Global Foundation,
Pimpri Colony Post Office,
P. O. Box 25, Pune - 411 017. Maharashtra (India).

पृथ्वीच्या पाठशाळेतील धडे

क्रमांक	धडा	सार
पहिला धडा	धैर्य	आयुष्य आपल्याला धक्के देऊन धैर्य शिकवतं. पृथ्वीवरील प्रत्येक प्राण्याला धैर्य ठेवणे हा धडा आवश्यक आहे. कुठलीही घटना घडो, तिचा वापर धैर्य वाढवण्यासाठी, निमित्त म्हणून करा. पहिला धडा
दुसरा धडा	ज्ञान	आपल्या दृष्टीला शिस्त लावा. डोळे बघू शकतात, म्हणून ते आयुष्यात समोर येणाऱ्या प्रत्येक वस्तूवर खिळून राहतात. आपण आपल्या डोळ्यांना प्रशिक्षण द्या. आपली नजर नेहमी ज्ञानावर असायला हवी. आपण प्रत्येक माणसाकडून काहीतरी ज्ञान मिळवू शकतो, ही भावना मनात ठेवा.
तिसरा धडा	अभय	अभय वरदान मिळवा. निर्भय लोकांनाच आयुष्याचा अनमोल खजिना हस्तगत करता येतो. घाबरट, भित्रे लोक मार्गात येणाऱ्या अडथळ्यांविषयी काथ्याकूट करीत बसतात आणि आपला प्रवास अर्ध्यातच थांबवतात. असे लोक आपलं सगळं आयुष्य भीतीतच व्यतीत करून मरतात.
चौथा धडा	हृदयाची भावना	आपल्याला जे ज्ञान, जी समज मिळाली आहे, तिला प्रमाण मानून काम करा. तुम्ही काही करा अथवा करू नका, लोक टीका करीतच राहणार. म्हणून आपल्या अंतःकरणाचा आवाज ऐका. हृदयातील भावनांना प्रमाण माना. अंतःकरण खुलं करा. आपली बुद्धी मुक्त करा.
पाचवा धडा	सावधपणा	सदैव जागृत राहा, सावध राहा, सजग राहा. बेहोश, झोपेत चालणारी माणसं आपलं सगळं आयुष्य वाया घालवतात आणि मरणोत्तर जीवनातही याच

		अवस्थेत राहून निम्न पातळीवरचे जीवन जगत राहतात. अशा लोकांकडून कधीही महाजीवनाची अपेक्षा करता येत नाही.
सहावा धडा	विवेक	आपली विवेकबुद्धी जागृत करा. आपल्या विवेकबुद्धीला जागृत करण्याऐवजी बहुसंख्य लोक पैसे मिळवण्यावरच लक्ष केंद्रित करतात. आम्ही पैसे देऊन बुद्धी विकत घेऊ शकतो, अशा बढाया मारणाऱ्या व्यक्तीही असतात. मात्र दुसऱ्याची बुद्धी विकत घ्यायलाही बुद्धी लागते हे लक्षात ठेवा.
सातवा धडा	आत्मनियंत्रण	या जगात कोणत्याही प्राण्याला अनुशासन, शिस्त पाळावी लागत नाही. फक्त माणसालाच अनुशासनात राहण्याची गरज भासते; कारण माणूस बेहोशीत यांत्रिक जीवन जगू लागतो. कोणत्याही प्राण्याला मधुमेह होत नाही, रक्तदाबाचा त्रास होत नाही; कारण प्राणी स्वाभाविक, सहज जीवन जगत असतात.
आठवा धडा	विकास	विकासाचा मंत्र आहे, सदैव विजय. आपली हार होऊ द्यायची नाही. कधीही पराजयापासून पराजित व्हायचं नाही, हे एकच सूत्र कायम समोर ठेवलं, तर आपण सदैव जिंकतच राहाल. पराजित होण्यात पराभव नाही, पराजयाकडून पराजित होणे हा पराभव आहे, हे आपण जाणून घ्यायला हवं (हार जाना हार नही है, बल्कि हार से हार जाना हार है).
नऊवा धडा	साहस	यश मिळवायचं असेल, तर काही जोखीम उचलणे आवश्यक आहे, धोका पत्करणे अटळ आहे. कायम सुरक्षित राहण्याची इच्छा धरणारे लोक कधीही महान यश संपादन करू शकत नाहीत.
दहावा धडा	दिशा	आपले ध्येय, उद्दिष्ट नेहमी भव्य, दमदार हवं. जगात

		फार थोडे लोक आपल्या जीवनाचं ध्येय ठरवतात आणि त्यापैकीही फार कमी ते शब्दबद्ध करतात. जोवर आपल्याला आपल्या ध्येयाचं स्मरण दिलं जात नाही, तोवर आपण सर्वसामान्य चाकोरीतच जगत राहतो. त्यासाठी जीवनाचे लक्ष्य ठरवा; त्या लक्ष्याकडे जाण्याची दिशा निर्धारित करा.
अकरावा धडा	देत रहा, देणे शिका	जी गोष्ट आपल्याला मिळावी असं वाटतं, ती गोष्ट इतरांना मिळवता यावी, यासाठी मदत करा. जे आपण दुसऱ्याला द्याल, ते अनेकपटींनी आपल्याला परत मिळेल.
बारावा धडा	आशा	आपल्या हातून काही काम होत नाही, अशी टोचणी लागेल तेव्हा, 'हे काम मी कसे करू शकेन?' असा सकारात्मक विचार मनात आणा. शुभ विचार (हॅपी थॉट्स) मनात बाळगणारा माणूस ते काम कसं करता येईल, याचाच विचार करील. त्यानंतरच त्याच्या मनात नवनव्या कल्पना येतील. त्याची सृजनशीलता जागी होईल.
तेरावा धडा	मम ते मीरा (मेरा से मीरा)	आयुष्यात मी, माझा, मला असा नेहमी विचार आपण करतो. त्यापासून स्वतःला मुक्त करा. एकदा ही मुक्ती मिळाली, की आपल्याला महाजीवन प्राप्त होईल. महाजीवन हे मृत्यूपासून मुक्त असतं. हा शेवटचा पाठ शिकण्याचा मार्ग 'मेरा से मीरा' ममपासून मीरा (भक्ती) असा आहे.

परिशिष्ट

मृत्यूपासून दूर पळण्याच्या क्रियेत
आपले अवघे आयुष्य व्यर्थ घालवू नका.
आधी मृत्यूला समजून घेण्यासाठी
काही काळ घालवला,
तर मृत्यूपासून पळ काढण्याची
गरजच भासणार नाही.

तेजशब्दसंग्रह

खाली दिलेल्या शब्दांचा अर्थ या पुस्तकाचा पूर्ण लाभ घेण्यासाठी उपयुक्त आहे.

तेज : या शब्दाचा अर्थ आहे, दोहोंपलीकडे.

तेजपारखी : १) तेजपारखी हे नाव नाही, तर काम आहे. जसे- डॉक्टर, इंजिनिअर, वकील इत्यादी.

२) जसे बुद्ध हे नाव नाही, ती एक अवस्था आहे, तसेच तेजपारखी एक अवस्था आहे. बुद्धाचे नाव तर सिद्धार्थ गौतम होते. स्व-अनुभव मिळाल्यानंतर ते बुद्ध (तेजपारखी) बनले.

सेल्फ : ईश्वर, अल्लाह, सत्य, गॉड, तेजप्रकाश, स्व साक्षी, खुदा, प्रभू.

विवेक शक्ती : जिथे बुद्धी हृदयाशी जोडली जाते आणि माणूस सत्य व असत्य या गोष्टींतला फरक समजू शकतो.

तेजसमज : अंडरस्टँडिंग, प्रज्ञा, तेजज्ञान.

तेजप्रेम : द्वेष आणि प्रेम यांपलीकडील प्रेम, विनाअट प्रेम.

सत्संग : गुरूंच्या सान्निध्यात सत्याचा संग.

प्रवचन : परावचन, मनापलीकडे घेऊन जाणारी वचने.

पात्रता : योग्यता.

मनोशरीर यंत्र : मानवी शरीर.

पॅटर्न : सवयी, संस्कार, वृत्ती, प्रोग्रॅमिंग.

तेजकर्म : कर्म आणि भाग्य यांतून मुक्त करणारे कर्म.

अभिव्यक्ती	:	आपला आनंद व्यक्त करण्याचा मार्ग (सेवा, अश्रू, भजन, नृत्य, हास्य, लेखन).
तोलू मन	:	सतत तुलना करणारे तुलनात्मक मन.
सहजमन	:	जे प्रत्येक क्रिया सहजतेने आणि आपल्या समजेनुसार योग्य प्रकारे करत असते ते मन.
तेजरास	:	बारा राशींच्या पलीकडे असणारी रास.
तेजम	:	खरा 'मी', जो मी व तू यांच्या पलीकडे आहे. 'अव्यक्तिगत मी'. (Impersonal I)
तेजमौन	:	शांतता आणि कोलाहल यांच्या पलीकडे.
तेजआस्तिक	:	आस्तिक आणि नास्तिक या दोहोंच्या पलीकडे.
तेजस्वर्ग	:	'स्व'चा अर्क.
तेजआनंद	:	आनंद आणि दु:ख यांच्या पलीकडे.
तेजप्रकाश	:	अंधार आणि प्रकाश यांच्या पलीकडे.
प्रत्येकाची गीता	:	व्यक्तीच्या आयुष्यातील संस्कार (Programming) व त्यानुसार वर्तन.
तेजज्ञान	:	ज्ञान आणि अज्ञान यांच्या पलीकडचे ज्ञान.
अतेज इच्छा	:	जी इच्छा बंधनात टाकते व बंधन घट्ट करते.

'सरश्रीं'द्वारे रचित इतर पुस्तकं

मोक्ष

अंतिम साफल्याचा राजमार्ग

पृष्ठ संख्या : २१६ • मूल्य : ₹ १८०

Also available in Hindi & English

मोक्षाच्या प्रचलित संकल्पनांना छेद देणारे आणि वाचकांचे जीवन बदलून टाकणारे पुस्तक मोक्ष... मृत्यूनंतर नव्हे... जिवंतपणीच! आत्ता... याच क्षणाला.

मोक्ष म्हणजे मुक्ती... भीतीपासून, चिंतेपासून, अगदी शारीरिक बंधनांतूनसुद्धा... मोक्षानंतर असतो केवळ आनंद. शब्दांमध्ये वर्णन न करता येणारा पण प्रत्येक क्षणी अनुभवता येणारा, जीवन व्यापून टाकणारा – तेजआनंद. म्हणून मोक्ष आहे सुखी जीवनाची गुरुकिल्ली आणि अलौकिक यशाचा राजमार्ग. हे तेजयश, हा तेजआनंद, हे सुखी जीवन म्हणजेच मोक्ष कसा प्राप्त करायचा, मोक्ष आपल्या जीवनाचे अंतिम उद्दिष्ट कसे, याचा मार्ग सोपा करून दाखवणारे पुस्तक.

मोक्ष... या कल्पनेबाबत सर्वसामान्य लोकांमध्ये प्रचलित असलेली एक समजूत अशी की मोक्ष हा माणसाला त्याच्या मृत्यूनंतरच मिळतो. पण ही समजूत अगदीच चुकीची कशी आहे, हे या पुस्तकात वाचणार आहोत. आपण कोण आहोत? हा देह गेल्यावर आपण कुठे असणार? हे ज्ञान होणे म्हणजेच मोक्ष. यासाठी मृत्यू व्हायची वाट बघावी लागत नाही. 'याचि देही, याची डोळा' हे ज्ञान होऊ शकतं.

मोक्ष आपल्या अंतरंगातच आहे व आपल्याच अस्तित्वाचाच एक अभिन्न भाग

कर्मसिद्धान्त

कर्म करण्याची कला

पृष्ठ संख्या : २०० • मूल्य : ₹ १५०

Also available in Hindi

कर्म आणि फळ याचे शाश्वत सूत्र म्हणजेच कर्मसिद्धान्त. या कर्मसिद्धान्तामागे कोणते तत्त्व आहे? कर्माच्या फळाची इच्छा का करू नये? कर्मबंधनातून मुक्ती कशी मिळवता येईल? या आणि अशा अत्यंत मौलिक प्रश्नांची उत्तरे सरश्रींनी प्रस्तुत पुस्तकात दिली आहेत. हे केवळ पुस्तक नसून यशस्वी जीवन जगण्याची गुरुकिल्लीच आहे.

आपण वेगवेगळ्या पातळ्यांवर वेगवेगळ्या प्रकारची कर्मे आयुष्यभर करत असतो. कर्म आणि त्याचे फळ याविषयी पारंपरिक संकल्पनाही आपण जाणतो. परंतु यामध्ये काही निखळलेले दुवे आहेत का? करत असलेल्या कर्मांविषयी आपण किती सजग आहोत?

कर्माविषयी आणि कर्मफळाविषयी असणारे आपले गैरसमज दूर व्हायला हवेत. कर्मबंधनात न अडकण्याचे उपाय आपण समजावून घ्यायला हवेत. अशी सम्यक समज एकदा प्राप्त झाली की वर्तमानातल्या अधोगतीचे खापर पूर्वीच्या जन्मांवर फोडण्याचा मार्ग आपण पत्करणार नाही. आपल्या जीवनात कर्मकुशलता आणि कृतिशीलता यांचा आविष्कार घडेल आणि सुरू होईल केवळ आनंदाने भरलेला यशाचा प्रवास. कर्म करणे ही एक कला आहे. ती साध्य करण्यासाठी सजगतेने रियाज करायला शिकवणारे शिबिर म्हणजेच हे पुस्तक होय.

शोध स्वतःचा

पृष्ठ संख्या : २५६ ● मूल्य : ₹ १८०

Also available in Hindi, English, Gujarati, Malayalam, Kannada, Punjabi, Tamil, Oriya & Telugu

'शोध स्वतःचा' हे पुस्तक न रहस्यमय कादंबरी आहे न कुठली भयंकर कथा. ती षड्यंत्राने आणि हत्येनं भरलेली उत्तेजनात्मक कथा तर अजिबात नाही. मग नेमका कोणता विषय यात मांडलेला आहे? कुठला महत्त्वपूर्ण आशय वाचकांसमोर सादर केला आहे? हा बारावा कोण आहे? याविषयीचं कमालीचं औत्सुक्य वाढवणारी अकल्पित अशी ही कथा आहे.

न्याय, स्वास्थ्य, आनंद आणि नातेसंबंधात एक अनोखी समज देणारा हा आश्चर्यकारक शोध... अंतर्यामी सतत उपलब्ध असणारा एक अभूतपूर्व अनुभव... चैतन्याकडे नेणारा प्रवास... एक आध्यात्मिक सुखद वाटचाल... एक अलौकिक आत्मशोध... 'शोध स्वतःचा' या कथानकात गुंफलेला आहे.

जेव्हा तुम्ही बदलता तेव्हा इतर लोकही बदलू लागतात. कारण तुम्ही बदलून त्यांना बदलण्यासाठी पोषक वातावरण निर्माण केलेलं असतं.

हे पुस्तक म्हणजे आपल्या सर्वोत्कृष्ट जीवनाकडे व अंतिम सत्याकडे नेणाऱ्या यशोशिखराची पायरी ठरावे... या पुस्तकात असलेलं ज्ञान जीवनात उतरवताना ही समज मिळेल, एका नवीन जगाच्या निर्मितीत तुमचा सहभाग नक्कीच आहे...

एक अल्प परिचय **सरश्री**

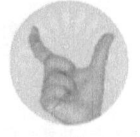

स्वीकार मंत्र मुद्रा

सरश्रींचा आध्यात्मिक शोध त्यांच्या बालपणापासूनच सुरू झाला होता. हा शोध सुरू असताना त्यांनी अनेक प्रकारच्या पुस्तकांचा अभ्यास केला. त्याचबरोबर आपल्या आध्यात्मिक शोधात मग्न राहून त्यांनी अनेक ध्यानपद्धतींचा अभ्यास केला. त्यांच्या या शोधाने त्यांना अनेक वैचारिक आणि शैक्षणिक संस्थांमध्ये जाण्यासाठी प्रेरित केले.

सत्यप्राप्तीच्या शोधासाठी जास्तीत-जास्त वेळ देता यावा, या तीव्र इच्छेने त्यांना, ते करत असलेले अध्यापनाचे कार्य त्याग करण्यास प्रवृत्त केले. जीवनाचे रहस्य समजण्यासाठी त्यांनी बराच काळ मनन करून आपले शोधकार्य सतत सुरू ठेवले. या शोधाच्या शेवटी त्यांना 'आत्मबोध' प्राप्त झाला. आत्मसाक्षात्कारानंतर त्यांना जाणवले, की सत्यापर्यंत पोहोचण्याच्या प्रत्येक मार्गांत एकच सुटलेली कडी (मिसिंग लिंक) आहे आणि ती म्हणजे 'समज' (Understanding).

सरश्री म्हणतात, 'सत्यप्राप्तीच्या सर्व मार्गांचा आरंभ वेगवेगळ्या प्रकारे होतो, परंतु सर्वांचा शेवट मात्र 'समजे'ने होतो. ही 'समज'च सर्व काही असून, ती स्वतःच परिपूर्ण आहे. आध्यात्मिक ज्ञान प्राप्तीकरिता या 'समजे'चे श्रवणसुद्धा पुरेसे आहे' हीच 'समज' प्रदान करण्यासाठी सरश्रींनी 'तेजज्ञानाची' निर्मिती केली. तेजज्ञान ही आत्मविकासातून आत्मसाक्षात्कार प्राप्त करण्याची संपूर्ण ज्ञानप्रणाली आहे.

सरश्रींनी अडीच हजारांहून अधिक प्रवचन दिले आहेत आणि शंभरपेक्षा जास्त पुस्तकांची रचना केली आहे. ही पुस्तके दहापेक्षा अधिक भाषांमध्ये रूपांतरित केली गेली असून, पेंगुइन बुक्स, हे हाऊस पब्लिशर्स, जैको बुक्स, हिंद पॉकेट बुक्स, मंजुल पब्लिशिंग हाऊस, प्रभात प्रकाशन, राजपाल ॲण्ड सन्स इत्यादी प्रमुख प्रकाशन संस्थांद्वारा प्रकाशित केली गेली आहेत. सरश्रींच्या शिकवणीने लाखो लोकांच्या जीवनात परिवर्तन घडलं आहे. तसेच संपूर्ण विश्वाची चेतना वाढविण्यासाठी कित्येक सामाजिक कार्यांची सुरुवातही केली आहे.

तेजज्ञान फाउंडेशन परिचय

तेजज्ञान फाउंडेशन आत्मविकासातून आत्मसाक्षात्कार प्राप्त करण्याचा एक मार्ग आहे. यासाठी सरश्रींद्वारा एक अनोखी बोधप्रणाली (System for Wisdom) निर्माण झाली आहे. या प्रणालीला आंतरराष्ट्रीय प्रमाणपत्राद्वारे ISO 9001:2008 च्या आवश्यकतेनुसार आणि निकष पडताळून सरळ, व्यावहारिक आणि प्रभावी बनवलं गेलं आहे.

या संस्थेच्या प्रबोधनपद्धतीच्या भिन्न पैलूंना (शिक्षण, निरीक्षण आणि गुणवत्ता) स्वतंत्र गुणवत्ता परीक्षकांद्वारे (Quality Auditors) क्रमबद्ध पद्धतीने पडताळलं गेलं. त्यानंतर या पैलूंना ISO 9001:2008 साठी पात्र समजून या बोधपद्धतीला हे प्रमाणपत्र प्रदान करण्यात आलं.

या फाउंडेशनचे लक्ष्य आहे नकारात्मक विचारांकडून सकारात्मक विचारांकडे वाटचाल. सकारात्मक विचारांकडून शुभ विचारांकडे म्हणजे हॅपी थॉट्सकडे प्रगती. शुभ विचारांकडून निर्विचार अवस्थेकडे मार्गक्रमण आणि निर्विचार अवस्थेच्या अंती आत्मसाक्षात्कार प्राप्ती. 'मी सर्व विचारांपासून मुक्त व्हावे' हा विचार म्हणजे शुभ विचार (हॅपी थॉट्स). 'मी प्रत्येक इच्छेपासून मुक्त व्हावे', अशी इच्छा म्हणजे शुभ इच्छा.

तेजज्ञान म्हणजे ज्ञान व अज्ञान या दोहोंच्या पलीकडचे ज्ञान. पुष्कळ लोक सामान्य ज्ञानाच्या (General Knowledge) माहितीलाच ज्ञान मानतात. परंतु अस्सल ज्ञान आणि नुसती माहिती यांत फार मोठे अंतर आहे. आजमितीला लोक सामान्य ज्ञानाच्या उत्तरांनाच जास्त महत्त्व देतात. अशा ज्ञानाचे विषय म्हणजे कर्म आणि भाग्य, योग आणि प्राणायाम, स्वर्ग आणि नरक इत्यादी. आजच्या युगात सामान्यज्ञान प्राप्त करणारे लोक, शिक्षक मोठ्या प्रमाणावर आहेत; परंतु हे ज्ञान ऐकून जीवनात परिवर्तन घडून येत नाही. असे ज्ञान म्हणजे केवळ बुद्धिविलास आहे किंवा अध्यात्माच्या नावावर चाललेला बुद्धीचा व्यायाम आहे.

सर्व समस्यांवरील उपाय आहे तेजज्ञान. क्रोध, चिंता आणि भय यांपासून मुक्त जीवन म्हणजे तेजज्ञान. शारीरिक, मानसिक, सामाजिक, आर्थिक आणि आध्यात्मिक प्रगतीचा, सर्वांगीण प्रगतीचा मार्ग आहे तेजज्ञान. तेजज्ञान आपल्या अंतरंगात आहे. येथे या आणि या गोष्टीचा अनुभव घ्या.

आपल्याला असे ज्ञान हवे आहे, की जे सामान्य ज्ञानापलीकडे आहे, जे प्रत्येक

समस्येवरील उत्तर आहे, जे प्रत्येक समजुतीपासून, गृहीत धारणांपासून आपल्याला मुक्त करते, ईश्वरी साक्षात्कार घडविते, अंतिम सत्यात स्थापित करते. आता वेळ आली आहे शाब्दिक, सामान्यज्ञानातून बाहेर येऊन तेजज्ञानाचा अनुभव घेण्याची!

आजवर जप-तप, तंत्र-मंत्र, कर्म-भाग्य, ध्यान-ज्ञान, योग-भक्ती असे अनेक मार्ग अध्यात्मात सांगितले आहेत. या सर्व मार्गांनी प्राप्त होणारी अंतिम समज, अंतिम ज्ञान, बोध एकच आहे. अंतिम सत्याच्या शोधकाला, साधकाला शेवटी जी एकच 'समज' प्राप्त होते, ती 'समज' श्रवणानेसुद्धा प्राप्त होऊ शकते. अशा समजप्राप्तीसाठी श्रवण करणे यालाच तेजज्ञान प्राप्त करणे म्हटले गेले आहे. तेजज्ञानाच्या श्रवणाने सत्याचा साक्षात्कार घडतो, ईश्वरीय अनुभव मिळतो. हेच तेजज्ञान सरश्री महाआसमानी शिबिरात प्रदान करतात.

महाआसमानी शिबिर (निवासी)

तुम्हाला सर्वोच्च आनंद हवाय? असा आनंद, जो कोणत्याही बाह्य कारणावर अवलंबून नाही... जो प्रत्येक क्षणी वृद्धिंगत होतो. या जीवनात तुम्हाला प्रेम, विश्वास, शांती, समृद्धी आणि परमसंतुष्टी हवी आहे का? शारीरिक, मानसिक, सामाजिक, आर्थिक आणि आध्यात्मिक अशा आयुष्याच्या सर्व स्तरांवर यशस्वी होण्याची तुमची इच्छा आहे का? 'मी कोण आहे' हे तुम्हाला अनुभवाने जाणावंसं वाटतं का?

तुमच्या अंतर्यामी अशा सर्व प्रश्नांची उत्तरं जाणण्याची इच्छा आणि 'अंतिम सत्य' प्राप्त करण्याची तृष्णा असेल, तर तेजज्ञान फाउंडेशनतर्फे आयोजित 'महाआसमानी शिबिरा'त तुमचं स्वागत आहे. हे शिबिर सरश्रींच्या मार्गदर्शनावर आधारित आहे. सरश्री, आजच्या युगातील आध्यात्मिक गुरू असून, ते आजच्या लोकभाषेत अत्यंत सहजपणे आध्यात्मिक समज प्रदान करतात.

महाआसमानी शिबिराचा उद्देश :

विश्वातील प्रत्येक मनुष्यानं 'मी कोण आहे', या प्रश्नाचं उत्तर जाणून तो सर्वोच्च आनंदाच्या अवस्थेत स्थापित व्हावा, हाच या शिबिराचा मुख्य उद्देश आहे. प्रत्येकाला असं ज्ञान प्राप्त व्हावं, जेणेकरून त्यानं प्रत्येक क्षणी वर्तमानात जगण्याची कला आत्मसात करावी. तो भूतकाळाचं ओझं आणि भविष्याची चिंता यांतून मुक्त व्हावा. प्रत्येकाच्या आयुष्यात कधीही न संपणारा आनंद आणि योग्य समज यावी. शिवाय, प्रत्येकानं समस्या

विलीन करण्याची कला आत्मसात करावी. थोडक्यात, मनुष्यजन्माचा उद्देश सफल व्हावा, हाच या शिबिराचा उद्देश आहे.

'मी कोण आहे? मी येथे का आहे? मोक्ष म्हणजे काय? या जन्मातच मोक्षप्राप्ती शक्य आहे का?' असे प्रश्न जर तुमच्या मनात असतील, तर त्यांवरील उत्तर आहे- 'महाआसमानी शिबिर'.

महाआसमानी शिबिराचे मुख्य लाभ :

वास्तविक या शिबिराचे लाभ तर असंख्य आहेत; पण त्यांपैकी मुख्य लाभ पुढीलप्रमाणे-

* जीवनात शक्तिशाली ध्येय निश्चित होतं
* 'मी कोण आहे' हे अनुभवाने जाणता येतं (सेल्फ रियलायजेशन)
* मनाचे सर्व विकार विलीन होतात.
* भय, चिंता, क्रोध, बोरडम, मोह, तणाव या नकारात्मक बाबींतून मुक्ती
* प्रेम, आनंद, मौन, समृद्धी, संतुष्टी, विश्वास अशा दिव्य गुणांशी युक्ती
* साधं, सरळ पण शक्तिशाली जीवन जगता येतं
* प्रत्येक समस्येचं निराकरण करण्याची कला प्राप्त होते
* 'प्रत्येक क्षणी वर्तमानात जगणं' हा तुमचा स्वभाव बनतो
* आपल्यातील सर्व सकारात्मक शक्यता खुलतात
* याच जीवनात मोक्षप्राप्ती होते

महाआसमानी शिबिरात सहभागी कसं व्हाल?

या शिबिरात सहभागी होण्यासाठी तुम्हाला खालील बाबींची पूर्तता करायची आहे-

१) तुमचं वय कमीत कमी अठरा किंवा त्यापेक्षा अधिक असायला हवं.

२) सर्वप्रथम तुम्हाला 'सत्य-स्थापना' (फाउंडेशन ट्रुथ रिट्रीट) शिबिरात सहभागी व्हावं लागेल. या शिबिरात, तुम्ही प्रामुख्यानं दोन बाबी शिकाल- प्रत्येक क्षणी वर्तमानात जगण्याची कला कशी आत्मसात करावी आणि निर्विचार अवस्था कशी प्राप्त करावी.

३) प्राथमिक स्तरावर तुम्हाला काही प्रवचनं ऐकायची असून, त्यांतून तुम्ही मूलभूत समज आत्मसात कराल आणि महाआसमानी शिबिरात प्रवेश करण्यासाठी तयार व्हाल.

महाआसमानी शिबिर वर्षभरात पाच-सहा वेळा आयोजित केलं जातं. यात हजारो सत्यशोधक सहभागी होतात. महाआसमानी शिबिराची पूर्वतयारी तुम्ही तेजज्ञान फाउंडेशनच्या नजीकच्या सेंटरवरही करू शकता. महाराष्ट्रात अहमदनगर, सातारा, औरंगाबाद, नाशिक, नागपूर, वर्धा, अमरावती, चंद्रपूर, यवतमाळ, कोल्हापूर, सांगली, रत्नागिरी, लातूर, बीड, नांदेड, परभणी, पनवेल, मुंबई, ठाणे, सोलापूर, पंढरपूर, जळगाव, अकोला, बुलढाणा, धुळे, भुसावळ आणि महाराष्ट्राबाहेर सुरत, अहमदाबाद, बडोदा, नवी दिल्ली, बेंगलुरू, बेळगाव, धारवाड, रायपूर, भुवनेश्वर, कोलकाता, रांची, लखनौ, कानपूर, चंदीगढ, जयपूर, चेन्नई, पणजी, म्हापसा, भोपाळ, इंदोर, इटारसी, हर्दा, विदिशा, बुऱ्हाणपूर या ठिकाणी महाआसमानी शिबिराची पूर्वतयारी करू शकता.

तेजज्ञान फाउंडेशनमध्ये उपलब्ध असणाऱ्या सरश्रीलिखित पुस्तकांचं वाचन करून किंवा सरश्रींच्या प्रवचनांच्या सीडीज ऐकूनही तुम्ही या शिबिराची पूर्वतयारी करू शकता. याशिवाय, तुम्ही टीव्ही, रेडिओ किंवा यू ट्युबवरील सरश्रींच्या प्रवचनांचा लाभही घेऊ शकता. पण लक्षात घ्या, पुस्तकांतील ज्ञान, सीडी, टीव्ही, रेडिओ आणि यू ट्युबवरील प्रवचनं म्हणजे 'तेजज्ञानाची तोंडओळख' आहे; 'संपूर्ण तेजज्ञान' मुळीच नाही. तुम्ही महाआसमानी शिबिरात सहभागी होऊनच तेजज्ञानाचा आनंद घेऊ शकता. तेव्हा आगामी महाआसमानी शिबिरात सहभागी होण्यासाठी आजच संपर्क करा- 09921008060/ 75, 9011013208

महाआसमानी शिबिरस्थान :

हे शिबिर पुण्यातील मनन आश्रम येथे आयोजित केलं जातं. येथे तुमच्या निवासाची आणि भोजनाची व्यवस्था केली जाते. तुम्हाला काही शारीरिक व्याधी असतील आणि त्यासाठी जर तुम्ही नियमितपणे औषधं घेत असाल, तर शिबिरात येताना ती सोबत बाळगावीत. शिवाय, वातावरणानुसार गरम कपडे, स्वेटर, ब्लँकेटही आणावं.

पुणे शहरापासून १७ किलोमीटर अंतरावर अत्यंत निसर्गरम्य परिसरात मनन आश्रम वसलेला आहे. आश्रमात महिला आणि पुरुष यांच्या निवासाची स्वतंत्र व्यवस्था असून येथे जवळपास ८०० लोकांच्या राहण्याची व्यवस्था आहे. आपण हवाईमार्ग, हायवे किंवा रेल्वे अशा कोणत्याही मार्गाने पुण्यात येऊ शकता.

मनन आश्रम : मनन आश्रम, पुणे, सर्व्हे नं. ४३, सणस नगर, नांदोशी गाव, किरकटवाडी फाटा, तालुका- हवेली, जिल्हा- पुणे- ४११०२४. फोन- 09921008060

बेस्टसेलर पुस्तक 'विचार नियम' शृंखलेचे
रचनाकार सरश्रींच्या सत्य संदेशाचा लाभ घ्या

संस्कार चॅनलवर

सोमवार ते शनिवार संध्या. ६:३० ते ६:५० आणि रविवारी संध्या. ८:१० ते ८:३० वाजता

• रेडिओ •

विविध भारती F.M. वर मंगळवारी आणि शुक्रवारी सकाळी ९:१५ वा. 'तेजविकास मंत्र'.

नोट : या कार्यक्रमांच्या वेळेत बदल झाल्यास नोंद ठेवावी.

www.youtube.com/tejgyan च्या साहाय्यानेदेखील सरश्रींच्या प्रवचनांचा लाभ घेऊ शकता.

तेजज्ञान फाउंडेशनच्या मुख्य शाखा

- **पुणे :** (रजिस्टर्ड ऑफिस)
  विक्रांत कॉम्प्लेक्स, तपोवन मंदिराजवळ,
  पिंपरी, पुणे : 411 017.
  फोन : (020) 27412576, 27411240

- **मनन आश्रम :**
  सर्व्हे नं. ४३, सणस नगर, नांदोशी गांव,
  किरकटवाडी फाटा, तालुका : हवेली,
  जि. पुणे : 411 024. फोन : 09921008060

तेजज्ञान इंटरनेट रेडिओ

तेजज्ञान इंटरनेट रेडिओद्वारे २४ तास ३६५ दिवस, सरश्रींच्या प्रवचन आणि भजनांचा लाभ घ्या. त्यासाठी पाहा लिंक- http://www.tejgyan.org internetradio.aspx

e-books

The Source • Complete Meditation • Ultimate Purpose of Success • Enlightenment • Inner Magic • Celebrating Relationships • Essence of Devotion • Master of Siddhartha • Self Encounter and many more e-books available.
Also e-books available in Hindi on gethappythoughts.org

Free apps

U R Meditation & Tejgyan Internet Radio on all platforms like Android, iPhone, iPad and Amazon

e-magazine

'Yogya Aarogya' & 'Drushtilakshya' emagazines available on www.magzter.com

e-mail

mail@tejgyan.com

website

www.tejgyan.org, www.gethappythoughts.org

✲ नम्र निवेदन ✲

विश्वशांतीसाठी लाखो लोक दररोज सकाळी आणि रात्री ९:०९ मिनिटांनी प्रार्थना करत आहेत. कृपया, आपणही यामध्ये सहभागी व्हा.

मृत्यू उपरांत जीवन || २०० ||

www.ingramcontent.com/pod-product-compliance
Lightning Source LLC
LaVergne TN
LVHW041708070526
838199LV00045B/1261
* 9 7 8 8 1 8 4 1 5 3 8 8 0 *